ஞாயிறு கடை உண்டு

2019– 'பிரபஞ்சன் நினைவுப் பரிசு' பெற்ற நாவல்

கீரனூர் ஜாகிர்ராஜா

டிஸ்கவரி புக் பேலஸ்

கே.கே.நகர் மேற்கு, சென்னை - 600 078.

(பாண்டிச்சேரி கெஸ்ட் ஹவுஸ் அருகில்)

Ph: 044-4855 7525 Mobile: +91 87545 07070

ஞாயிறு கடை உண்டு (நாவல்)
கீரனூர் ஜாகிர்ராஜா©

Gnayiru Kadai Undu
Keeranur Jakirraja©

1st Edition: November - 2019
Pages : 200
ISBN : 978-81-944173-7-8
Book Design: Discovery Team

Publisher

Discovery Book Palace (P) Ltd,
6, Mahaveer Complex, Munusamy Salai,
K.K.Nagar West,Chennai-600 078.
Ph: +91 - 44-4855 7525
Mobile: +91 87545 07070

E-mail: discoverybookpalace@gmail.com,
Website: www.discoverybookpalace.com

Rs. 240

மேனாள் வணிக வரித்துறை அமைச்சர்
இலக்கியக் காவலர்
S.N.M.உபயதுல்லா
அவர்களுக்கு....

என்னுரை

எழுத்து வகைமைகளில் எனக்குப் பிடித்தது, நாவல் எழுதுவது. எழுத்தாளன் காகிதங்களில் தனக்கென்று ஒரு உலகத்தை சிருஷ்டித்து அதனுள்ளயே கொஞ்சம் நாட்களுக்கு வாழ்ந்து கிடப்பது. ஒவ்வொரு அத்தியாயத்திலும் வெவ்வேறு நிலப்பரப்பில், சீதோஷ்ணத்தில், விதம் விதமான மனிதர்களுடன், ஜீவராசிகளுடன் அவன் பயணிக்கிறான். அங்கு நிகழ்கின்ற யாவற்றையும் அவனே உருவாக்குகின்றான். ஜனனத்தையும், மரணத்தையும், மகிழ்வையும், நோய்மையையும், விடுதலையையும் அவனே அவர்களுக்கு வழங்கி வேடிக்கை பார்க்கின்றான். எழுத்தாளனுக்கு தானொரு படைப்பாளி என்கிற கர்வம் நாவல் எழுதுவதனால் உண்டாகிறது.

1995 – ஆம் ஆண்டு ஜனவரி மாதம் 17 ஆம் தேதி நான் தஞ்சாவூருக்கு வந்து இறங்கினேன். தஞ்சாவூருக்கும் நான் பிறந்து வளர்ந்த கீரனூருக்கும் தொடர்புகளே இல்லை. எங்கள் நெடுஞ்சாலை வரைபடத்தில் தஞ்சாவூர் கிடையாது. ஆனால் எப்போதும் தஞ்சாவூர் குறித்த பிரம்மிப்புகள் எனக்கு அதிகமிருந்தன. சோழர்களும், நாயக்கர்களும் , மராட்டியரும் ஆண்ட புராதன நகரம். தி.ஜானகிராமன் போன்றவர்கள் சுளித்துக்கொண்டோடிய காவிரியை வரைந்து உருவாக்கியிருந்த கவர்ச்சி, முப்போகம் விளைகின்ற பூமி, நெற்களஞ்சியம், வளமை, பசுமை, கோவில்கள், கலைகளின் ஊற்று... இன்னும் நிறைய. ஆனால் நான் தஞ்சாவூர் வரும்போது மேற்சொன்ன எதுவுமே இல்லை; அவற்றின் எச்சங்களின் மீதுதான் நான் நடந்து செல்ல வேண்டியிருந்தது என்பது கசப்பான உண்மை. நல்லவேளையாக கோவில்கள் மீதம் இருந்தன. மனச்சோர்வு ஏற்படுகிற பொழுதுகளிலெல்லாம் ஆயிரமாண்டுப் பழமை வாய்ந்த பெரியகோவில் கோபுரத்தை திரும்பத் திரும்பப் பார்த்து ரசித்து, அது தரும் நம்பிக்கையை நாளங்களில் ஏற்றிக்கொண்டு வீடுதிரும்பி, எழுத உட்காந்திருக்கிறேன்.

'ஞாயிறு கடை உண்டு' எனது 9வது நாவல். நாவலின் கதை சமகாலத் தஞ்சாவூர் நகரத்தைப் பின்புலமாகக் கொண்டது. தஞ்சாவூரின் மையமான கீழவாசல் பகுதி மீன்சந்தையும் அதன் தொழிலாளர்களும், ராவுத்தாபாளையத்தில் தங்கியிருந்து தவணை வியாபாரம் செய்கின்ற குழுவினரும், காந்திஜி சாலை ஜவுளிக்கடைகளில் வேலை செய்கின்ற ஊழியர்களுமாக பாட்டாளிவர்க்கத்தின் பாடுகளை முக்கோணக் கதைகூறல் உத்தியில், வாசகனை அயர்ச்சியுற வைக்காத மொழியில், அவனை சிந்திக்கத் தூண்டுகிற விதத்தில் எழுத இயன்றது மகிழ்ச்சியளிக்கிறது. குறைவான பக்கங்களில் ஒரு நகரம் குறித்த சித்திரத்தை எழுப்ப முயற்சித்துள்ளேன். இதன் நீட்சியாக இன்னொரு நாவலும் எழுதிக்கொண்டிருக்கிறேன். அதற்கான ஊக்கத்தை பிரபஞ்சன் நினைவு விருது எனக்கு வழங்கியுள்ளது. தேர்வுக்குழுவினர்க்கு என் நன்றி. குறிப்பாக அண்ணன் ந.முருகேசபாண்டியனுக்கும் நண்பர் மு.வேடியப்பனுக்கும்.

இந்நாவலை எழுதும்போது சகபயணியாக உடன் தொடர்ந்தவர் என் துணைவி ராஜி. என் தஞ்சை வாழ்க்கையில் உமையொருபாகமாக அவர் இருந்திருக்கிறார். சுகனையும் தஞ்சை ப்ரகாஷையும் சந்தித்திருக்காவிட்டால் எப்போதோ தஞ்சாவூரை விட்டு நீங்கியிருப்பேன். அவர்களே என் இருப்பை இந்நிலத்தில் சாத்தியப்படுத்தியவர்கள். அவர்களிருவரின் நினைவுகளுக்கு இந்த நேரத்தில் என் அஞ்சலியை சமர்ப்பிக்கிறேன்.

நூலை சிறப்பாக வெளியிடும் டிஸ்கவரி புக்பேலஸ் நிறுவனத்தினருக்கும், நாஞ்சில் நாடன், தமிழ்ச்செல்வன், வேலூர் பா.லிங்கம் உள்ளிட்ட அண்ணன்மார்களுக்கும், என் வாசகர்களுக்கும், நண்பர்களுக்கும் மனமார்ந்த நன்றி.

கீரனூர் ஜாகிர்ராஜா
01/12/2019
9789581656
keeranur1@gmail.com

1

வெயில் சற்றுத் தணிந்த மாதிரி இருந்தது. ஆனாலும் பகலெல்லாம் காய்ந்த சூரியன் அதன் தாக்கத்தை இன்னும் விலக்கிக் கொள்ளவில்லை. சிக்கந்தர் ராவுத்தாபாளையத்தை விட்டு கீழவாசலுக்குள் வந்தபோது, சந்து முனையிலிருந்த பிஸ்மி கோழிக்கறிக் கடையில் நின்று முத்துமுகமது புள்ளிவிவரங்களுடன் நாட்டு நடப்பைப் பேசிக்கொண்டிருந்தார். 'தஞ்சாவூர்ல மழைன்னு ஒண்ணு பெஞ்சு மாசம் ஆறேழு ஆச்சு' என்றார். சுற்றி நின்ற பெரிசுகள் அதை ஆமோதித்து, பலமாகத் தலையை ஆட்டினர். 'சராசரியா நூத்திரெண்டு மில்லிமீட்டர் பெய்யுற பூமி. அந்த மழையில பாதிக்குமேல காணாங்குறான் டி.வி. யில செய்தி வாசிக்கிறவன்' முத்துமுகமது சொன்ன இந்தத் தகவலுக்கும் பெரிசுகள் உதட்டைப் பிதுக்கிக் கொண்டு தலையை ஆட்டி வைத்தனர். 'தஞ்சாறை'ங்கிறதுதான் இந்த தஞ்சாவூருக்குப் பழைய பேரு, தஞ்சாறைன்னா தஞ்சம் புகுந்த ஜனங்கள அரண் மாதிரி பாதுகாக்குற எடம்ன்னு அர்த்தம். மெல்ல மெல்ல தஞ்சாறை மாறி தஞ்சாவூராகிப் போச்சு...' முத்துமுகமது குரலில் மெல்லிய வருத்தம் தொனித்தபோது, சிக்கந்தர் மதீனா கடையில் டீக்கு சொல்லிவிட்டு வந்து முத்துமுகமது குழுமத்துடன் சேர்ந்து நின்றான்.

‘வாங்க மாப்ள வசூல் மன்னரே... பொழுது சாயவும் வண்டிய எடுத்துட்டு மெடிக்கல் காலேஜ் பக்கம் கெளம்பிட்டிங்க போல... ஆமா உங்க ஊர் பக்கம்லாம் மழகிழ பெய்யிதா?’ சிக்கந்தரை வரவேற்கிற சாக்கில் கிண்டலாக அவனிடம் ஒரு கேள்வியை வீசினார் முத்துசாயபு. மெல்லிய நகைப்பொலி அவருடைய குழுவினரிடமிருந்து எழுந்தது.

சிக்கந்தருக்கு தஞ்சாவூரில்லை. அவன் திண்டுக்கல், ஒட்டன்சத்திரம், பழனியெல்லாம் தாண்டி ஒரு கிராமத்திலிருந்து இங்கு வந்து தவணைக்காரர் கடையில் வசூலுக்கு நிற்கிறான் என்று சுற்றி நின்றவர்களுக்குத் தெரியும். முத்துமுகமதுக்கு இது நன்றாகவே தெரியும். காரணம். அவர் தவணைக்காரர் வூட்டுக்குப் பக்கத்தில் தானிருக்கிறார். முத்துமுகமது கோஷ்டிக்கு எப்பவுமே தஞ்சாவூர் ஒண்ணுதான் வளமான பூமிங்கிற நினைப்பு. இதன் காரணமாகவே வெளிமாவட்டத்துக்காரனைச் சற்று இளப்பமாகப் பார்க்கும் பார்வை உண்டு. அதிலும் திண்டுக்கல் பக்கமென்றால் பாலைவனப் பரதேசிகள்னு இவர்களுக்கு எவரோ சொல்லிவைத்திருப்பார்கள் போல. சரி, மேற்கு தொடர்ச்சி மலை அடிவாரத்தின் வளத்தைப் பற்றி, மலையோ சிறுகுன்றோ கூட இல்லாத இந்த ஊர்க்காரர்களுக்குச் சொல்லி என்ன தெரிந்து விடப்போகிறதென்று நினைத்துக் கொண்டு ‘சாயபே... கீழவாசல்ல கொட்டிக் கெடக்குற காய்கறியெல்லாம் என்ன கும்மோணத்துல இருந்து வந்து எறங்குதுன்டு நெனப்பா? நீங்க சாப்புடுற உருளக்கிழங்கும் கேரட்டும் முட்டகோசும் பீட்ரூட்டும் எங்க கொடைக்கானல்ல இருந்தோ ஊட்டியிலிருந்தோதான் வரணும். தண்ணி இல்லேன்னா காப்பு காய்க்குமா?’ன்னு கேட்டுச் சிரித்துக்கொண்டு நிற்கும் சிக்கந்தரிடம்

‘அட சும்மா தமாசுக்குப் பேசுறதுதாம் மாப்ள. உங்க ஊரப்பத்தி கொறச்சு சொன்னா மூக்குக்கு மேல கோவம் வந்துருமே. எங்களுக்கும் தெரியும். கொடைக்கானல், பொள்ளாச்சி, ஊட்டி, குன்னூர்லாம் உங்க பக்கம்தான்னு’ முத்துமுகமது சாயபு சமாதானத்துக்கு வருவார்.

சிக்கந்தரும் கேட்டிருக்கிறான், படித்திருக்கிறான். வெண்ணாறும் குடமுருட்டியும் பாமினியும் அரசலாறும் காவிரியும் கொள்ளிடமும் கலகலவென ஓடிப்பாய்ந்து முப்போகம் வெளஞ்சபூமிதான் இந்த தஞ்சாவூர். முத்துமுகமது பெருமையாகச் சொல்லிக் கொள்வதே போல ரெண்டாயிரம் வருஷங்களா வெள்ளாமை நடந்த வரலாறு உண்டுதான். அதுக்கு சாட்சியா கல்லணை கம்பீரமாக நிற்கிறதுதான்.

என்ன செய்வது? இன்றைக்கு மழை பொய்த்துப்போய் செழிப்பாக நெல் விளைந்த தன்னுடைய அய்யம்பேட்டை வயலைப் பாலைவனமாகப் பார்க்கச் சகிக்காமல், ரியல் எஸ்டேட்காரனுக்குத் தாரைவார்த்துவிட்டு, கீழவாசலுக்கு வந்து வெற்றிலை வியாபாரியாக ஒடுங்கிக் கிடக்கும் நிலை அவருக்கே.

கதைகளில் படித்த வளமான தஞ்சாவூரைப் பார்க்க ஆசைப்பட்டுத்தான் சிக்கந்தர் வந்தான். வந்த பிறகு புரிந்துகொண்டான்; அப்படி ஒரு காலம் ஒன்று இருந்ததை இந்த ஊர்க்காரர்களே மறந்துவிட முயற்சிக்கிறார்கள் என்று. பஸ்ஸை விட்டு இறங்கியதும் அவனுடைய கால்கள் நேராகப் பெரியகோயிலை நோக்கித்தான் சென்றன. எல்லாம் பொய்த்த பிறகும் தஞ்சாவூரின் கம்பீரம் குறையாமலிருக்க காரணமே இந்த பெரிய கோவில்தான். ஆயிரம் வருஷங்களாக எத்தனையோ இயற்கைப் பேரிடர்களை எதிர்கொண்டு நிற்கிறது. அந்த அதிசயத்தைப் பார்த்துவிட்டு அகழியைப் பார்க்கவும், கோயிலைத் தொட்டு வறண்டு கிடந்த புது ஆற்றைப் பார்க்கவும் துயரமாக இருந்தது சிக்கந்தருக்கு. தலையாட்டி பொம்மை ஒன்றை ஆசையாக வாங்கிப் பைக்குள் கஷ்டப்பட்டுத் திணித்துக் கொண்டு, கோர்ட் ரோடு வழியாக கொன்றை மரங்களின் நிழலில் பொடிநடையாக நடந்தவாறே ஆற்றங்கரைப் பள்ளிக்கு வந்து அசர் தொழுது, காந்திஜி சாலையில் ரெட்ட மஸ்தானைப் பார்த்து சலாம் கொடுத்துவிட்டுத்தான் ராவுத்தா பாளையத்திலுள்ள தவணைக்காரர் வீட்டுக்கு வந்து சேர்ந்தான் அவன்.

‘எல்லாரைக்காட்டிலும் நாம் கொஞ்சம் வித்தியாசமான ஆள்தான்’ என அவனே அவனை நினைத்துக் கொள்வான், இந்த மாதிரியான நடவடிக்கைகளால். அந்த நாளை அசைபோட்டபடி பரபரப்பான கீழவாசல் இயக்கத்தைக் கவனித்து அண்ணாசிலைக்கு வந்தவன், நேரே ராசாமிராசுதார் மருத்துவமனை கடந்து மைய நூலகத்தினருகிலிருந்த பஸ் நிறுத்தத்தில் வண்டியை நிறுத்தி இறங்கினான். மனம் நூலகத்தையே சுற்றிச் சுற்றி வந்தது. உள்ளே நுழைந்தால் நேரம் போவதே தெரியாமல் புத்தகங்களுக்குள் ஆழ்ந்துவிடுவான். வசூல் பாதிக்கும். ‘பணத்தை எடுத்து வச்சுட்டு காத்திருந்தேன், நீங்க வரவே இல்ல. அவசரமான ஒரு வேலையிருந்து செங்கிப்பட்டி போயிட்டேன்’, ‘பூதலூர் போயிட்டேன்’, ‘திருச்சி போயிட்டேன்’, ‘பட்டுக்கோட்டை போயிட்டேன் தவணைக்காரரே’ன்னு

புள்ளிகள் மறுநாள் போகையில் காரணம் சொல்வார்களே தவிர காசு தரமாட்டார்கள். அடுத்தவாரம் வரை காத்திருக்க வேண்டும். இரவானால் வீட்டில் அன்வரிடம் வசூல் கணக்கை ஒப்பிக்க வேண்டும். எந்த லைனில் எந்தப்புள்ளி எவ்வளவு பாக்கி என்கிற விவரம் அன்வருக்கு சிட்டையைப் பார்க்காமலேயே தெரியும். தூக்கத்தில் எழுப்பிக் கேட்டால்கூட சரியாகக் கக்குவான். லைனுக்குப் போகும் ஆட்களுக்கே தன் புள்ளிகளைப் பற்றி தெரியாது. ஒருத்தருக்கு ஒரு பொருளைத் தவணையில் கொடுத்தால் அதன் மதிப்பு — அசல் விலை — லாபம் இதை மட்டும் தெரிந்துகொண்டால் போதும் என்று இருக்கமாட்டான். முன்பணம் வந்ததா, சரியாகத் தவணைப் பணம் செலுத்தி குறிப்பிட்ட கால அவகாசத்திற்குள் பாக்கி நேர் செய்யப்பட்டதா, அந்தப்புள்ளி மீண்டும் வியாபாரத் தொடர்பில் உள்ளாரா, இல்லையேல் ஏன்? அடுத்த தவணைக்கடைக்காரன் அந்தப் புள்ளியை இழுத்துக்கொண்டானா? ஆம் என்றால் மீண்டும் அந்தப் புள்ளியை இழுக்க என்ன வழி என்பது வரை ஆழமாக யோசிப்பான். சொந்த வீட்டுக்காரரா, வாடகை வீடா, அரசு உத்தியோகமா, தினக்கூலியா என்றும் கேட்பான். வீட்டு முகவரி, போன் நம்பர், மின்னஞ்சல் முகவரி வரை குறித்து வைத்துக்கொள்ளும் அவன், பெரியவருடைய குருகுலவாசத்தில் பம்பாய் 'பாட்டக்'களில், சேரிகளில், மழையிலும் சகதியிலும் புரண்டு தொழில் கற்றவன்.

பெரியவருக்கு வடபுலம்தான் முக்கிய கேந்திரம். குறிப்பாக மகாராஷ்டிரம், மும்பையைச் சுற்றிலுமிருந்த கச்சடா ஏரியாக்களில் சிறுபிராயத்திலேயே வயிற்றுப் பசிக்காக முடுக்கிவிடப்பட்ட அவர், எல்லா அனுபவத் தழும்புகளையும் இருபத்தைந்து வயதுக்குள் பெற்றவர்.

'ஏய் மதராஸி' என ஏளன விளியையும் பிறகு அதே ஜனங்களால் 'அண்ணா' என்றும் அழைக்கப்பட்டிருக்கிறார். அடிதடி, போலீஸ் துரத்தல், ஜெயில், பெண்கள் சகவாசத்தால் பால்வினை நோய், பசி, பட்டினி, காசு வசமாகக் கிடைத்தால் பெரிய மதுவிடுதிகளில் குடித்து காபரே ஆட்டக்காரிகளின்மேல் ரூபாய் தாள்களை விட்டெறிதல், செம்பூர் நண்பனொருவனுடன் சேர்ந்துகொண்டு வட்டித் தொழிலில் ஈடுபாடு, சூதாட்டம், சின்னச்சின்ன கடத்தல் வேலைகள், தீவிரவாத கும்பல்களுடன் சகவாசம் எல்லாம் கண்டு, மூன்று முறை கொலை முயற்சியிலிருந்து தப்பித் தலைமறைவாகி, மூன்று மனைவிகளை தலாக் கொடுத்து, நான்காவதாகத் தன்னைவிட இருபத்தெட்டு வயது குறைவான

பெண்ணை நிக்காஹ் செய்துகொண்டு, திடீரென மனம் மாறி வட்டித்தொழிலைக் கைவிட்டு, எண்டர்பிரைசஸ் எனப்படும் தவணைமுறைத் தொழிலுக்குத் தாவி 'பெரியவர்' என ஊழியர்களால் அழைக்கப்படும் சௌக்கத்தலிஹசன், பெரிய லாபமெல்லாம் பார்க்க முடியாத தஞ்சாவூர் போன்ற ஊரில் பேருக்கு ஒரு கடை இருக்கட்டும், அங்கே ஆறேழு பேர் வேலை செய்து சம்பளம் வாங்கிக் கொள்ளட்டும், அந்தக் கடையை அவருக்கு விசுவாசமான அக்கா மகன் அன்வர்தீன் நிர்வாகஞ் செய்யட்டுமென விட்டதற்கு விதம்விதமான காரணங்கள் உலவுகின்றன; அதிராம்பட்டினத்தில் அவருக்கொரு ஆசை நாயகி உண்டு என்னும் காரணத்தையும் சேர்த்து மொத்தம் ஆறேழு காரணங்கள்.

சிக்கந்தர், நூலகத்திற்குள் நுழையும் ஆசையை வலிய துண்டித்துக் கொண்டான். வேறு வழியில்லை. கணபதி நகரில் உள்ளே குடியிருக்கும் மேம்பாலம் பார்வைத் திறன் குறைந்தோர் பள்ளி ஆசிரியை ஸ்னோலின், லக்ஷ்மி சீவல் கம்பெனிக்கு எதிரில் பூக்கடை வைத்திருப்பவளையும் அவன் இந்த வாரம் பிடித்தே ஆகவேண்டும். இருவருமே இரண்டு வாரம் தவணை பாக்கி. ஆசிரியைக்கு வெட்கிரைண்டரும், பூக்காரம்மாவுக்கு கேஸ் ஸ்டவ்வும் கொடுத்திருக்கிறான். ஆளுக்கு இருநூறு ரூபாய் அட்வான்ஸ் கொடுத்ததுடன் பிறகு ஆளையே பிடிக்க முடியவில்லை. இருவருக்குமான ஒருவாரத் தவணைத் தொகையை இவன் கைக்காசிலிருந்து கட்டியிருக்கிறான். இன்னொரு வாரத்தவணையை அன்வரிடம் நயந்துகூறி, நிலுவையில் வைத்துள்ளான்.

மேம்பாலம் டீச்சரை பள்ளி விடும் நேரத்தில் பஸ் நிறுத்தத்தின் மறைவில் பதுங்கியிருந்து தான் பிடிக்கவேண்டும் என்று நினைத்துக் கொண்டான். தெரிகிறாற்போல நின்றிருந்தால், நிற்பதை எட்ட இருந்து பார்த்துவிட்டு, பின்புறமுள்ள ரயில்வே ட்ராக்கில் நடந்து அவள் தப்பித்துவிடும் வாய்ப்பு உள்ளது. நேரடியாக பள்ளிக்கூடத்துக்கே போய்விடலாம் தான். உடல்ரீதியாகக் குறைபாடுகள் கொண்ட அந்தப் பிள்ளைகளைப் பார்க்கையில் மனம் சுருங்கிவிடுவான் சிக்கந்தர். பிறகானால் ஆசிரியைக்கும் தர்மசங்கடம். எதற்கு என்றுதான் விட்டுவைத்திருக்கிறான். பூக்காரம்மா அமர்ந்து வியாபாரம் செய்யுமிடத்தில் அமர்ந்து இப்போதெல்லாம் ஒரு வயசுப்பெண் பூக்கட்டுகிறாள். அவளிடம் இவன் தவணைப்பணம் கேட்கப்போனால் தனக்கும் அந்தப் பூக்காரம்மாவுக்கும் சம்மந்தமே இல்லை என்றும், தான் வேறு

அந்தம்மா வேறு என்றும் அடித்துச் சத்தியம் செய்கிறாள். ஆனால் அந்தப் பெண்ணின் முகத்தில் பூக்காரம்மாவின் ஜாடை வழிந்து கொண்டிருந்ததைக் கழுவவோ துடைக்கவோ இயலுமா?

சிக்கந்தர் இதுமாதிரியான வேடிக்கைகளை ரசிக்கும் மனோபாவம் கொண்டவனாக இருக்கிறான். இது அவனுக்கு வேடிக்கை என்றால் அவனுடைய சக ஊழியர்களுக்கு பித்தலாட்டம். ஆசிக்கோ, முபாரக்கோ இப்படியெல்லாம் தவணையை விட்டுவைத்திருக்க மாட்டார்கள். எந்த வழியிலாவது முயற்சி செய்து பணம் வசூலித்திருப்பார்கள். ரயில்வே ட்ராக்கின் வழியே தப்பித்துச் செல்லும் டீச்சரை எக்ஸ்பிரஸ் ரயிலின் வேகத்தில் விரைந்து சென்றுபிடித்திருப்பார்கள். தன் மகளையே வியாபாரத்தில் அமர்த்தி, தனக்கும் மகளுக்கும் சம்மந்தமே இல்லை என்று சாதிக்கும் பூக்காரம்மாவின் பூர்வீகத்தையே இந்நேரம் அலசியிருப்பார்கள்.

வாழ்க்கை இப்படிச் சிலர் செய்கின்ற சின்னச்சின்ன தப்பித்தல்களினால் சுவாரசியப்படுவதாக சிக்கந்தர் நினைக்கிறான். செய்யும் தொழிலுக்கு இது சரிப்பட்டு வராது என்று அவனுக்கே தெரியும். வேலைக்கு வந்து சேர்ந்த முதல்நாள், இவன் பையிலிருந்த தலையாட்டி பொம்மையைப் பார்த்ததுமே, அன்வர் இவனை 'எப்படியான ஆள்' என்று கணித்துவிட்டிருந்தான். என்ன ஒரு விசேஷம் என்றால், அன்வரின் தம்பி அய்யூப்புக்கு அப்படியே சிக்கந்தரின் முகஜாடை. அய்யூப் சொந்த ஊரில் இதே தவணை வணிகம் செய்து அம்மாவையும் இரண்டு தங்கைகளையும் பார்த்துக் கொள்கிறான். அன்வரின் மனைவி ஆயிஷாவின் தங்கை ராவியத்துல் பஷரியாவைத்தான் அய்யூபுக்கு மணம் பேசி பரிசம் போட்டிருக்கிறார்கள். அன்வருக்குத் தன் தம்பி மீது நிறையப் பிரியம், நம்பிக்கை எல்லாம், தகப்பனாரின் இழப்புக்குப் பிறகு குடும்பத்தைத் தூக்கி நிறுத்தியதில் அவனுக்கும் பெரும் பங்கு இருந்தது. அன்வரின் அம்மா ஒரே செலவில் அண்ணன், தம்பி இருவருக்குமே நிக்காஹ் செய்ய முடிவெடுத்தபோது, 'அண்ணனுக்கு முடிச்சு வையுங்க. நான் கொஞ்சம் சம்பாதிச்சு குடும்ப நெலமைய சரி பண்ணிட்டு அப்புறமா கல்யாணம் பண்ணிக்கிறேன். அதுவரைக்கும் ராவியத்து காத்திருந்தா காத்திருக்கட்டும். இல்லன்னாலும் பரவாயில்ல' என்று தீர்மானமாகச் சொல்லிவிட்டு சைக்கிளில் பாத்திர பண்டங்களைக் கட்டி தெருத்தெருவாகச் சுற்றத் தொடங்கினான். ராவியத்தும் அவன் சம்பாதித்துக் குடும்பத்தை நிமிர்த்தட்டும் என்று காத்திருந்தாள்.

தன் தம்பி ஜாடையில் இருக்கிறானே என்னும் அன்வரின் அனுசரிப்பினால் தான் சிக்கந்தரின் வண்டி ஓடுகிறது. நல்லவேளையாக சிக்கந்தர் வேலைக்குச் சேர்ந்ததிலிருந்து பெரியவர் ஒருமுறை கூட தஞ்சாவூர் வரவில்லை. இரண்டு சந்தர்ப்பங்களில் வந்தவர், அதிராம்பட்டினத்தோடு திரும்பிவிட்டார். 'பெரியவர் வந்து உட்கார்ந்தால் பத்து நிமிஷங்கூட உன்னால தாக்குப்பிடிக்க முடியாது'ன்னு பண்டாரி நாகூர் பிச்சை அடிக்கடி தன்னைப் பார்த்து சிரித்தபடி கூறுவதன் அர்த்தத்தை ஓரளவு உணர்ந்திருந்தான் சிக்கந்தர். அவனும் தன்னை மாற்றிக் கொள்ள முயற்சிக்காமல் இல்லை. எல்லாரைக் காட்டிலும் லைனில் நிறைய புள்ளிகளைப் பிடித்து, வியாபாரம் கூடுதலாகச் செய்து காட்டவேண்டும் என முடிவு செய்துகொண்டுதான் களத்திலிறங்குவான். லைனில் புதிய புதிய தடங்களைக் கண்டுபிடிப்பான். ஆசாமிகளைப் பார்த்து தேவைகளைக் கேட்டுக் குறித்துக்கொண்டு வருவான். மறுநாள் அன்வரிடம் ஆர்டர் சொல்லத் தேடும்போது, குறித்துக் கொண்டு வந்திருந்த பேப்பர் தொலைந்திருக்கும். இழுத்துப்போட்டு பரபரப்பாகத் தேடுவான்.

'என்ன ஆர்டர் குறிச்சிட்டு வந்த பேப்பரைக்காணோமா'ன்னு அன்வர் கேட்க, இவன் சிரித்துக்கொண்டே தலையை ஆட்டுவான். வருத்தத்துடன் தலையை ஆட்டவும் இவனுக்கு வராது, தெரியாது. தலையிலடித்துக் கொள்ள வேண்டியிருக்கும் அன்வருக்கு.

ஊரில் பேர் பெற்ற குடும்பம் சிக்கந்தருடயது. இன்னார் பேரன் என்றால், மரியாதையுடன் பார்ப்பார்கள் தான். பொருள் எல்லாம் போகாத இடம்போய் சேர்ந்த பின் பெயர் இருந்தென்ன, போயென்ன. அவனுடைய அத்தா (அதாவது அப்பா) பழம் பெருமை பேசிப்பேசி உழைக்காமல் உட்கார்ந்தே சாப்பிட்டு, இனி விற்று முதல் செய்ய ஏதுமில்லை என்னும் நிலைவரும்போது நோய்வாய்ப்பட்டு படுக்கையில் விழுந்து, மனைவியை இயன்றவரை அவஸ்தைப்படுத்தி, மய்யித்தாகி, கபர்ஸ்தானுக்குப் போய்ச் சேர்ந்தார். அப்போது சிக்கந்தர் பழனியில், அருள்மிகு பழனி ஆண்டவர் கலைக் கல்லூரியில் பி.ஏ., மூன்றாம் ஆண்டில் நின்றான்.

அத்தாவின் மரணத்தை சிக்கந்தர் எதிர்பார்த்தே இருந்தான். அந்நாள் வரைக்குமே தன்னுடைய கல்லூரி வாழ்க்கை என்றும் முடிவு செய்திருந்தான். இந்தப் படிப்பை முடித்துப் பட்டதாரியாகி பெயருக்குப் பின்னால் இரண்டெழுத்தைப்

போட்டுக் கொள்வதால் மட்டும் தன் வாழ்க்கையில் பெரிய மாற்றமேதும் நிகழ்ந்துவிடப் போவதில்லை என்று நினைத்தான். அடுத்த செமஸ்டர் பீஸ் கட்டுவதற்குள் அத்தாவின் மரணம் சம்பவிக்க வேண்டும் என 'துவா' செய்தான். அவனுடைய 'துவா' பலித்ததா அல்லது அப்துல்காதர் ராவுத்தரின் ஆயுள் முடிந்ததா தெரியவில்லை. சிக்கந்தரின் செமஸ்டர் பீஸ் காலத்துக்கு முன்னதாக 'இஸ்ராயீல்' வந்திருந்து அவருடைய 'ரூஹை' கைப்பற்றிக் கொண்டார். சிக்கந்தரும் அருள்மிகு பழனி ஆண்டவரைக் கைவிட்டு அலங்கியம் போய் புரோக்கர் அமானுல்லா மகளை சந்தித்து 'கடை சேரவேண்டும். அதுவும் தவணைக்காரரர் கடையாக இருக்க வேண்டும். குறிப்பாக அந்தக் கடை தஞ்சாவூரில் இருந்தால் நலம்' என்று கோரிக்கை வைத்தான்; பலித்தது.

மேம்பாலம் சிவாஜிநகர் ஏரியாவை ஆஷிக் பார்த்துக் கொள்கிறான். ரயிலோடும் பாதை. அரசாங்க உத்தியோகஸ்தர்கள், தொழில் முனைவோர், நடுத்தர வர்க்கத்தினர், உதிரிப் பாட்டாளிகள், அன்றாடங் காய்ச்சிகள் என்று கலந்து கட்டின லைன் அது. ஆஷிக் அந்தப் பகுதியில் 'தவணைக்காரபாய்' என ரொம்பப் பிரபலம். எண்பது சதவிகிதம் நல்ல புள்ளிகள், நல்ல வியாபாரம். வசூலும் குறைசொல்ல முடியாத அளவுக்கு இருந்தது. ஆஷிக் ஒருமுறை சிக்கந்தரை அழைத்துக் கொண்டுபோய் லைனை சுற்றிக்காட்டினான்.

'ஆஷிக், அருமையான லைன்டா... எனக்கு மட்டும் இந்த லைன் கெடச்சிருந்துன்னா...' சிக்கந்தர் சொல்லி முடிக்கும் முன் ஆஷிக் முந்திக்கொண்டு 'மேம்பாலத்துல நின்னு ரயில் ஓடுறத வேடிக்கை பார்த்திருப்ப. அங்கிருந்து பெரிய கோயில் கோபுரம் தெரியுறத ரசிச்சிருப்ப. ராணி பாரடைஸ் தியேட்டர்ல தெனம் ஒரு சினிமா பார்த்திருப்ப...' என்றான். சிக்கந்தருக்கு ஆஷிக் தன்னை இவ்வாறு விமர்சனம் செய்ததில் துளி வருத்தமுமில்லை. மாறாக தன்னை இத்தனை நுட்பமாக கணித்திருக்கிறானேன்னு சந்தோஷம். ஆஷிக்கும் சிக்கந்தரும் ஒரே ஊர்க்காரர்கள். ஹைஸ்கூல் வரை ஒன்றாகப் படித்தவர்களுங்கூட. ப்ளஸ்டூவில் தவறிய ஆஷிக் தன் குடும்பச்சூழல் காரணமாக அந்த வயதிலேயே வட்டிக் கடைக்குச் சேர்ந்து போய், படாதபாடு பட்டவன்.

சிக்கந்தர் கடைக்கு வந்து சேர்ந்த நாளன்று; ஆஷிக் அவனைப் பார்த்து 'உனக்கு ஏன்டா இந்த நெலம?' என்று ஆச்சரியப்பட்டாலும், அடுத்த நிமிஷமே சுதாரித்துக்கொண்டு 'ஓ... உன்னோட ரொம்ப நாள் ஆசைய நெறவேத்திக்க வந்திருக்க. அதாவது நஞ்சையும் புஞ்சையும் கொஞ்சி விளையாடும்

தஞ்சையை சுத்திப் பாக்க வந்திருக்க. அப்படித்தானே மாப்ள ?' என்று கண்சிமிட்டிக் கிண்டலாகக் கேட்க, அதை ஒருபக்கம் சிக்கந்தர் ஒப்புக்கொண்டாலும், தன்னைக் குறித்து மேலதிகமாக எதுவும் இங்குள்ளவர்களிடம் சொல்லிவிட வேண்டாம் என்று கெஞ்சிக் கேட்டுக்கொண்டான்.

'அப்டியா சொல்ற. நாளைக்கு காலையில உன்னோட கேரக்டர் என்னன்னு இங்கே நிர்வாகம் பண்ற அன்வர் சொல்லலைன்னா என் பேரயே மாத்திக்கிறேன். மாப்ள... வட்டிக் கடைங்கள்ல ஊறுனவனுங்க மேப்படியானுங்க. நீ உள்ள கால் வச்சதியும் எக்ஸ்ரே எடுத்துப் பாத்துருவானுக...' என்றான். அது என்னவோ உண்மைதான்.

வந்த மறுநாள் அன்வர் அவனை அழைத்து 'ஏப்பா... உனக்கு மெடிக்கல் காலேஜ் லைன்' எனச் சொன்னதுடன், சற்றே நெருங்கி வந்து 'உன்னையைப் பாத்தா கஷ்டப்படுற குடும்பத்துப் பையனாட்டம் தெரியிலியே. எதுக்காக கடை சேர்ந்து வந்தே?' எனக் கேட்டான். அப்போது சிக்கந்தர். 'இல்லங்க... அத்தா மௌத் ஆயிட்டாரு. வருமானம் இல்ல. அம்மாவும் நானுந்தான். சொந்தவீடு, வாடக குடுக்க வேண்டிய அவசியம் இல்லன்னாலும் சாப்பாட்டு செலவுக்கு பணம் வேணுமுங்கல்ல... அதுதான்...' என்றான்.

தகப்பனை இழந்த குடும்பம் மேலேறி வர எத்தனை தடுமாறும் என்பதை அனுபவப்பூர்வமாக உணர்ந்தவன் அன்வர். 'ஓ... அத்தா இல்லையா ?' என்றபடி சிக்கந்தரின் தோளை ஆதுரத்துடன் தொட்டவன் அவனுடைய கண்களை உற்றுக் கவனித்து 'நீ என் தம்பி அய்யூப் ஜாடையில இருக்கே' என்றான் புன்னகை ததும்ப. சிக்கந்தர் தலையை ஆட்டிக்கொண்டே நகர்ந்து செல்லவும், 'ஆமா நேத்து உன்னோட பேக்குல சிலைமாதிரி ஏதோ ஒண்ணு பார்த்தேனே என்ன அது ?' கேட்டுவிட்டான்.

என்ன பதில் சொல்வதென்னும் குழப்பத்திலேயே 'அது சிலை இல்லீங்க. தஞ்சாவூர் தலையாட்டி பொம்மை..'ன்னு வழிந்தான்.

'அது எதுக்கு ?' விடாமல் கேட்டான் அன்வர்.

'அது வந்து... சும்மா... எந்த ஊருக்குப் போனாலும் அந்த ஊர்ல உள்ள பிரபலமான விஷயத்தப் பத்தி நெனச்சுப் பாப்பேன்... நான் தஞ்சாவூர் பஸ் ஸ்டான்ட்ல வந்து எறங்குனதும் பொம்ம விக்கிறவர் வலுக்கட்டாயமா எங்கையில இத திணிச்சுட்டார். வேற வழி தெரியில... அதுதான் வாங்க வேண்டியதாப் போச்சு...' புனைந்து பதில் சொன்னான்.

'சரி மறைவா வச்சுக்க... பெரியவர் கண்ணுல பட்றப்புடாது...' என எச்சரித்தவன், மீண்டும் சிக்கந்தரின் கண்களைத் தன் தம்பியின் நினைவுகளோடு வருடினான். சிக்கந்தர் இப்போது நாணித்தலைகுனிந்தான்.

திலகர் திடல் அந்த நேரத்தில் பாடல்களாலும் ஒலிபெருக்கி அறிவிப்புகளாலும் 'வாழ்க' கோஷங்களாலும் அமளிதுமளிப்பட்டது. முக்கிய அரசியல் தலைவர் ஒருவரின் வருகையை முன்னிட்டு ஏற்பாடுகள் பலமாக நடந்து கொண்டிருந்தன. வண்டியை எடுத்தவன், சோழன் சிலையைப் பார்த்தபடி பெரியகோவில் சாலையில் பயணித்தான். சோழன் சிலை சுற்றுச்சுவரை ஒட்டி அமர்ந்திருந்த யாசகர்கள், ஜோதிடர்கள், பொம்மை வியாபாரிகள் தத்தமது வேலைகளில் மும்முரமாயிருந்தனர். வரிசையாக நிறுத்தி வைக்கப்பட்டிருந்த பொம்மைகளின் மேல் இவன் மனம் தாவியது. அழகழகான பொம்மைகள். அவற்றின் மீது பலவித வர்ண ஒப்பனைகள், விலைபேசி வாங்கிச் செல்லும் மனிதர்கள். இவர்களுக்கெல்லாம் பொம்மைகளை வைத்துக்கொள்ள நமக்குப் போல கெடுபிடிகள் இருக்காது. சுதந்திரமாக பொம்மைகளை தரிசிப்பார்கள். ஸ்பரிசித்துப் பார்ப்பார்கள். அதன் அசைவை தலையாட்டலை கலாநேர்த்தியை அணுஅணுவாக ரசிப்பார்கள். அதன் உரையாடலைக் கேட்டு மகிழ்வார்கள். பிறருக்கு அதைக்காட்டி பெருமிதப்படுவார்கள். நம்மிடம் பொம்மையிருந்தும் அந்தக் கொடுப்பினை இல்லையே என ஏங்கினான். பொம்மை வணிகத்துக்கு எவ்வளவு முதலீடு தேவைப்படும் என்று யோசித்தவன், ஆஷிக்கிடம் கேட்டால் அவனுக்கு விபரம் தெரியுமாக இருக்கும் என நினைத்தான். பெரியகோவில் வாசலில் அதிகமதிகமான பொம்மைகளைக் கொண்டு கடை விரித்து தானும் ஒரு பொம்மை வியாபாரியாக அமர்ந்திருப்பதைக் கற்பனை செய்து பார்க்கையில் சுகமாக இருந்தது.

பெரியகோவில் வழக்கம்போல பக்தர்களாலும் பார்வையாளர்களாலும் சூழப்பட்டிருந்தது. வெளிநாட்டு யாத்ரீகர்கள் ஆணும் பெண்ணுமாய் இருவர் ரசித்து ரசித்துப் புகைப்படம் எடுத்துத் தள்ளினர். சிக்கந்தருக்கு அவர்களைக் காண பொறாமையாக இருந்தது. நம் கையில் ஒரு கேமரா இல்லையே என்கிற ஆதங்கம் எழ, சோர்ந்து போனான். அவர்கள் கையாண்டதைப் போன்றதொரு நவீனமான கேமராவை, அவன் இதுவரை கண்டதே இல்லை. அதன் மதிப்பு பல ஆயிரங்களாகவோ லட்சமாகவோ கூட இருக்கலாம் என்று

நினைத்தான். சிக்கந்தர் இந்தமாதிரி வெளிநாட்டு யாத்ரீகர்களை இங்குமட்டுமில்லை; பல இடங்களில் கவனித்திருக்கிறான். கலை அம்சங்களை ஆழ்ந்து துய்க்கும் மனநிலையை அவர்கள் பெற்றிருக்கிறார்கள். அது ஏன் நம்மைப் போன்றவர்க்கு வாய்க்கவில்லை என யோசிக்கையில், உப்பு புளி மாதிரி லௌகீஹ விஷயங்களுக்கு அவர்கள் கவலைப்படுவதில்லை; அல்லது அதைப் பொருட்படுத்துவதில்லை என்றே தோன்றுகிறது. நம்முடைய ஒரு கண் அழகைத் துய்த்தாலும், அடுத்த கண் அரிசி மூட்டையின் மீதும் அழுகிய தக்காளியின் மீதும் தானே செல்கிறது. அழகை, கலையைத் தீவிரமாக நேசிக்கிற ஒரு இந்தியனுக்கு ஆண்டவன் ஏன் வாழ்க்கையை இன்னும் கொஞ்சம் லகுவாக வைக்கக்கூடாது?

அகழியில் ஆறேழு மாடுகள் எதையோ மேய்ந்து கொண்டிருந்தன. அருகில் வறண்டு கிடந்த புது ஆற்றைப் பார்த்தான். ஆடிப்பெருக்கன்று தண்ணீர் திறந்துவிடுவார்கள் என சமையல்காரர் நாகூர்பிச்சை சொல்லியிருந்தார். நெருக்கி தீபாவளிவரைக்கும் தண்ணீர் ஓடுமாம். நீரோடும் அழகை மனக்கண்ணில் தருவித்துப் பார்த்து அற்ப சந்தோஷமுற்றான். பெரியகோவில் கோபுரத்தை ஒரு தடவை அண்ணாந்து பார்க்கத் தோன்றியது. பார்த்தான். கம்பீரத்துக்கு குறைச்சலில்லை. இனி மேம்பாலத்தில் நின்றபடி ஒருமுறை பார்க்கவேண்டும் என நினைத்துக்கொண்டான். பெரியகோவில் சாலை முடிவுற்றதும், மருத்துவக் கல்லூரிச்சாலை தொடங்கிவிடுகிறது பத்துக்கும் மேற்பட்ட நிறுத்தங்கள் கொண்ட நீளமான சாலை.

ராணி பாரடைஸ் தியேட்டரில் ஏதோ ஒரு ஆங்கிலப் படத்துக்கான பிளக்ஸ் வைத்திருந்தார்கள். மேம்பாலத்தில் பயணிக்கையில் கீழே ரயில் ஓடிக்கொண்டிருந்தது. திருச்சி வழியாகச் செல்லும் ஒரு விரைவு வண்டி. ரயிலைப் பார்க்கும்போது ஆஷிக்கின் லைனும் கண்ணில்பட்டது. ஆஷிக் இந்நேரம் வசூல் முடித்துக் குளித்துவிட்டு ஜூபிடர், விஜயா, சாந்தி, கமலா... இப்படி ஏதாவதொரு தியேட்டரில் முதல் காட்சிக்குப் போய் அமர்ந்திருப்பான். ஒரு படத்தை திரும்பத் திரும்பப் பார்க்கிற ரகம் அவன். 'திரும்பத் திரும்ப ஒரே விஷயத்தை அணுகுவதில் உனக்கு சலிப்பிருக்காதா' என்று கேட்டதற்கு அவன் தந்த பதில் சிக்கந்தருக்கு வித்தியாசமாக இருந்தது. 'மாப்ள... அந்தப் படத்த ஒருக்கா பாக்குறதே பெரிய்ய சோதனைடா. அதுக்காகவா போறோம்? தியேட்டர்காரன் போடுற ஏசிக்காகத்தான்டா மாப்ள போறது. டிக்கெட்ட வாங்கி சீட்ல உக்காந்ததியிம்

கண்ண மூடிருவன். படம் போட்டான்னா கண்ண மூடிக்கிட்டே கொஞ்சநேரம் ஒலிச்சித்திரம் கேப்பன். அடுத்த பத்தாவது நிமிஷம் வண்டி கோயிங் டு மலேஷியா. நல்லா குளிச்சிட்டு தியேட்டர்ல உக்காந்து ஏசி சொகத்துல தூங்கற அனுபவமிருக்கே அது ஒனக்குப் புரியாது. எதனா எரும மாடுங்க புல் மேஞ்சுகிட்டு இருக்கறத நீ மணிக்கணக்குல பாத்துக்கிட்டிருப்பே. அது நமக்கு ஒத்துவராது' என்பான்.

மேம்பாலத்துக்கு தெற்கு பக்கமாகச் செல்லும் சாலையில், டெம்பிள்டவர் ஹோட்டலையும், டிசிடிஓ ஆபீஸையும் தவிர்த்து முக்கியத்துவம் ஏதுமில்லை. ராமநாதன் ஆஸ்பிடல் போனால் கிழக்கே மேரீஸ் கார்னர் மேற்கே நாஞ்சிக்கோட்டை ரோடு. மேரீஸ் கார்னரிலிருந்து ரயிலடி சொற்பதூரம்தான். அங்கிருந்து புதுஆற்றுப்பாலம், காந்திஜி சாலை, மீண்டும் பழைய பஸ்நிலையம். ராமநாதன் ஆஸ்பிடலிலிருந்து மேற்கே செல்லும் சாலையில் பயணித்தால் புதிய பஸ் நிலையம், இவ்வளவுதானா தஞ்சாவூர் என்றால், இல்லை. இன்னும் இருக்கிறது. 'ஒரு ஞாயிற்றுக்கிழமை என் கூட வா உனக்கு தஞ்சாவூர் மகிமை எல்லாத்தையும் காட்டித் தாரேன்' என்றிருக்கிறார் நாகூர் பிச்சை. ஒரு ஞாயிற்றுக்கிழமை மட்டும் போதாது; சில ஞாயிற்றுக் கிழமைகள் தேவைப்படும் என்று சிக்கந்தருக்குத் தெரியும.

ஸ்னோலின் டீச்சர் மொடமொடப்பான வெண்மஞ்சள் நிற கைத்தறிச்சேலை அடர்த்தியான சிகப்பு நிற ரவிக்கை அணிந்து பஸ் நிலையத்தில் இவனுக்காகக் காத்திருந்தாள். கொஞ்சம் கறுப்பு என்றாலும் அழகிதான். கிறிஸ்தவப் பெண்களுக்கே உரித்தான சாந்தமும் சோகமும் இழையோடும் முகம். இவனுக்கான குறைவான கிறிஸ்தவப் புரிதலில் ஸ்னோலின் டீச்சர் ரோமன் கத்தோலிக்கா, ப்ராட்டஸ்டன்ட்டா அல்லது அதற்கும் அப்பால் வேறோர் பிரிவைச் சேர்ந்தவளா என்று இனங்காண முடியவில்லை. கேட்டால் அவளே சொல்லக்கூடும். பேசக்கூடியவள்தான். இவனுக்கும் சில சந்தேகங்களை நிவர்த்தி செய்துகொள்ளும் ஆர்வம் உண்டு. அவளைக் குறித்து அல்ல. கிறிஸ்து, பைபிள், பழைய ஏற்பாடு, புதிய ஏற்பாடு, ஸ்தோத்திரப் பாடல்கள், உயிர்த்தெழுதல், கிறிஸ்துவின் வருகை, யூதாஸ், பாரபாஸ் என்கிற ரீதியில். அவளும் நிவர்த்திக்க மறுக்கக்கூடிய ரகம் இல்லை. இவனுக்கு அச்சம். கிறிஸ்து இவனை எளிதாகக் கவர்ந்து கொள்வார். சந்தேகமே இல்லை. பள்ளிப்பிராயத்தில் ஞாயிற்றுக்கிழமை சர்ச்சுகளைச் சுற்றிச்சுற்றி வந்தவன்.

சேர்ந்திசைக்கும் பெண்களின் துதிப்பாடல்களைக் கேட்டு மனம் கரைந்தவன். சுவர்களில் பதிந்திருந்த விவிலியத்தின் வரிகளை மனனம் செய்தவன். ஜெனிஃபர் டீச்சருக்காகவே முட்டம்வரை போய்த் திரும்பியவன்.

ஸ்னோலின் டீச்சர் இவனைக் கண்டு புன்னகைத்தாள். களங்கமற்ற புன்னகைதான். உள்ளங்கையில் சுருட்டி வைக்கப்பட்டிருந்த கத்தையான ரூபாய்த்தாள்கள் இவன் வருகையைக் கண்டு தடாகத்து செந்தாமரைபோல மலர்ந்தன. ஏற்கனவே எண்ணி வைக்கப்பட்டிருந்த தொகை உடனே கைமாறியது. ஸ்னோலின் டீச்சர் பெருமூச்சு விட்டுக் கொண்டாள். கடன்பட்டார் நெஞ்சம். டீச்சரின் உள்ளங்கை வெப்பமும் ரூபாய்த் தாள்களிலிருந்த மெல்லிய ஈரப்பதமும் அதை உணர்த்தின. தொகையை எண்ணிப் பார்த்தவனுக்கு முகத்தில் ஏமாற்றம் படர்ந்தது.

"என்னங்க டீச்சர் கணக்கையே முடிச்சுட்டீங்க போல?"

"ஆமாங்க உங்கள அலைய விட்றது மனசுக்கு கஷ்டமா இருந்தது"

"என்னங்க நீங்க... அதுக்கு புண்ணியமூர்த்தில ரெடி கேஷ் குடுத்தே எடுத்திருக்கலாமே? எதுக்கு தவணைல எடுத்தீங்க?"

சிக்கந்தர்... தொழில் தர்மத்தோட புள்ளிங்ககிட்ட பேசுடா.. ரெண்டே தவணைல கணக்க முடிச்சா அதுக்காக சந்தோஷப்படுவியா... அத விட்டுட்டு புண்ணியமூர்த்தி, ரெடிகேஷ் அது இதுங்குற... இதெல்லாம் நல்லாப் படல பாத்துக்க. இன்னும் நீ தஞ்சாவூர்ல நெறய்ய எடம் பாக்கவேண்டியது, தெரிஞ்சுக்க வேண்டியது இருக்கு, அதுக்கு ரெண்டு வருஷம் போல இந்தத் தவணைக்காரர் கடைல இருந்து குப்ப கொட்டித்தான் ஆகணும்...

அசரீரி ஒன்று கேட்டது. அதன் எச்சரிக்கை நியாயமாகவே பட்டது. ஸ்னோலின் டீச்சர் மறுபடியும் புன்னகைத்தாள். திருமணமாகாத ஒரு இளம்பெண்ணின் அருகாமை, யாருமற்ற பேருந்து நிறுத்தம். அந்தப் பக்கமாகக் கடந்து சென்றவர்களின் பார்வை உறுத்தல்.

'நானும் வீடு மாறிட்டேன். இப்போ கணபதி நகர்ல இல்ல...' ஸ்னோலின் டீச்சர் கைநழுவிச் செல்லும் புள்ளியாகிவிட்டாளோ என்னும் கவலை சிக்கந்தரைத் தொற்றிக்கொண்டது.

"வீடு... எங்க மாத்தியிருக்கீங்க?"

“மிஷன் ஆலமரத்தெரு...”

“ஓ... ரயிலடியில் இருந்து நேரா வந்து பாலம்லாம் தாண்டி அந்த தினத்தந்தி ஆபீஸ்லாம் வருமே...”

“ஆமா... அங்கிருந்து ரைட் எடுத்து உள்ளே வரணும்...”

“ஒரு சர்ச்சு... ஸ்கூல்... எல்லம் இருக்கும்ங்களே...?”

“கரெக்டா சொல்றீங்க...”

“அது முபாரக் லைனுங்க. என்னால அங்க வந்து பிஸ்னஸ் பண்ண முடியாது. முபாரக்க, உங்கள வந்து பாக்க சொல்றேன். என்ன தேவைன்னு அவன்ட்ட சொல்லுங்க. சப்ளை பண்ணுவான். மற்றபடி நீங்க இத்தோட கணக்க முடிச்சிட்டீங்கன்னா ஏன் எதுக்குன்னு எங்க மேனேஜர் கேட்பார்...”

“ஏங்க, உங்க லைன் இதுதானே? நான் இதே ஸ்கூல்ல தானே வேல பாக்குறேன். இங்கேயே மீட் பண்ணுவோம்... எனக்கு ஒரு எலெக்ட்ரிக் ஸ்டவ் வேணும். என்னோட மொபைல் நம்பர் குறிச்சுக்கங்க” மொபைல் எண் தந்தாள். அதற்கொரு மிஸ்டு கால் செய்தான். அந்த எண்ணை அவள் ‘சேவ்’ செய்து கொண்டாள்.

‘நம்ம பேர் தெரியாதே. எப்படி பதிவு செஞ்சிருப்பா?’ என யோசித்தவன் ‘தவணைன்னு பதிஞ்சிருப்பாளா இருக்கும்’ன்னு அவனாகவே பதில் கண்டுபிடித்தான். ஸ்னோலின் டீச்சர் விடைபெற்றாள். ஒருபுள்ளி கை நழுவிப் போகாமலிருந்தது அவனைப் பொறுத்தவரை சந்தோஷத்துக்குரியதாக இருந்தது. அதுவும் ஸ்னோலின் மாதிரி அழகான நம்பிக்கைக்குரிய புள்ளி.

பூக்காரியைப் பிடிக்கவேண்டும்தான். மணி ஏழு கடந்து இருட்டியிருந்தது. இங்கிருந்து லட்சுமி சீவல் கம்பெனிக்குப்போய் பூக்காரி இல்லாது போனால்... என்று யோசித்தவன் வண்டியை மீண்டும் மேம்பாலத்தின் மேல் செலுத்தினான். மொபைல் அழைப்பு இரண்டு முறை ஒலித்து அடங்கியது. ‘கஸ்டமர் கேர்— கம்பெனி அழைப்பாக இருக்கும். இவனுங்களுக்கு வேற வேலையே இல்ல...’ மொபைலை எடுத்துப் பார்த்தான். திரையில் ‘எஸ்.ஏ.கே.நாச்சியார்’ என்று இருந்தது. வண்டியை நிறுத்தினான். மிஸ்டு காலா? இவளிடமிருந்தா? எதுக்காம்? குழம்பியவாறே வண்டியை மீண்டும் முடுக்கினான்.

2

எட்டாம்வகுப்பு முடித்து அல்லது பத்தாவது ஃபெயிலாகி எதற்குமே லாயக்கில்லாமல் வீட்டில் தண்டச்சோறு தின்று, ஊரைச்சுற்றி வரும் உருப்படாத துலுக்கப்பசங்களைத் தூண்டில்போட்டு 'கடைகண்ணி' சேர்த்துவிடும் காரியாலயம் ஒன்றைத் திறந்துவைத்து, கமிஷன் வாங்கிக் கொண்டிருந்தார் புரோக்கர் அமானுல்லா. பிள்ளைகள் குறித்த கவலையுடன் உழலும் பெற்றோர்க்கு அவரே ஆபத்பாந்தவன், அநாதைரட்சகன், பரீட்சையில் ஃபெயிலாகிவிட்டோம்; இனி கொஞ்ச காலத்துக்கு ஊரைச் சுற்றிக் கூடை முறம் போடலாம். பணங்காசு கிடைத்தால் பழனி, தாராபுரம் போய் 'படம்' பார்க்கலாம் என்கிற நினைப்பில் சந்தோஷத் தினவெடுத்தலைகின்ற இளந்தாரிகளுக்கு அவரே பக்காவில்லன், பகாசுரன்.

அமானுல்லா புரோக்கரிடம் ஆளுயரத்துக்கொரு பேரேடு இருக்கிறது என்றால் உங்களால் நம்பமுடிகிறதா? ஆளுயரமென்றால் ஒரு 'பேச்சுக்கு' சொல்வது. ஆனால் கண்டிப்பாக மூன்றரை அடியெல்லாம் இருக்கும். அகலம் ஒண்ணரை அடி. வெண்மையும் மெல்லிய பச்சை நிறமும் குலைந்த அந்தக் கால கெட்டி பத்திரத்தாளில் சிவப்புக்கோடுகளுடன் கூடிய அப்படியான பேரேட்டை அமானுல்லாவின் ராதா (அதுதான் தாத்தா) சரீபு ராவுத்தர் தாராபுரம் சோழக்கடைவீதியைச் சேர்ந்த மண்டி வணிகர் மாரண்ணக் கவுண்டருடன் சேர்ந்து ஆளுக்கொன்றாகத் தயாரித்ததாக ஒரு வரலாறு உண்டு. சரீபு ராவுத்தருக்கு மண்டி வணிகமெல்லாம் இல்லை. அவருக்கு 'ஆளேற்றிவிட்டு' கமிஷன் வாங்கிக்கொள்ளும் தொழில்தான். சரீபு ராவுத்தருக்குப் பிறகு, அவர் மகன் சக்கரை முகமது ராவுத்தருக்கும் மேற்படி தொழில்தான்.

கரூர் பக்கமிருந்த முஸ்லிம்களில் பெரும்பகுதி ஆண்கள், *1950களில்* கையில் ரொக்கத்துடன் வடமாகாணங்களுக்குப் போய், வறண்ட கிராமங்களாகத் தேர்ந்தெடுத்து வட்டிக்குப் பணம் கொடுத்து வசூல் செய்து சம்பாதித்தனர். சிறிது காலத்தில் அது ஓர் சாம்ராஜ்யமாகவே விரிந்து பரந்தது. சரீபு ராவுத்தர் மகன் சக்கரைமுகமது ராவுத்தர் அந்த சாம்ராஜ்யத்துக்கு வசூல் செய்கிற ஆட்களையும், கணக்கு வழக்கு கமாம்ஸ்

பார்க்கிறவர்களையும், அவர்களுக்குச் சமைத்துக்கொட்ட பண்டாரிகளையும் (அதுதான் சமையல்காரர்கள்) சேர்த்து ஈரோடு கொண்டுபோய் ரயிலேற்றுவார். சக்கரை புரோக்கர் என்றால் கொங்குவட்டாரத்தில் பிரபலம்.

சக்கரை புரோக்கரின் ஆபீஸ் என்பது வெறுமனே ஓரிரு அறைகள் கொண்டது மட்டுமே அல்ல. அது விஸ்தீரணமான வீடு, சுற்றிலுமுள்ள முஸ்லிம் கிராமங்களிலிருந்து இளந்தாரிகள், மத்திய வயதினர் என்று ஒரு நாளைக்குப் பத்துப் பதினைந்து பேர்களாவது வேலைதேடி (அதுதான் வட்டிக்கடை வேலை) அங்கு வந்தனர். வந்தவர்களை சக்கரை புரோக்கர் நேர் காண்பார். வயது, பெற்றோர், படிப்பு, குடும்பச்சூழல், நம்பிக்கை குறித்த விசாரணைதான் பெரும்பாலும். சைக்கிள் விடத்தெரிந்த வாலிபப் பையன்கள் என்றால் உடனடித்தேர்வு. இந்தி பாஷை தெரிந்திருந்தால் சம்பளம் பத்துரூபாய் கூட. சக்கரை புரோக்கரின் பாதுகாப்பு வளையத்தில் அவர்கள் நான்கைந்து நாட்கள் தங்கவேண்டும். அந்நாட்களில் மூன்று வேளையும் சாப்பாடு இலவசம். அதற்கென ஒரு சமையல்காரர், அவருக்கொரு துணை ஆள் உண்டு. இந்த நான்கைந்து நாட்களில் சக்கரை புரோக்கர் ஆட்களைக் கண்காணிப்பார். முதலாளிமார்களுக்குத் தகவல் தருவார். எந்த மாகாணத்தில் எந்த ஊருக்கு அனுப்புவது, சம்பளம் போக்குவரத்து பேசி முடிப்பார். பிறகொரு கைத்தபாலுடன் அவர்களை ரயிலில் ஏற்றி அனுப்புவார். ஒவ்வொரு ஆளுக்கும் இவ்வளவு கமிஷன் என புரோக்கர் கணக்கில் வரவு வைக்கப்படும்.

சக்கரை புரோக்கருக்குப் பிறகு அவர் மகன் அமானுல்லாவும் தாத்தா— தகப்பன் தொழிலையே தொடர்ந்தார். சரீபு ராவுத்தர், சக்கரை முகமது ராவுத்தர் கைவசமிருந்த பிரபல பேரேடு இன்றைக்கு அமானுல்லாவின் புழக்கத்திலுமுள்ளது. அந்தப் பேரேட்டைத் தூக்கி நிறுத்தவே தினசரி பத்து முட்டைகளைப் பசும்பாலில் குடித்துத் தெம்பு பெறவேண்டுமென அலங்கியம் ஜனங்கள் பேசிக்கொள்வர். வட்டிக்கடை, ஜவுளிக்கடை, தவணை முறைக்கடை முதலாளிமார்களின் விலாசம் முதல், வேலையாட்களின் விலாசம்வரை மேலதிகத் தகவல்களுடன் அந்தப் பேரேட்டில் பதிவு பெற்றிருக்கும். பற்று வரவு கணக்கு இருக்கும். திருடமாட்டேன், பொய் சொல்ல மாட்டேன், முதலாளிக்கு விசுவாசமாக வேலை செய்வேன் என ஊழியர்கள் எழுதிக்கொடுத்த ஒப்புதல் இருக்கும். கையெழுத்து, கைநாட்டு சமாசாரங்களிருக்கும்.

மூன்று தலைமுறைக்கான பேரேடு அது. தாத்தாவும் தகப்பனும் பேரனும் கணக்கெழுதி முடித்த பிறகும் பக்கங்கள் முடிந்த பாடில்லை. அமானுல்லா புரோக்கருடன் தொடர்புள்ளவர்களும் அற்றவர்களும் அலங்கியத்தின் இளந்தலைமுறையும், மூப்பர்களும் அந்தப் பேரேட்டை எட்ட நின்று ஓர் உலக அதிசயம் போல வேடிக்கை பார்ப்பதுண்டு. அப்போதெல்லாம் அமானுல்லாவின் கண்களில் பெருமை வழியும். சத்தியமங்கலம் வனப்பகுதியில் வேட்டையாடப்பட்டதொரு விலங்கின் தோலால் அட்டையிடப்பட்ட அந்தப் பேரேடு பாட்டனின் கைபட்டு, தகப்பனின் கைபட்டு வழித்தோன்றல் அமானுல்லாவின் கைப்புழக்கத்தில் களிம்பேறிக் கிடக்கிறது மரமேஜையில், மூதாதையர் புழங்கிய பக்கங்களை அவர்களின் அட்சரங்களைக் கண்ணுறும் போதெல்லாம் அமானுல்லா அந்தக் காலத்துக்கே சென்று திரும்பியது போல கிளர்ச்சியுறுவார். அப்பக்கங்களை முகர்ந்து பார்ப்பார். தோல் அட்டையில் பிசுக்கேறி அப்பியிருக்கிற அழுக்கைச் சுரண்டி எறியக்கூட மனம் இல்லை அவருக்கு. முன்னோர்களின் கைச்சூடும், வியர்வையும் அதில் கலந்து கிடக்கிறதென அவர் நம்பினார். எனவேதான் அந்தப் பெயரேட்டில் வேறெவரின் கைகளும் பட்டுவிடாமல் கற்புகெட்டுவிடாமல் காப்பாற்றி வருகிறார்.

அமானுல்லா புரோக்கருக்கு கொஞ்ச காலம் முன்பு வரைக்கும் ஒரு மனவருத்தமிருந்தது. நமக்குத்தான் ஆண் வாரிசே இல்லையே. வரிசையாக ஐந்தும் பெண் மகவாய்ப் பிறந்துவிட்டதே. நம்மைத் தொடர்ந்து யார இந்தத் தொழிலைச் செய்வார்? யார் இந்தப் பாரம்பரியப் பெருமையுள்ள பேரேட்டைப் புழங்குவாரென்று. நியாயமான வருத்தம் தானே? ஐந்தில் நான்கு கொமர்களைக் கரையேற்றிவிட்டார் ஆட்களை வண்டியேற்றிக் கிடைத்த கமிஷன் காசிலேயே. கடைசிக் கொமர் கதீஜா நாச்சியார் மட்டும் சரியான வரன் அமையாமல் வீட்டிலேயே தங்கிவிட்டாள். கதீஜா, தகப்பன் அமானுல்லாவைப் போலவே குள்ளம், கருப்பு நிறம், முன் பற்களிரண்டும் எடுப்பு; அதில் ஆள் நுழைகிறாற் போலொரு சந்து. சின்னக்குழந்தை பார்த்தால் கூட 'அடடா இது அமானுல்லா புரோக்கர் வாரிசு' என்று சொல்லிவிடுமளவு அச்சு அசல் வார்ப்பு. கம்ப்யூட்டர் யுகத்திலுங்கூட கமிஷன் வரவு குறையாத அமானுல்லா, மற்ற நான்கு பெண்பிள்ளைகளுக்கும் ஆளுக்குப் பதினைந்து பவுன் போட்டுக் கட்டிக் கொடுத்திருக்க, மாப்பிள்ளை அமையாத கதீஜா நாச்சியாருக்கு முப்பது பவுன் போடுவதாகவும், சீர் சாமான்களுடன் மாப்பிள்ளைக்கு ஒரு டூவீலர் வாங்கித்

தருவதாகவும் பிரகடனம் செய்தார். இதைக் கேள்விப்பட்டு உள்ளூர் மாப்பிள்ளைகள் மட்டுமில்லை, தாராபுரம், தளவாய்பட்டணம், சீராம்பாளையம், உடுமலை, கனியூர், கடத்தூர் மாப்பிள்ளைகளும் கூட ஒரு நிமிடம் சபலப்பட்டு பிறகு கதீஜாவுடன் தங்களை ஜோடியாகக் கற்பனை செய்து பார்த்து, திகைத்துத் திக்குமுக்காடி அந்நினைப்பைக் கைவிட்டனர். வெறுத்துப்போன கதீஜா தனக்கு இந்த ஜென்மத்தில் 'நிக்காஹ்' நடக்காது என முடிவு செய்து தந்தை அமானுல்லாவிடம்

'போங்க டாடி எனக்கு கலியாணமே வேண்டாம்... நான் பொம்பளையா இருந்தாத் தானே உங்களுக்கு பிரச்சனை. ஆம்பிளையா மாறிட்டேன்னா...?' என்று ஒரு போடுபோட, அமானுல்லாவும் திருமதி அமானுல்லாவும் மிரண்டுபோய் 'படச்சவனே ரப்பே... என்னம்மா குண்டத்தூக்கிப் போடுற?' என்றனர் ஒரே குரலில். ஆண் வாரிசில்லா ஏக்கத்தில் கதீஜாவுக்கு ஆண்பிள்ளைக்குரிய உடைகள் வாங்கிப்போட்டு, கிராப் வெட்டிவிட்டு அழகு பார்த்ததற்கு ஆண்டவன் கொடுத்த தண்டனையா இது — என இருவரும் விசனப்பட்டனர். ஆனால் அப்படியெல்லாம் ஏதும் இல்லை என்று திருமதி அமானுல்லாவை பாத்ரூம்க்கு அழைத்துப்போய் காண்பித்து, கதீஜா நாச்சியார் நிரூபித்த பிறகுதான் தம்பதியரால் நிம்மதிப் பெருமூச்சு விட இயன்றது.

சிறிது நாட்களில் அமானுல்லா புரோக்கரின் ஆபீஸ் அதன் பழமையிலிருந்து விடுபட்டு சற்றே நவீன மயமானது. இருக்கைகள், மின்விசிறி, விளக்குகள், சமையற்கூடம், ஆட்கள் தங்குமிடம் எல்லாம் புதுப்பொலிவுற்றன. தொலைபேசி இணைப்பு தரப்பட்டது. திறந்தவெளியிலிருந்த அமானுல்லாவின் இருக்கையும் இடமும் தனி கேபினாக, அனுமதி பெற்று உள்ளே செல்லும் விதத்தில் மாற்றம் பெற்றது. என்ன ஒரே ஒரு வித்தியாசம் அமானுல்லா புரோக்கரின் இருக்கையில் அமர்ந்து அலுவல் கவனித்தது அமானுல்லா புரோக்கர் அல்ல; அவருடைய ஐந்தாவது பெண்பிள்ளை எஸ்.ஏ.கே.நாச்சியார். தன் பெயரை இவ்வாறு சுருக்கிக்கொண்டு, தன்னை புரோக்கர் என்னும் கேவலமான விளிப்பிலிருந்து விடுவித்துக்கொண்டு, பி.ஆர்.ஓ., எனப் பெயர்ப்பலகையும் மாட்டிக்கொண்ட நாச்சியார், ஜீன்ஸ் பாண்ட், முழங்கைவரை சுருட்டிவிடப்பட்ட முழுக்கை சர்ட், திருத்திச் சுருட்டிவிடப்பட்ட சிகையலங்காரம், அறுவை சிகிச்சை மூலம் மாற்றியமைக்கப்பட்ட அழகிய தாடை மற்றும் பல்வரிசை, பவர் ஷூ, ஆங்கிலங் கலந்த உரையாடல்

என்று அசத்தி அந்த ஊர் ஆண் பெண் இருபாலரையும் வியக்கவைத்தாள். ஆபீஸிலிருந்து வீடு செல்ல அவளுக்கென்று புதிய ஸ்கூட்டி வந்து சேர்ந்தது. அமானுல்லா புரோக்கர் தன் அஞ்சாம் குமாரத்தியின் அதிரடி நடவடிக்கைகளாலும், அலுவலகத்தை அவள் மாற்றிக்கொண்ட விதத்தாலும் மனம் குளிர்ந்துபோய் தன் பீவியிடம் 'ஆம்பளப்பிள்ளை இல்லாத குறையை அடியோடு மாத்திக்காட்டிட்டாளே நம்ம கதீஜா' என்று பெருமைப்பட்டுக் கொள்ள, அவள் 'யா அல்லாவே இது என்ன சோதனை...'ன்னு அழத்தொடங்கினாள்.

'ஊரும் ஒறவும் என்ன சொல்லும். பொம்பளப் புள்ளைய வளத்தியிருக்கிற லட்சணத்தப் பாருன்னு காறித்துப்பாதா?' என்று கேள்வி கேட்டாள்.

'ஊரும் உறவும்' என்றதும் அமானுல்லா புரோக்கருக்கு கோபம் வந்துவிட்டது. 'சொந்தத்துல ஏழெட்டு மாப்பிள்ளைங்க இருக்கானுங்களே. எவனாச்சும் நம்ம புள்ளைய கட்டிக்க சம்மதிச்சானுங்களா? நெறம் கம்மி பல்லு கோணல் வாய் கோணல்ன்னு காரணஞ் சொல்லி தட்டிக் கழிச்சானுங்கதான. நீ என்னமோ ஊரு ஒறவுங்குற. அவனுங்க கெடக்கறானுங்க சல்லிப் பயலுக. இனிப்பாரு அம்புட்டு வாயிம் அடச்சுப்போகும்' என்றார் பதிலுக்கு. திருமதி அமானுல்லாவுக்கு இந்தப் பேச்செல்லாம் சமாதானமாகப் படவில்லை.

அமானுல்லா புரோக்கருக்கு தன்மகள் வேலை கேட்டு வருகிறவர்களை 'டீல்' பண்ணும் விதம் பிடித்திருந்தது. முதலாளிமார்களுடன் கம்யூனிகேஷனில் பிரச்சனை வருமோ என்னும் சந்தேகமிருந்தது. ஆனால் மொபைல் போன் யுகத்தில் எல்லாம் சிம்பிள் என்று நிரூபித்தாள் எஸ்.ஏ.கே.நாச்சியார். எல்லா முதலாளிமார்களுக்கும் இவளுடைய அணுகுமுறை பிடித்துப் போயிருந்தது. 'அமானுல்லா... உனக்கா இப்படி ஒரு பெண்' என ஒருசில முதலாளிமார் வியந்து பாராட்டுப் பத்திரம் வாசித்தனர்.

ஹரியானாவில் ஐம்பது லேவாதேவிக்கடை வைத்து பணம் ஈட்டி இரண்டு தடவை 'ஹஜ்' புனிதயாத்திரையும் போய்விட்டு வந்த உஸ்மான் ஹாஜியார், நாச்சியாரைப் பார்த்து மூக்கின் மேல் விரல் வைத்தார். நூறு பவுன் போட்டு இவளை நான்காம் மனைவியாக நிக்காஹ் செய்து கொள்கிறேன்னு விடாப்பிடியாய் நின்றார். அமானுல்லா புரோக்கருக்கு தர்மசங்கடமாகப் போய்விட்டது. நாச்சியாரிடம் இந்தப் பிரச்சனையை எப்படி

'ஓப்பன்' பண்ணுவது என்றே புரியவில்லை. ஒருவார காலம் மடியில் பாறாங்கல்லைச் சுமந்தவராகத் திரிந்தவர், எஸ்.ஏ.கே. நாச்சியார் ஓய்வாக இருந்த சமயம் பார்த்து, அனுமதி கோரி அறைக்குள் போய் 'உஸ்மான் ஹாஜியார்' என்று ஒரே ஒரு தடவை உச்சரித்தாரே பார்க்கலாம், சிங்கம் போல கர்ஜிக்கத் தொடங்கியவள் தணிந்தபோது, உஸ்மான் ஹாஜியார் கடித்துக் குதறப்பட்டு ரத்தச் சகதியில் கிடந்தார். ஏற்கனவே ஹாஜியாரை, நாச்சியார் போனில் அழைத்து, அவர் தன் வாழ்க்கையில் அதுவரை கேட்டிராத கெட்ட வார்த்தைகளால் அர்ச்சித்திருந்தாள் என்பதும், தன்னிடம் கோரிக்கை வைத்திருந்த ஹாஜியார், பதிலுக்காகக் காத்திருப்பதில் நம்பிக்கையிழந்து தன் மகளிடம் போனில் 'ப்ரப்போஸ்' செய்திருக்கிறார் என்பதும் அமானுல்லா பிறகு அறிந்துகொண்ட விஷயங்கள். உஸ்மான் ஹாஜியாரின் தலைவிதி இப்படியானது என்றாலும், ஹரியானாவில் 50 கடைகளுக்கும் மேல் ஸ்தாபித்து, லேவாதேவி தொழிலில் கொடிகட்டிப் பறந்து கொண்டிருந்த 'பொன்முட்டையிடும் வாத்து' ஒன்றை, தொழிலில் இழக்கநேரிட்டது குறித்து அமானுல்லா புரோக்கருக்கு ஆதங்கம் பெரிதாக இருக்கவே செய்தது.

நூற்றுக்கணக்கிலான ஆட்களை ஏற்றியனுப்பி லட்சக் கணக்கில் கமிஷன் பெற்றிருக்கிறார். உஸ்மான் ஹாஜியார் இல்லாது போகும்பட்சத்தில் தொழிலில் பெரும் சரிவைச் சந்திக்க நேரிடும். இதை மகளுக்கு எப்படிப் புரியவைப்பதெனத் தெரியாமல் தன்னுள் புலம்பிக்கொண்டிருந்த புரோக்கர், ஹாஜியார் தந்திருந்த வாக்குறுதிகளை எண்ணிப்பார்த்து மீண்டும் மீண்டும் பெருமூச்சுவிட்டுக் கொண்டார்.

'கதீஜா நாச்சியாரை எனக்கு மணம் முடித்துக்கொடுத்தால் நூறு பவுன் நகைகள், சீர்சாமான்கள். அவள் அலங்கியத்திலேயே தனிவீட்டில் குடியிருக்கலாம். மாதம் ஒருதடவை நான் வந்துபோவேன். மகாராணிபோல வாழலாம். ஏற்கனவே திருமணமாகி, பிரச்சனைகளுடன் உழன்றபடி இருக்கும் உன் நான்கு பெண்களுக்கும் ஆளுக்கு பத்துப்பவுன் நகை வாங்கித்தந்து, உன் நான்கு மருமகன்களின் டார்ச்சருக்கும் முற்றுப்புள்ளி வைப்பேன். உன் மனைவிக்கும் பத்துப் பவுன் நகை போடுவேன் அமானுல்லா, யோசித்துப் பார்த்து ஒரு முடிவு சொல்?' புரோக்கருக்கு மனஓலம் அதிகரித்துக்கொண்டே போனதால் மறுபடியும் மகளின் முன் போய் நின்றார். நாச்சியார் தனது கேபினுக்குள் வரிசையாக மாட்டி வைக்கப்பட்டிருந்த 'மேப்'களில்

நார்தர்ன் இண்டியா மேப்பில் பேனாவை வைத்து யமுனா நதி பாயும் 'ஹத்ரஸ்' என்னுமிடத்தை தேடிக்கொண்டிருந்தாள். அமானுல்லாவின் நிர்வாகத்தில் ஆபீஸில், இந்தியா, நார்த் வெஸ்டர்ன் இந்தியா, நார்தர்ன் இந்தியா, நார்த் ஈஸ்டர்ன் இந்தியா, ஈஸ்டர்ன் இந்தியா, சென்ட்ரல் இந்தியா, வெஸ்டர்ன் இந்தியா, சதர்ன் இந்தியா என்று இத்தனை மேப்புகள் இல்லை. பள்ளிக்கூடம் போகையில் சரித்திரம் பூகோளம் கற்பித்த அழகர்சாமி வாத்தியார் கூட பாடப்புத்தகத்தில் இத்தனை வரைபடங்கள் காட்டியதில்லை.

தகப்பனின் வாசனை வீசவும் மூக்கை உறிஞ்சியபடி நாச்சியார் திரும்பினாள். ஏறத்தாழ தண்டனைக்குரிய ஒரு குற்றவாளியின் முகப்பாவனையுடன் நின்றிருந்த அமானுல்லா, மகளைக் கண்டதும் ஒரு அசட்டுப் புன்னகையை வலியத் தருவித்துக் கொண்டார்.

'உட்காருங்க டாடி' என்றாள் நாச்சியார். அமானுல்லா இருக்கையில் அமர்ந்தார். 'சொல்லுங்க' என்றாள். உஸ்மான் ஹாஜியாரின் வாக்குறுதிகளைக் கிளிப்பிள்ளை மாதிரி ஒப்பித்தார் அமானுல்லா. மகளிடமிருந்து பெரிய எதிர்வினையை எதிர்பார்த்துப் பயந்திருந்தவருக்கு, அவள் அப்படி எல்லாம் எதுவுமே காட்டிக் கொள்ளாமல் காப்பி ஆர்டர் செய்தது ஆறுதலாக இருந்தது. டெலிபோன் அழைப்பை ஏற்றவள், பேசத் தொடங்கினாள். மகளின் வாய் பார்த்தபடி இருந்தார். ஆச்சரியமாக இருந்தது அவருக்கு; கதீஜாவின் வளர்ச்சியை நினைக்கையில்.

வரிசையாக வரன்கள் தட்டிப்போய்க் கொண்டிருந்த நேரம். அப்போது பார்த்து மூத்த மருமகனும் மூன்றாவது மருமகனும் வியாபாரத்துக்குப் பணங்கேட்டு இம்சித்துக் கொண்டிருந்தனர். கேட்டபொழுதெல்லாம் பணம் கொடுத்துக் கொடுத்து எரிச்சலுற்றிருந்த அமானுல்லா, 'வியாபாரத்துக்கு ஒரு தடவை தானே பணம் கொடுத்து உதவுவாங்க. நீங்க ஆறு மாசத்துக்கொரு தடவை இதே ஜோலியா இருந்தா எப்படி?' என்று மூன்றாவது மருமகனிடம் சலித்துக்கொள்ள, விஷயம் மூத்த மருமகனின் காதுக்கு எட்டி, 'உங்க மகளை தலாக் சொல்லி வீட்டுக்கனுப்பிருவோம் பாத்துக்கங்க. கமிஷன் காசுதா வந்து குவியுதே. அதை எல்லாம் மருமகனுங்களுக்கு செலவு செய்யாம சேர்த்து வச்சு புருஷனும் பொண்டாட்டியும் என்ன கோட்டையா கட்டப்போறீங்க?' ங்குற ரீதியில் மிரட்டல் வந்து சேரவும் எல்லாம் சேர்ந்து வீட்டின் அமைதியே தவறிப்போயிருந்தது.

அமானுல்லா தொடர்ந்து நான்கைந்து நாட்கள் ஆபீசுப் பக்கம் போகாமல் வீட்டிலேயே முடங்கிக் கிடந்தார். பண்டாரி அபுபக்கர் காரணம் தெரிந்துகொள்ள வீட்டுக்கு வந்தார். எட்டுத்திக்கிலுமிருந்து கடைசேர வந்து அலங்கியத்தில் இறங்கிய ஆட்கள் அமானுல்லா புரோக்கரை சந்திக்க இயலாமல் ஆபீசின் வெளிவராந்தாவில் பட்டினியுடன் முடங்கிக் கிடந்தனர். சேதியறிந்த அமானுல்லா, பண்டாரியின் கையில் ரொக்கம் திணித்து 'ஆளுங்களுக்கு ஆக்கிப்போட்டு தங்க வைக்க' சொன்னார். அடுத்த அரைமணியில் அரிசி பருப்பு காய்கறி சகிதம் ஆபீசுக்கு வந்து சேர்ந்த அபுபக்கர் பண்டாரியைப் பார்த்ததும், கடைசேர வந்து காத்துக்கிடந்த ஆட்களுக்கு நிம்மதிப் பெருமூச்சு வந்தது. பெரிச்சிபாளையத்திலிருந்து ட்ரங்க் பெட்டியுடன் அலங்கியத்துக்கு நடந்தே வந்து சேர்ந்திருந்த நடுத்தர வயதுக்காரர் ஒருவர், பண்டாரியிடம் வந்து 'வீட்டுல ஒரு பொட்டு அரிசி இல்லீங்க. சாப்ட்டு ரெண்டு நாளாச்சு. சார் வந்தாக்க அட்வான்ஸ் பணம் வாங்கி வீட்ல கொண்டோயி குடுத்துட்டு வந்தரலாம்ன்னு நம்பிக்கையா வந்தனுங்க...' என்றார். சேதியைக் காதில் வாங்கியும் வாங்காமலும் சமையல் ஷெட்டுக்குள் வந்த அபுபக்கர் பண்டாரி, அரிசியைக் கழனி வாங்கி 'கையாள்' நூர்தீனிடம் சொல்லிவிட்டு, அடுப்பில் உலை வைத்தார்.

'இன்னம் அரைமணி நேரத்துல சாப்பாடு ரெடியாயிரும். சாப்ட்டு ஓங்க வகுத்துத் தீயை அணையுங்க மொதல்ல. சாரைப் பாக்க பொழுதோட ஒருக்கா வீட்டுக்குப் போவேன். குடும்பத்துக்கு என்ன செய்யறதுன்னு அவுங்கள கேட்டுட்டு வந்து சொல்றேன்' என மீண்டும் வராந்தாவுக்குப் போய் அபயக்குரல் எழுப்பிய ஆளிடம் நம்பிக்கை தெரிவித்துவிட்டு வந்தார்.

அமானுல்லா புரோக்கர் வீட்டில் இரண்டு நாட்கள் அடுப்பு புகையவே இல்லை. அரிசி மூட்டையாகக் கிடந்ததுதான். காய்கறிக்கும் பஞ்சமில்லை. எல்லாம் இருந்தும் மூன்று ஜீவனுக்கும் பசி என்பதே இல்லை. வயிறு காய்ந்தபோது 'எதுத்தாப்ல இருந்த' ஜமால் டீக்கடையை நோக்கி நடையில் நின்றவாறு அமானுல்லா கைத்தட்டுவார். அவன் கொண்டுவந்து அவ்வப்போது தந்த சாயாவில்தான் பசியாறினார்கள் மூவரும்.

'ஏற்கனவே ஒருத்தி கழுத்தில் கருகமணி ஏறாமல் கிடக்கிறாள். இந்த லட்சணத்தில் ரெண்டு பேர் தலாக் வாங்கி வீட்டுக்கு வந்து சேர்ந்தால்?' என்னும் கேள்வி அமானுல்லா புரோக்கரையும் அவர் சம்சாரம் சுலைஹாவையும் ஆட்டிவைத்தது. தலைமுடியை விரித்துப் போட்டு கண்களை வெறித்தபடி மூலையில் உட்கார்ந்து கிடந்த கதீஜா நாச்சியாருக்கு தொலைவிலேதோ

உருமிச்சத்தம் கேட்டமாதிரி இருந்தது. உருமி மேளத்துக்கும் கதீஜா நாச்சியாருக்கும் சம்மந்தமில்லைதான். ஆயினும் உருமி ஒரு இசையல்லவா? இசை பொதுவான ஒரு கலை இல்லையா? அதற்கு இஸ்லாம் இந்து கிறிஸ்தவம் பவுத்தம் சீக்கியம் என்றெல்லாம் பாகுபாடு உண்டோ. கதீஜாவுக்கும் சிறுபிராயம் முதற்கொண்டே கீழத்தெருவிலிருந்து கேட்கும் வாத்தியங்களின் ஓசைகளுக்கும் ஒருவித ஆர்மார்த்தமான தொடர்பிருந்தது. உருமி உசுப்பிவிடுகிற இசை. கதீஜாவுக்கு உடலெங்கும் ஒரு மாதிரி பரபரப்பு தொற்றிக்கொண்டது. அவள் எழுந்தாள். கூந்தலை அள்ளி முடிந்தாள். அவளுடைய இயக்கம் கண்டு அருகில் வந்த தாய் சுலைஹாவிடம், கண்களை வெறித்த நிலையில் 'ராமசாமி தோட்டம் போறேன்மா' என்றாள். சுலைஹா அதிர்ந்துவிட்டாள்.

அலங்கியத்தில் எந்தப் பெண்ணாவது தன் தாய்தகப்பனிடம் 'ராமசாமி தோட்டம் போறேன்' என்று சொன்னால், அது தற்கொலைக்கான முஸ்தீபு என்று பொருள். ஊரைவிட்டு ஒரு கிலோமீட்டர் தள்ளி, இட்டேரி மேலேறி நடந்தே போனால், இறக்கத்தில் விரிந்திருப்பது ராமசாமிக் கவுண்டர் தோட்டம். தோட்டத்துக்கு மத்தியில் இருக்கிறது அந்த வட்டக்கிணறு. ஊரின் குமரிப் பெண்களிற் பலரை பல காரணங்களுக்காகக் காவு வாங்கிய கிணறு. அதை எல்லாம் வெளியில் சொல்லிக்கொண்டிருக்க முடியாது.

கதீஜாவைத் தடுத்து நிறுத்த இயலாது என்றுதான் நினைத்தார்கள். அவள் புறப்பட்ட வேகம் அப்படி. ஆனால் அவள் நடைவாசல் படியைத் தாண்டுவதற்குள் 'அஊது பில்லாஹி மினஸ் சைத்தான் நிர்ரஜீம்; பிஸ்மில்லா ஹிர்ரஹ்மானிர் ரஹீம்' ஓதி நீரில் ஊதி, அந்த நீரை கதீஜா முகத்தில் சுலைஹா ஓங்கி அடித்ததும், சைத்தான் கட்டுப்பட்டான். புயல் மாதிரி புறப்பட்டவள், வாசல்படியுடன் நின்று கொண்டாள். அவளை அழைத்து வந்து படுக்கையில் கிடத்தினர் தாயும் தகப்பனும். கீழத்தெருவிலிருந்து உறுமி மேளம் கேட்டபடி இருந்தது. நள்ளிரவு வரை ஒவ்வொரு உருமிக்கும் அவளிடம் அசைவிருந்ததை சுலைஹாவும் அமானுல்லாவும் விந்தையாகக் கவனித்துக் கொண்டிருந்தனர். மறுநாள் அவள் விழித்தெழுந்த போதுதான் 'நான் பொம்பளையா இருந்தாத்தானே உங்களுக்குப் பிரச்சனை? ஆம்பிளையா மாறிட்டேன்னா...?' என்று கேட்டு ஒரு போடு போட்டது. அதன்பிறகு ஆளே மாறிவிட்டிருந்தாள். அவளுக்குள் ஒரு 'ஆண்' புகுந்து கொண்டு ஆட்டுவிப்பதாகவே அவர் நம்பினார். அது 'ஆண்' அல்ல 'சைத்தான்' என்றாள் சுலைஹா.

‘சைத்தானும் ஒரு ஆம்பள தான்ல’ என வியாக்யானம் செய்தார் அமானுல்லா. உருமி மேளங் கேட்டா இவளுக்கு என்னவோ ஆகிப்போகுது. எந்தத் துலுக்கப் புள்ளைக்காச்சும் இப்டி ஆகுமா? உருமி மேளத்துக்கும் இவளுக்கும் என்ன சம்பந்தம்?’ சுலைஹா கவலையுடன் கேட்டு, கணவர் முகத்தைப் பார்த்தாள். கதீஜா தன்னுடைய மொபைலில் ரிங்டோனாக உறுமி மேளத்தையும், காலர் டியூனாக ‘கேட்டுக்கோடி உறுமி மேளம்’ பாடலையும் தான் வைத்திருக்கிறாள் என்னும் விஷயம் இன்னுமிந்த அப்பாவி சுலைஹாவுக்குத் தெரியாது என்று நினைத்துக்கொண்ட அமானுல்லா புரோக்கருக்கு, தன் மகள் உறுமி மேளத்தைக்கேட்கும் பொழுதெல்லாம் ஏன் உணர்ச்சிவயப்படுகிறாள் என்பதற்கான காரணம் ஓரளவு புரிந்திருந்தது. அதை அவர் தன் மனதுக்குள் வைத்துக்கொண்டார். இப்போது வெளிப்படுத்தி சுலைஹாவைக் குழப்பவேண்டாம் என்று எண்ணினார். எனவே அவளுடைய கேள்விக்கு அவரும் ஒரு புரியாத பாவனையுடன் தலையை ஆட்டிக் கொண்டார்.

‘காஃபி ஆறுதுங்க டாடி’ கதிஜா நாச்சியாரின் குரல் அமானுல்லா புரோக்கரின் சிந்தனையைக் கலைத்தது. காப்பி கிளாஸை நடுங்கும் கரங்கொண்டு எடுத்துக் குடித்தார்.

‘பலத்த யோசனையா இருக்கும் போல டாடி?’ மகளின் கேள்விக்கு பதில் சொல்லலாமா வேண்டாமா என்னும் ஆலோசனையின் ஊடாகவே ‘ஒன்னப்பத்தி தான்மா யோசிச்சேன்’னு பதிலும் சொன்னார்.

‘நெனச்சேன் டாடி. திடீர்ன்னு ஒரு பொம்பளப் புள்ள அதும் துலுக்கப்புள்ள, ஆம்பளையாட்ட ஆபீஸ்ல வந்து உக்காரவும், ஆம்பளைங்களையே அதிகாரம் பண்ணவும் ஆரம்பிச்சா, அலங்கியம் மாதிரி கிராமத்துல உள்ள ஜனங்களுக்கு திகைப்பாத்தான இருக்கும். என்னப் பெத்த அம்மானாலயே இத சகிச்சுக்க முடியாதுங்குறதும் தெரியும். ஆனா அஞ்சு பொம்பளப் புள்ளைங்களப் பெத்த எங்க மம்மி — டாடிக்கு ஒரு ஆண்பிள்ள இல்லாத குறைய நிவர்த்தி பண்ண ஓரளவாச்சும் முடியுங்கிற நம்பிக்கையிலதான் இப்டியெல்லாம் நடந்துக்குறேன். இதப்பத்தி யார் என்ன பேசினாலும் எனக்கு கவலை இல்ல. நீங்க ஒரு தகப்பனா என்னுடைய நடவடிக்கைகளை ஆமோதிச்சுட்டீங்க. வாய் தெறந்து சொல்லலைன்னாலும் மௌனமா இருந்து ரசிக்கிறீங்க. இது எல்லாம் நானா செஞ்சுக்கிட்டதில்ல. அதுக்குப் பின்னால நீங்க இருக்கீங்க டாடி. அஞ்சு பிள்ளைங்கள்ள நாலு பேர அலங்கியம் கவர்மென்ட் ஸ்கூல்ல படிக்க வச்ச நீங்க, கறுப்பா குள்ளமா இருந்த என்னெத்தானே தாராபுரத்துக்கு அனுப்பி கான்வென்ட்ல படிக்க வச்சீங்க?’

உறுமி சத்தம் செல்போனிலிருந்து கேட்கவும், பேச்சை நிறுத்திவிட்டு போனை எடுத்துப் பேசத்தொடங்கிய மகளை இன்னும் வியந்து பார்க்கவே தோன்றியது அமானுல்லாவுக்கு. பாட்டன் காலத்துப் பிரபல பேரேட்டை அதிகாரத்துக்கு வந்ததும் உபயோகிக்காமல் அவள் தூக்கி எறிந்து விடுவாளோ என்றுதான் நினைத்திருந்தார். இல்லை. போனில் பேசிக்கொண்டே அந்த பேரேட்டைத்தான் இப்போதும் புரட்டிக் கொண்டிருக்கிறாள் என்பதில் அவருக்கு ஆறுதலும் சந்தோஷமும். எல்லாவற்றையும் நவீனமயமாக்கிய மகள், பேரேட்டை மட்டும் மாற்றாதிருந்தாள். என்றால் அவளுக்கு அதன் மகிமை புரிந்திருக்கிறது என்றுதானே பொருள்?

செல்போனை துண்டித்துக்கொண்டு அமானுல்லாவைப் பார்த்த நாச்சியார் 'அம்மாவுக்கும் என் அக்காமார் நாலுபேருக்கும் நகை போட உஸ்மான் ஹாஜியார் யாருங்க டாடி? அந்தாளு அவம் பொண்டாட்டிமார்க்கு நகை போட்டானா— அல்லது அவளுங்களுக்கெல்லாம் ஊர்ல உள்ள எவனாச்சும் நகை போட்டானுகளா டாடி?' என்றாள் எரிச்சலுடன். அமானுல்லா புரோக்கருக்கு மகளின் ஆவேசமான பேச்சைக் கேட்டதும் வியர்த்துக் கொட்டியது.

'ஹாஜியாரப் பகைச்சுக்கிட்டா நம்ம தொழில் பாதிக்கும். அதுக்காகத்தாம் பாக்குறேன்...' என்றார் நெற்றி வியர்வையைக் கையால் துடைத்தபடி.

'தொழில் பாதிக்கும்ங்கிறதுக்காக அந்த புழுத்துப்போன கெழவனுக்கு நான் நாலாம் தாரமா போகணுமா டாடி?' அமானுல்லா சற்றே நிதானித்தார்.

"அதுக்கில்லம்மா... உங்க அக்காமார் புருஷனுங்கெல்லாம் ஆளுக்காளு பணம் கேட்டு நச்சரிக்கிறானுங்க. இல்லேன்னா புள்ளைங்கள தலாக் சொல்லி வீட்டுக்கு அனுப்புவோம்ன்னு மெரட்றானுங்க. நா என்னம்மா பண்ணுவேம்..." அமானுல்லா புரோக்கர் குமுறி அழத்தொடங்கினார். தகப்பன் தன் முன்னால் கண்ணீர்விட்டு அழுகிறாரே என துளிகூட கவலைப்படாத நாச்சியார் 'பிசினஸ்க்குத் தானே பணம் கேட்கிறாங்க. தரலாமே டாடி' என்றாள். அமானுல்லா கன்னத்தில் வழிந்த கண்ணீர்த் தாரையுடன்

'எவ்வளவு தான்மா இவனுங்களுக்கு குடுக்கறது. கல்யாணம் முடிஞ்சு தொழிலுக்கு தொழிலுக்குன்னு கேட்டு எவ்வளவு பணம் வாங்கிருக்கானுங்கன்னு இந்த பேரேட்டுல கணக்கு இருக்கு, பாரும்மா நீயே' என்றார். அவருடைய கை நடுக்கத்தையே

கவனித்தாள் நாச்சியார். மகள் தன் நடுக்கத்தை கவனிக்கிறாள் என்பதைப் புரிந்துகொண்ட அமானுல்லா கைகளை இறுக்கி, பற்களைக் கடித்து நடுக்கத்தை ஒடுக்க முயற்சித்தார்.

நாச்சியார் தன் தந்தையின் இயலாமையை மேலும் சோதிக்க விரும்பாமல் 'நீங்க எதுக்கும் கவலைப்படாதீங்க டாடி. நா பாத்துக்கறேன் எல்லாத்தையும்' என்றாள்.

'மச்சான்மார்ட்ட பேசும்போது கொஞ்சம் நேக்கு வாக்கா நெதானிச்சுப் பேசணும்மா...' சொல்லிக்கொண்டு எழுந்தார்.

தலையை ஆட்டியவள் 'டேய் காதர்...' என்று குரல் தந்தாள். இருபது வயது மதிக்கத்தக்க கைலி கட்டிய ஓர் இளைஞன் 'அம்மா வந்துட்டேன்ம்மா' என்றவாறு பதற்றமாக ஓடிவந்தான். அவன் கையில் சாவியைக் கொடுத்து, 'டாடிய வீட்ல கொண்டுபோயி விட்டுட்டு வாடா... கவனம்...' என்றாள். தன் அக்காமார்களின் கணவன்களை நினைக்க, சிரிப்பாக வந்தது அவளுக்கு, வாய்விட்டுச் சிரிக்கத் தொடங்கினாள். ஆபீசை விட்டு வெளியேறிக் கொண்டிருந்த அமானுல்லா புரோக்கரும், காதரும் அவளுடைய சிரிப்புக்குக் காரணம் புரியாமல் அப்பாவியாகத் திரும்பிப் பார்த்தபடி சென்றனர்.

3

'ஞா யிற்றுக்கிழமையானால் கீழவாசலும் அதுக்குள்ள ஒடுங்கியிருக்குற ராவுத்தாபாளையமும் ஜனக்கூட்டத்துல நெரம்பி வழியும். தஞ்சாவூர் டவுனுக்கு ஒரு காலத்தில் நொழைவாயிலே இந்தக் கீழவாசல்தான். கிழக்குவாசல்தான் கீழவாசலாச்சு. வெள்ளைப் பிள்ளையார் கோவிலுள்ள இடம்தான் பழைய நொழைவாயில். அதுக்கு சாட்சியா பீரங்கிமேடை இன்னும் நிக்கிது. நாயக்கர்ங்க ஆட்சிக் காலத்தில் டவுனுக்குள்ள நுழைய சுங்கவரி வசூலிச்சாங்க. சாயங்காலம் ஆறு மணிக்குமேல் வெளியூரைச் சேர்ந்தவங்க டவுனுக்குள்ள நொழைய அனுமதி இல்ல.' சரித்திரத்தைக் கதைமாதிரி சொல்ல நாகூர் பிச்சைக்குத் தெரியும். அவ்வப்போது அவர் சமைத்துக் கொண்டே தஞ்சாவூரைப் பற்றி ஏதாவது உளறிக்கொண்டு இருப்பார். சமயத்தில் கணக்கு வழக்கு பார்த்துக் கொண்டிருக்கும் அன்வருக்கு இவருடைய கதாகாலட்சேபம் எரிச்சலைக்கூட உருவாக்கிவிடும்.

'ராமநாதன் மன்றம்ன்னு ஒண்ணு இருக்குது தெரியுமா சாயபே?' மெல்லக் கிண்டலாக கேட்பான் அன்வர்.

'ம்ஹூம். ராமநாதன் மன்றம் தெரியுமாவா? எப்பேர்ப்பட்ட ஆசாமிங்கல்லாம் வந்து நாடகம் போட்ட எடம் தெரியுமா அது?

இன்னக்கி வேண்ணா அதுக்கு மவுசு போயிருக்கலாம். ஒரு காலத்துல தஞ்சாவூர் சனமே அங்கதான பொழுதப் போக்கிச்சு. வெத்திலையும் சீவலும் பன்னீர் புகையிலையும் வாய் மணக்க மென்னுட்டு, பலபேர் சபாஷ் சபாஷ்ன்னு தொடையில தாளம் தட்டுன எடமாச்சே. பாட்டும் கச்சேரியும் பல வேஷமுமால்ல அந்த ஏரியாவே மதிமயங்கி கெடக்கும்...' குக்கர் விசிலடிக்க அடிக்க அதற்கு இணையாக நாகூர் பிச்சையின் குரலும் எம்பிக் குதிக்கும்.

'ஆஹா.... ராமநாதன் ஹால் தெரியுமான்னுதாங் கேட்டேன். ஆசாமி அதப்பத்தியும் ஒரு வரலாற ஒப்பிக்க ஆரம்பிச்சுட்டாரே'ன்னு அன்வருக்கு மண்டைச்சூடு எகிறும்.

'நாகூராரே... ராமநாதன் மன்றத்துல போயி உக்காந்து இந்த மாதிரி கூவுனீங்கன்னா யாராச்சும் காது குடுத்துக் கேப்பாங்கல்ல. அதுக்குச் சொன்னேம்...'

'ராமநாதம் மன்றத்துல போயி அந்த மேடையில உக்காற ஒரு தகுதி வேணும். நானென்ன நவாப் ராஜமாணிக்கம் பிள்ளையா? இல்லன்னா எம்.கே.தியாகராஜ பாகவதரா. இல்ல... பி.யூ. சின்னப்பாவா, கே.பி.சுந்தராம்பாளா?'

"இவுங்கல்லாம் யாரு?" அன்வருக்குத் தெரிந்தாலும் நாகூராருக்கு சூடேத்தணும்னே தெரியாத மாதிரி நடிப்பான்.

"எல்லாம் தவணைக்கி சாமான் வாங்கீருக்குற புள்ளிங்க" நாகூராரும் பதிலுக்கு கிண்டலடிப்பார். அவனும் அந்தக் கிண்டலை ரசிப்பான்.

அன்றைக்கு அன்வரும் நாகூர்பிச்சையும்தான் வீட்டில்; மற்றெல்லாரும் லைனில். இப்படி அடிக்கடி நிகழும். நாகூரார் அடுப்புவேலையில் இருந்தால் அன்வர் ஏதாவது கணக்கு பார்த்துக் கொண்டிருப்பான். அல்லது ஜன்னலில் நெல்லி மரத்தைப் பார்க்கிற சாக்கில் பக்கத்து பாப்பாத்தி வீட்டை கள்ளத்தனமாக கவனித்துக் கொண்டிருப்பான். இது நாகூராருக்கும் தெரியும்.

அடுத்துள்ள பாப்பாத்தி வீட்டில் பாப்பாத்தியும் அவளுடைய மகள் மரியமும் மகன் வகாப்பும் இருக்கிறார்கள். பாப்பாத்திக்கு இதே கீழவாசல்தான். தஞ்சாவூரில் ஒரு பிரபலமான ரெடிமேட்

துணிக்கடையில் வேலை பார்த்தாள். கூட வேலை பார்த்த சுடிதார் செக்சன் உசேனுக்கும் இவளுக்கும் சிநேகமாகி, சிநேகம் கல்யாணம் வரை போய் இருவரும் சேர்ந்து வாழ்ந்தார்கள். பாப்பாத்திக்கு இது சொந்தவீடு. மரியமும் வகாப்பும் பிறந்து அவர்களுக்கு விபரம் தெரிகிற வயசு வரை பாப்பாத்தியும் உசேனும் மனமொத்த தாம்பத்தியம்தான் நடத்தினார்கள். பிறகு யார் கண்பட்டதோ தெரியவில்லை. உசேனின் நடவடிக்கைகளில் திடீர் மாற்றங்கள்.

கல்யாணத்துக்குப் பிறகு உசேன் அத்தர் வியாபாரியாக அவதாரம் எடுத்திருந்தான். வீடு வீடாக அத்தர் விற்கப் போகையில் பாம்பாட்டித் தெருவில் உள்ள, பிரியாணிக் கடைக்காரரர் மகள் உம்முசல்மாவுக்கும் உசேனுக்கும் பழக்கமாகி வேர் பிடித்துவிட்டது. விஷயம் நுகர்ந்து கொண்ட பாப்பாத்தி உசேனைத் தடுத்து நிறுத்தவெல்லாம் இல்லை. என்ன நினைத்தாளோ, ஜமாத்தாரிடம் போய் நின்றாள். வெத்திலை வியாபாரி முத்துமுகமதுதான் ராவுத்தா பாளையத்துக்கு நாட்டாமை. பாப்பாத்தி குடும்பத்தின் மேல் அவருக்கு ஒரு பரிவு இருந்தது. உசேனைக் கூப்பிட்டு உம்முசல்மாவுடனான பழக்கத்தைக் கைவிடச் சொன்னார். தொடர்ந்து அவர் வலியுறுத்தியதால் உசேனும் ஒரு கட்டத்தில் பாப்பாத்தியிடம் மன்னிப்பு கேட்டுக் கொண்டு குடும்பத்துடன் இணங்கிவாழ சம்மதித்தான். ஆனால் பாப்பாத்தி அவனைச் சேர்த்துக்கொள்ள கடைசி வரை சம்மதிக்காமல் ‘குலா’ கொடுத்தேவிட்டாள்.

பாப்பாத்திக்கு சின்ன வயது முதற்கொண்டே வைராக்கியம் அதிகம். அவளுடைய பெற்றோர் இறந்த பிறகு அந்த வைராக்கியம் இரட்டிப்பானது. உசேனை அவள் மனதார நேசித்தாள். ஃபிராக் செக்சனில் அளவு கடந்த கூட்டம் சேர்ந்து அவள் திணறிக் கொண்டிருக்கும்போது பக்கத்து சுடிதார் செக்சனிலிருந்து வந்து நின்று அவளுடைய சிரமத்தைக் குறைப்பான் உசேன். இப்படித்தான் ஒருவருக்கொருவர் வேலை பார்த்த இடத்தில் ஒத்தாசை செய்துகொண்டதன் மூலம் நெருக்கமானார்கள். பிறகு அது கல்யாணம் வரை வந்தபோது, கடை முதலாளி அவர்களைப் பிரிக்கவே நினைத்தார். இருவருமே அவருக்கு முக்கியமான ஊழியர்கள். அப்படிப்பட்டவர்களை இழக்க எந்த முதலாளி விரும்புவான்? உசேனிடம் பாப்பாத்தியைப் பற்றியும், பாப்பாத்தியிடம் உசேனைப் பற்றியும் புகார் சொல்லிப் பார்த்தார். உசேனும் பாப்பாத்தியும் அதையெல்லாம் பொருட்படுத்தவே இல்லை. கல்யாணம் செய்து கொள்வதில் உறுதியாக நின்றனர்.

முத்துமுகமதுவே சாட்சிக் கையெழுத்திட்டு இருவரையும் சேர்த்து வைத்தார். பிறகு அவரேதான் பெரிய மன பாரத்துடன் இருவரையும் பிரித்து வைக்கும்படி ஆனது. பாப்பாத்தியின் மகள் மரியம்முக்கு தகப்பனின் மேல் வருத்தமிருந்தது. இருக்காதா பின்னே ? வயசுக்கு வந்த கொமர் வீட்டிலிருக்கையில் தகப்பன் இன்னொரு பெண்டாட்டி தேடிக்கொண்டால் அது பிள்ளை மனதை பாதிக்காதா ? பாதிப்பை மனதுக்குள்ளேயே வைத்துக் கொண்டாள். அவளுடைய தம்பி வகாப்புதான் ‘தகப்பன வெட்டுவேன் குத்துவேன்’னு சண்டியராட்டம் குதிச்சுக்கிட்டு இருந்தான். இளரத்தம். தொழில் வேற மார்கெட்ல மீன்வெட்றது. அன்றாடம் ரத்தத்தையே பார்த்துக்கிட்டிருக்கிற கவுச்சிப் பொழப்பு. தகப்பன்மேல அவனுக்கு அவ்வளவுக்கு வன்மம். அது இயல்பா மனசுல பதிஞ்சு போச்சு. நல்ல திருக்கை மீன் வால் எடுத்து காய வச்சு மீன் வெட்ற எடத்துல தொங்கவிட்ருக்கானாம். ‘என்னைக்காவது அந்தாளு மீன் வாங்க மார்கெட்டுக்குள்ள வராமலா போயிடுவான். அப்ப இருக்கு இந்த திருக்கை வாலுக்கு வேலை’ன்னு சக மீன்வெட்டிகள்ட்ட சொல்லியிருக்கானாம்.

இந்த விவரங்களை அன்வருக்கும் ஆட்களுக்கும் சொன்னது கூட நம்ம ‘நளபாகஸ்தர்’ நாகூர்பிச்சைதான். பாப்பாத்தி மகன் வகாப்பு அன்றாடம் மீன் மார்கெட்டிலும், கீழவாசல் பகுதியிலும் செய்கிற சண்டித்தனங்களை நாகூரார் தன் கற்பனையும் கொஞ்சம் கலந்து வெளிப்படுத்தும்போது அன்வரும், முபாரக்கும், ஆஷிக்கும் வாயைப் பிளந்து கேட்டுக் கொண்டிருப்பார்கள். அவனுடைய எகத்தாளமான சிரிப்பை, டிராயர் தெரிகிறார்போல அவன் கைலியை ஏற்றிக் கட்டியுள்ள பாணியை, காலையில் எழுந்து தொழில் நிமித்தம் கத்தி தீட்டுவதை, சக மனிதர்களிடம் பேசும் தோரணையைப் பார்த்து அவர் ஒவ்வொரு சந்தர்ப்பத்திலும் இவர்களை அழைத்துக் காட்டுவார். இத்தனைக்கும் வகாப்புக்கு வயது இருபதுக்குள்தான். ‘மார்கெட்ல அவன கொடுவா வகாப்புன்னு சொல்லுவாங்களாம்’ என்று ரகசியக் குரலில் கிசுகிசுப்பார் நாகூரார். ‘கொடுவா வகாப்புன்னா ?’ முபாரக் அப்பாவியாகக் கேட்பான். ‘அதுக்கு ரெண்டர்த்தம். கொடுவான்னா கத்தி. ரெண்டாவது ‘கொடுவா’ன்னு ஒரு மீன் இருக்கு’ என்றார் நாகூரார்.

‘மீன் வெட்ற எடத்துல தலைக்கு மேல ‘ஸ்பீடு கட்டர்’ன்னு வேற போர்டு மாட்டியிருக்கானாம்’

‘ஸ்பீடு கட்டரா... அப்படின்னா ?’

‘பத்துகிலோ மீன பத்தே நிமிஷத்துல வெட்டி முடிச்சிருவானாம்’ ஆளுங்களோட பந்தயம் கட்டி ஜெயிச்சு இப்புடி ஒரு பேரு வாங்கியிருக்கான்னா பார்த்துக்க’ நாகூராரின் தொடர்பரப்புரையால் வகாப்பு தவணைக்காரர் வீட்டில் நட்சத்திர அந்தஸ்து பெற்றிருந்தான்.

வகாப்பு பாத்ரூமுக்கு வருவது போவது, நெல்லி மரத்தடியில் நின்று செல்போனில் பேசுவது, தன் அம்மாவிடம் அக்காவிடம் வம்பிழுப்பது, குளித்துவிட்டு வந்து கைலியை அலசிக் காயப்போடுவது எல்லாமே தவணைக்காரர் வீட்டாளுகளுக்கு காட்சிச் சித்திரங்களாகியிருந்தன. இத்தனை ரகசிய கேமராக்களால் பதிவாகிறோம் என்பதை அவனறியான். தவணைக்காரர் வீட்டையோ, அங்குள்ள ஆட்களையோ, தன் வீட்டைக் கவனிக்க ஏதுவாகத் திறந்து கிடக்கும் ஜன்னலையோ அவன் பொருட்படுத்தியதே இல்லை. அவனுடைய உலகமே தனி.

ஆட்டுமந்தைத் தெருவிலுள்ள பள்ளிவாசலிலிருந்து அதிகாலையில் கேட்கும் ‘சுபஹ்’ பாங்கு சத்தம்தான் அவனுடைய அலாரம். எழுந்து கழிவறைக்குப் போய் பல்துலக்கி ஒருநடை கீழவாசலை நோக்கி நடப்பான். திருத்துறைப்பூண்டிக்காரர் கடையில் டீ குடித்துவிட்டு, பேப்பர்காரர் தொங்கவிட்டுள்ள போஸ்டர்களைப் படித்து முக்கிய செய்திகளைத் தெரிந்துகொண்டதாக திருப்திப்பட்டுக் கொள்வது, அத்தியாவசியமானால் ஒரு தினத்தந்தியை வாங்கி அங்கேயே புரட்டிப் பார்த்துவிட்டு தூக்கி எறிவதும் வழக்கம். ஒரு கட்டத்தில் டெல்டா விவசாயிகள் தொடர்ந்து தற்கொலை செய்து கொண்டிருந்தனர். விவசாயத்துக்குத் தொடர்பே இல்லாத வகாப்புக்கு அப்போது வந்ததே கோபம்.

‘என்னங்கடா இது அநியாயம். இவங்க சாவுக்கெல்லாம் யாருடா பொறுப்பேத்துக்கப் போறீங்க... விவசாயத்துக்கு தண்ணி வாங்கித்தர வக்கில்லாத அரசாங்கம் செத்துப்போன அரசாங்கம்டா...’ என்று ஏதேதோ பேசிக்கொண்டு கீழவாசல் நெடுக கிழக்கும் மேற்குமாகத் திரிந்தான். நாய்கள் மட்டும் வகாப்பின் பேச்சைக் கேட்டு ஊளையிட்டன. அப்போதுதான் கடைகளைத் திறந்து கொண்டிருந்த கடைக்காரர்கள் விபரீதமாக எதுவும் நடக்குமோ... கடையை அடைக்க வேண்டி இருக்குமோ எனத் தயங்கித் தயங்கி கதவுகளைத் திறந்தனர்.

“காலையிலேயே மருந்து அடிச்சிட்டு ரகளவிட்றாம் பாரு. எவனோ எங்கியோ தற்கொல செஞ்சுக்கிட்டா இவனுக்கு

என்னவாம் பொறம்போக்கு. மீன் வெட்ற நாயி அந்த வேலையப் பாத்துட்டு கெடப்பானா... பறயங் கட்சிக்காரனுகளாட்ட பந்தா பண்றாம் பாரு. போலீஸக் கூப்ட்டு உள்ள தள்ளி முட்டிக்கி முட்டி தட்டணும்யா இவனை எல்லாம். என்ன சொல்றீங்க உசேன் பாய்" வகாப்பைப் பிடிக்காத காய் கடைக்காரன் செல்வம், தகப்பனிடமே மகனைக் குறித்து குற்றம் சொல்ல, மகனின் கண்ணில் படாமல் டீ குடித்துப் போய்விடலாம்னு பதுங்கிப் பதுங்கி வந்திருந்த உசேன், செல்வத்துக்கு வேகவேகமாகவும், வகாப்புக்கு பயந்தும், இருவேறு நிலைகளில் தலையை ஆட்டி வைத்தார்.

'பாப்பாத்தியம்மாட்ட பையன காப்பாத்திக்கம்மான்னு சொல்லி வைக்கணும். இப்டியே பண்ணீட்டிருந்தான்னா குச்சிக்காரி மவன ஒரு நாளைக்கி போட்டுத் தள்ள வேண்டியதுதான். வேறவழியே இல்ல. இப்பவே ஏரியாவுல காய்கட கரிக்கட கருவாட்டுக்கட ஒண்ணு பாக்கியல்லாம பகைச்சுக்கிட்டான்...' செல்வம் பேசுவது உசேனுக்கு உவப்பாக இருந்திருக்க வேண்டும். மெல்லிய புன்னகையுடன் சுற்றிலும் ஒரு பார்வை பார்த்துக்கொண்டு டீக்கடையை விட்டு வெளியேறிய அவர் வேகவேகமாக பாம்பாட்டித் தெரு சந்துக்குள் நுழைந்து நடந்தார்.

டெல்டா விவசாயிகள் தற்கொலை காரணமாக கீழவாசலில் அந்த அதிகாலை நேரத்தில் வகாப்பு தனித்துச் செய்த ஆர்ப்பாட்டத் தகவல் மெல்ல அந்தப் பகுதியில் பரவ, ஜனங்கள் நான்கு முக்கு நோக்கி சாரிசாரியாக வரத் தொடங்கினர். பாப்பாத்தி பதறி அடித்துக்கொண்டு ஓடிவந்தாள். வகாப்புடன் மீன் வெட்டுகின்ற பசங்கள் பதம் பார்த்துக்கொண்ட கத்திகளை அப்படியே போட்டுவிட்டு வந்து வகாப்புடன் கரம் கோர்த்தனர். சிறிது நேரத்தில் பெருங்கூட்டம் கூடி போலீஸ் வந்து வகாப்பையும் சகாக்களையும் கைது செய்து ஈஸ்ட் ஸ்டேஷனுக்கு அழைத்துக்கொண்டு போனார்கள். அனுமதி இன்றி ஆர்ப்பாட்டம் செய்ததற்காக எச்சரிக்கப்பட்டு விடுதலையாகி நேராக அவர்கள் மீன்மார்கெட்டுக்குள் நுழைந்தபோது, மீன் வியாபாரிகளும், வாடிக்கையாளர்களும் குழுமி வகாப்புக்கு மாலை போட்டு வரவேற்று ஆரத்தி எடுக்காத குறை. பெரும் பரபரப்பை அன்றைக்கு ஏற்படுத்தி விட்டு, எதுவுமே தெரியாதமாதிரி அப்பாவியாக உட்கார்ந்து கமுக்கமான சிரிப்புடன் மீன் வெட்டிக் கொண்டிருந்த வகாப்பை நாட்டாமை முத்துமுகமது வந்து பார்த்து,

“என்னாடா... என்னதாம் பண்ணுன? ஏரியாவே கலகலத்துருச்சு கொஞ்சம் நேரத்துல...” என்று கேட்டார்.

“ஒண்ணும் இல்லீங்க நாட்டாம, பேப்பர் பார்த்தேன். விவசாயிங்கல்லாம் ஒவ்வொருத்தரா தற்கொலை பண்ணிட்டுச் சாவுராங்க. மனசு கேக்கல. சும்மா மனம் போன போக்குல நடந்து நாலு கத்து கத்துனன். அது இவ்வளவுக்கு ஆகும்னு நெனக்கவே இல்லீங்க” என்றான் அலட்சியமாக. முத்துமுகமது தலையிலடித்துக் கொண்டு நகர்ந்தார்.

அன்று மாலை செய்தித்தாள்களில் வகாப்பின் படம் போட்டு, ‘டெல்டா விவசாயிகள் தற்கொலை. தஞ்சை இளைஞர் ஆர்ப்பாட்டம் — கைது’ என்று செய்தி வெளியாகி ராவுத்தாபாளையத்திலும் கீழவாசலிலும் மீண்டும் ஒரு பரபரப்பு தொற்றிக்கொண்டது.

‘எவன்டா அவன் எந்தக் கட்சியிலும் அமைப்பிலுமே கூட இல்லாமல் திடீர்னு விளம்பரம் தேடிக்கொண்டவன்’ என்னும் கேள்வி உள்ளூர் கட்சிக்காரர்களிடம் எழுந்து வியப்பும் விசனமும் கொள்ள வைத்தது. ஒரு கட்சிக்காரர் காவல் ஆய்வாளரைக் கேள்விகளால் துளைத்தெடுத்தார்.

“கிட்டத்தட்ட ரெண்டு மணிநேரம் ஒருத்தன் கீழவாசல் மெயின்ல நின்னு குடிபோதையில ரகளை செஞ்சிருக்கான். இதனால பொதுமக்களுக்கும் வியாபாரிகளுக்கும் பெரிய பாதிப்பு ஏற்பட்டிருக்கு. போக்குவரத்துக்கு இடையூறு ஏற்பட்டிருக்கு. போலீஸ் அவ்வளவு நேரமா அந்த ஸ்பாட்டுக்கு வராம எல்லாம் முடிஞ்ச பிறகு வந்திருக்கு. அவன கைது பண்ணி எந்த விசாரணையும் இல்லாம ரிலீஸ் பண்ணியிருக்கீங்க. இதுக்கு என்ன அர்த்தம்?.”

காவல் ஆய்வாளர் “சார் அவன் குடிக்கவே இல்ல...” என்றார்.

“அது எப்டி நீங்க சொல்றீங்க? அவன் சாராயம் குடிக்கலைன்னா கஞ்சா அடிச்சிருப்பான். இல்லேன்னா எல்எஸ்டி மாத்திரை போட்ருப்பான். எதோ ஒரு போதையில்லாம ஒரு பப்ளிக் இப்படி ஒரு ரகளை செய்ய சான்ஸே இல்ல. அந்த ராஸ்கல் என்ன பெரிய பொலிட்டிசியனா? ஆப்ட்ரால் மார்கெட்ல மீன் வெட்ற துலுக்கன், அவன நீங்க தீவிரவாத கேஸ்ல கூட உள்ள தள்ளீருக்கலாம்...” வெளிய விட்டுட்டு வேடிக்கை பார்த்திருக்கீங்க” ஆவேசப்பட்டார் கட்சிக்காரர். அவரை சமாதானப்படுத்துவதற்குள் காவல் ஆய்வாளருக்குப் போதும் போதுமென்றாகிவிட்டது.

மறுநாள் வகாப்பை பேட்டி காண ஒரு பத்திரிகை நிருபர் வராமலிருந்தால்தான் ஆச்சரியம். வந்தே விட்டார். கூட ஒரு போட்டோ கிராபருடன். அன்றைக்கு ஞாயிற்றுக்கிழமை. கீழவாசலில் தஞ்சாவூர் மக்கள் குவிந்திருந்தனர். காய்கறியும் தானியங்களும் எண்ணெயும் இறைச்சி, மீன், கோழி, கருவாடும் இன்னும் என்னவெல்லாமோ வாங்க ஞாயிறு காலை உகந்த நாளும் நேரமும் என்பதால் ஜனத்திரள் அங்குமிங்குமாக அலைந்து திரிந்து அல்லோலகல்லோலப்பட்டது.

அய்யங்கடைத் தெரு மார்கெட்தான் காய்கறிகளுக்குப் பிரபலம். அங்கு செல்ல தெற்குவீதி கடந்து ரொம்பதூரம் நடக்கவேணும். நடக்கிறதைப் பொருட்படுத்தாமல் விடிகாலையே போய்விட்டால் ரெண்டு கட்டப்பை நிறைய விதம்விதமான காய்கறிகளை சல்லிசான விலைக்கு வாங்கி நிரப்பிக்கொண்டு வீடு வந்து சேரலாம். பிரிட்ஜில் வைத்துப் பயன்படுத்தினால் ஒரு குடும்பத்துக்கு இரண்டு வார காலத்துக்கு காய்கறிப் பிரச்சனை இருக்காது. ரெண்டு கட்டப் பை நிறைய இருநூறு ரூபாய்க்கு வாங்கும் காய்கறியை மளிகைக் கடைக்காரர்கள் ஆயிரம் ரூபாய்க்கு மேல் விற்று முதலாக்குவார்கள். அய்யங்கடைத் தெருவுக்குப் போக அலுப்புப்பட்டு கீழவாசலுக்கு வந்து காய்கறி வாங்குகிறவர்கள்தான் அதிகம். கீழவாசலில் அப்பா அம்மாவைத் தவிர்த்து எல்லாமே வாங்கலாம். திலகர் திடலுக்குப் பின்னால் உள்ள ஈவ்னிங் மார்கெட்டில் காய்கறி வாங்குவதானால் நீங்கள் விலைவாசியைப் பற்றி கவலைப்படுகிறவராக இருக்கக் கூடாது.

'வண்டல்' கும்பகோணத்திலிருந்து வெளிவரும் ஒரு இடைநிலை மாதப்பத்திரிகை. குடந்தை குமார் அதன் பதிப்பாளர், ஆசிரியர், நிருபர் எல்லாமும். காவிரி வற்றிப்போய் விவசாயம் முற்றிலும் பாதிக்கப்பட்டு விளை நிலங்கள் எல்லாம் மாயமாகி வீடுகளான பிறகுள்ள சிதைந்த தஞ்சாவூர் குறித்து அதிகம் கவலைப்படும் இதழ் வண்டல். குடந்தை குமார் ஏற்கனவே பலமுறை தஞ்சாவூருக்கு வந்து போனவர் என்றாலுங்கூட கீழவாசலை குறிப்பாக ஞாயிற்றுக்கிழமை கீழவாசலை அதன் பரபரப்பை அதிகம் அறிந்தவரல்லர்.

குடந்தை குமாரும், போட்டோகிராபர் பிம்பம் பிரவீனும் தஞ்சாவூர் பழைய பஸ் நிலையத்தில் இறங்கி அண்ணா சிலையுடன் வளைந்து கீழவாசல் போகும் சாலையில் நடப்பதற்குப் பதிலாக ராஜப்பா பூங்காவுக்கு வந்துவிட்டார்கள். பக்கத்திலிருந்த முரசு புத்தக நிலையத்தைப் பார்த்த பிம்பம் பிரவீன் 'குமாரு பெரிய புத்தகக் கடையா மெயின் ரோட்ல இருக்கே இந்தக் கடைக்கி

வண்டல் இதழ நாம ஏன் அனுப்பக்கூடாது?'ன்னு கேட்கவும் குடந்தை குமாருக்கு அது சுருக்கென்று உறைத்தது.

'அட்ரஸ் குறிச்சுக்க அடுத்த இதழ் ஒரு பத்து காப்பி அனுப்புவம்' என்றவனிடம்

'அட்ரஸல்லாம் பெரிசா தேவையில்ல குமாரு, முரசு புத்தக நிலையம் தஞ்சாவூர்'ன்னு போட்டம்னா கூட போதும்' என்றான்.

ஆபிரகாம் பண்டிதர் தெரு முனையிலேயே இரண்டு சினிமா தியேட்டர்கள் குறுக்கிட 'இது ரெண்டும் சாந்தி கமலா... சிவாஜிகணேசனோட சொந்த தியேட்டர்ங்க தெரியுமா?'ன்னு கேட்ட குடந்தை குமாரிடம் பிம்பம் பிரவீன்

'இந்த தியேட்டர் ரெண்டையும் மணிரத்னத்தோட அண்ணன் ஜி.வி. வாங்கிட்டார் தெரியுமா?' ன்னு திருப்பிக் கேட்டான். தொடர்ந்து நடந்தவர்கள் பர்மா பஜாருக்குள் நுழைந்து இருபுறமுமிருந்த கடைகளையும் விஜயா தியேட்டரையும் பார்த்தபடி பெசன்ட் லாட்ஜ் வந்து ஜூபிடர் தியேட்டரில் மோதி நேரே நடந்திருக்க வேண்டும். பர்மா பஜாரைப் பொருட்படுத்தாமல் நேரே சென்றவர்களுக்கு ராஜா கலையரங்கம் தியேட்டரைக் கண்டதும் வேகம் குறைந்தது. அவர்கள் அந்த இடத்தில் ஷகிலாவின் தரிசனத்தை எதிர்பார்க்கவே இல்லை. பிம்பம் பிரவீன் பரவசமாகி நின்றுவிட்டான். மற்றவர்கள் ஷகிலாவின் பிற பாகங்களைக் கருத்தில் கொள்ளும்போது பிம்பம் பிரவீன் ஷகிலாவின் குழந்தைத் தனமான முகத்தை மிக விரும்புவான். ஷகிலாவின் விதம்விதமான முகங்களை க்ளோஸ் அப்பில் எடுக்க ஆசைப்பட்டிருக்கிறான். அது நிறைவேறாத காரணத்தால் வெவ்வேறு ஸ்டில்ஸ்களிலிருந்து எடுத்து திருப்திப்பட்டுக் கொண்டிருக்கிறான். குடந்தை குமாருக்கு பிம்பம் பிரவீனின் ஷகிலா மோகம் தெரிந்த விஷயம் என்பதால் எங்கே அவன் தியேட்டருக்குள் நுழைந்து விடுவானோ என்னும் பயம் தொற்றிக்கொள்ள

'பிரவீன்... நாம தப்பான எடத்துக்கு வந்துட்டமாட்ட இருக்கு. கீழவாசல் இந்தப் பக்கம் இல்ல. இது ஏதோ ஆபிரகாம் பண்டிதர் ரோடுன்னுல்ல போட்ருக்கு வா..' என அவனை திசை திருப்பினான். பிரவீனுக்கு முகமெல்லாம் ஏமாற்றக் களை வழிந்தது.

ஜூபிடர் தியேட்டரிலிருந்து தொடங்கிய கீழவாசலின் ஆரவாரம் தோல்கடை சந்து வரும் வரைக்குமே கூட அடங்கவில்லை. கீழவாசலுக்கென்று ஒருவித தனித்த மணம்

உண்டு. காய்கறி, கோழி இறைச்சி, ஆட்டிறைச்சி, கருவாடு, பூண்டு, பழ வகைகள் இவற்றுடன் நாட்டு மருந்துகளின் வாசனையும் கலந்தால் என்ன மாதிரி ஒரு வாசனை வீசுமோ அதுதான் கீழவாசலின் மணம். இதை நுகர்ந்தபடி தோல்கடை சந்தில் நடந்த குடந்தை குமாரும், பிம்பம் பிரவீனும் அந்த சந்தின் முடிவில் ஒரு அதிர்ச்சியை எதிர்கொண்டனர். அப்துல்லா சூப்பர் மாட்டிறைச்சிக்கடை. அதற்கடுத்து அனீபா ஏஒன் மாட்டிறைச்சிக்கடை. ஏஒன் கடைப்பக்கம் குடந்தை குமார் இயல்பாக பிரேக் போட்டான். காரணம் அவன் மாட்டிறைச்சிப் பிரியன்.

'மறுத்துணவு மாட்டை வதைப்பாரே பொல்லார்
அறுத்துணவு கொள்பவரன்று...'

என்கிற ஜவ்வாதுப் புலவரின் பிரபலமான வாசகங்களை ஏஒன் கடைக்காரரர் தன் கடைச்சுவரில் மெனக்கெட்டுப் பல வர்ணங்களை உபயோகித்து எழுதி வைத்திருந்தார். படிக்கச் சுவாரசியமாகத்தான் இருந்தது குடந்தை குமாருக்கு. மாட்டிறைச்சி அந்தக் கடையில் சப்பை சப்பையாகப் பல இடங்களில் தொங்கவிடப் பட்டிருந்த கோலம் அவனைக் கிறுகிறுக்க வைத்தது. இருபது இருபத்தைந்து பேர் ஒருசேர குழுமி நின்று டோக்கன்களைக் கொடுத்து அவரவர்களுக்கு விருப்பமான இறைச்சிப் பகுதிகளைக் கேட்டு வாங்கினார்கள். ஒருவர் கழுத்துப் பகுதியின் மாமிசம் கேட்டார். மற்றொருவர் தொடைப் பகுதியைக் கேட்டார். இன்னொருவர் மாட்டின் வால், இன்னும் சிலர் ஈரல், மூளை, எலும்பு. ஒருவர் நாக்கைக் கூட கேட்டு வாங்கிச் சென்றதை குடந்தை குமார் கவனித்தான். ஒருத்தர் 'சீன் கறி' கேட்டார். அதென்னப்பா சீன் கறி. கறியில் மிருதுவான பகுதி.

கும்பகோணம் கோயில் நகரம். இதன் காரணமாகவோ என்னவோ நகரப் பகுதியில் மாட்டு இறைச்சிக் கடைகளைக் காண்பதரிது. கண்டாலும் இவன் கறி வாங்கிக் கொண்டு போனால் இவன் மனைவி மூஞ்சியில் விட்டு அடிப்பாள். சாம்பாரையும் ரசத்தையும் தவிர்த்து வேறெதுவும் சமைப்பதில் ஆர்வமில்லை அவளுக்கு.

'காரமாக புளிக்குழம்பு வையேன் பார்வதி ஒரு நாளைக்காவது' என்று நயந்து கேட்டால்கூட

'நாக்க அடக்கப் பழகுங்க. கண்டபடி அலைய விடாதீங்க' என்று சீறுவாள்.

கப்சிப் தர்பார். குடந்தை குமாரும் அடங்கிவிடுவான். பிறகென்ன ஐம்பது பவுன் போட்டுக் கொண்டு தாய் வீட்டிலிருந்து வந்தவள், கழுத்தில் வெறும் மஞ்சள் கயிறுதான் கிடக்கிறது. குழந்தைப்பேறும் இல்லை. எல்லா நகைகளையும் வண்டல் பத்திரிகை விழுங்கி விட்டது. அடங்கிப் போவதைத் தவிரவேறு வழியில்லை ஆசாமிக்கு. புறநகர்ப் பகுதியில் ஏதோ ஒரு டாஸ்மாக் கடைக்குப் பக்கத்தில் ஒரு பாய் வண்டிபோட்டு பீப் பிரியாணியும் பீப் ஃபிரையும் தருவதாகக் கேள்விப்பட்டு, அந்த இடத்தைக் கண்டடைவதில் மும்முரமாக இருக்கிறான் சமீபமாக.

பிம்பம் பிரவீன் கோமாமிசம் உண்ணக்கூடாது என்னும் கொள்கையைக் கொண்டவனில்லை. கிடைத்தால் தின்பான். ஆனால் வட மாகாணங்களில், மாட்டிறைச்சி வைத்திருப்பவர்களைத் தேடிக்கண்டுபிடித்துச் சிலர் மிருகத்தனமாகத் தாக்குதல் நடத்துவதைப் பத்திரிகைகளில் படித்ததிலிருந்து ஒருவித கிலி பிடித்துக் கொண்டது அவனுக்கு... மத்தியில் ஆள்பவர்கள் மக்களுடைய உணவு எது என்பதைத் தீர்மானிக்கிற அதிகாரம் படைத்தவர்களாகவும் இருக்கிறார்கள். என்ன செய்ய எனப் புலம்புவதைத் தவிர பிம்பம் பிரவீனுக்கு வேறு மார்க்கம் புலப்படவில்லை. குடந்தை குமாரை மாட்டிறைச்சிக் கடையிலிருந்து மீன்மார்கெட்டுக்கு திசை திருப்ப பிம்பம் சற்று சிரமப்பட வேண்டியிருந்தது.

ராவுத்தாபாளையத்து மீன் அங்காடி தனி உலகம். ஆக மொத்தம் எண்ணிக்கையில் நாற்பது கடைகள் இருக்கும். வஞ்சிரம், வாவல், வாலை, அயலை, பால்சுறா, மொறள், கெழங்கா, சங்கரா, கொடுவா, திருக்கை, மத்தி, பாறை என விதம்விதமான கடல் மீன்கள் இது போதாதென்று விரால், பன்னீரக்கெண்டை, கண்ணாடிக் கெண்டை, அயிரை, குறவை, மயிலா, நண்டு, நத்தை ரகங்கள் எதை வாங்க எதை விட. வாங்க வந்த ஜனங்கள் திணறித்தான் போவார்கள். கையிலொரு கட்டப் பையும் பாக்கெட்டில் கனமும் இருந்தால் அள்ள அள்ள மீன்கள்... மீன்கள்.

மீன் கடைகளுக்கு வெளியே வகாப்பின் ராஜாங்கம். அதுதான் மீன் வெட்டுக்களம். கிட்டத்தட்ட அதை ஒரு வதை முகாம் என்றும் சொல்லலாம். வதைமுகாமில் கொல்லப்பட்டவர்களைக் கொத்துக்கொத்தாக அள்ளிக்கொண்டு போய் புதைப்பார்கள்; அல்லது எரிப்பார்கள். இங்கு கொல்லப்படும் மீன்களைக் குழம்பாக்கியும், பொரித்தும் சுவைக்கிறார்கள்.

ஆளுக்கொரு மரப்பீடம் அமைத்துக்கொண்டு, வரிசையாக கத்தியும் கையுமாக கீழவாசல் முஸ்லிம் பசங்கள். இவர்கள் எல்லோர்க்கும் இந்தியாவைக் கடந்துசெல்ல அவரவர் கக்கத்தில் ஓர் கடவுச்சீட்டும், கூட கொஞ்சம் கனவுகளும் உண்டு. அணிந்திருக்கும் சட்டை, கைலிகளில் திட்டுத்திட்டாய் ரத்தக்கறை. கை கால் உடல் முழுக்க ஒட்டியிருக்கும் மீன் கழிவுகள், கவுச்சி, வியர்வை, கசகசப்பு. இத்தனையும் சகித்துக்கொண்டு அணு அணுவாகக் கொன்று கூறுபோடப்படும் மீன்களை வேடிக்கை பார்க்கிற சாக்கில் மனதாலேயே புசித்து நிற்கிற ஜனங்கள்.

ஞாயிற்றுக்கிழமை மீன் மார்க்கெட்டுக்கு அலை அலையாக ஜனத்திரள் கிளம்பி வந்தபடியே இருக்கும். ஆண்கள் பெண்கள் குழந்தைகள் எனக் குடும்பத்துடன் திரண்டு வந்து மீன் வாங்கிச் செல்லும் காட்சியை இந்த ஊரில் மட்டுமே பார்க்கலாம். குடும்பத்துக்கு நாலு கிலோ மீன் கணக்கு. கூட கொஞ்சம் நண்டும் ராட்டும். மூல வியாதியஸ்தருக்கென ஸ்பெஷல் வயல் நண்டு, நத்தை, பிறகு நாட்டுக்கோழி, வாத்து முட்டை வகைகளும் உண்டு. ஜனங்களுக்கு ஞாயிறு கொண்டாட்டம். மீன் வெட்டுக்காரர்களுக்கு அன்று ஓய்வேது? வகாப்பின் சம்பாத்தியம் அன்றைக்கு நாலு இலக்கம்தான். வளைகுடா நாடுகளிலிருந்து வந்த நல்ல நல்ல வாய்ப்புகளைக் கைகழுவி பாப்பாத்திக்கும் மரியத்துக்கும் தெரியாமல் கடவுச்சீட்டைப் பரண்மேல் தூக்கி விட்டெறிந்திருந்தான்.

குடந்தை குமாரும் பிம்பம் பிரவீனும் மீன் மார்கெட்டுக்குள் நுழைந்து வகாப்பின் இடம்தேடிச் சேர்ந்தபோது அவனைச் சுற்றி ஒருபாடு கூட்டம். எக்கி எக்கிப் பார்த்தாலும் வகாப்பின் தலை தட்டுப்படவில்லை. ஓரிருவர் நகர்ந்த பிறகுதான் அவனுடைய பீடத்தையும் கோலத்தையும் பார்க்க முடிந்தது. ஸ்பீடு கட்டர், கொடுவா வகாப்பு மாதிரி பட்டப்பெயர்களும் இல்லையானால் மார்கெட்டில் எவனும் மதிக்கமாட்டானுவ என்பது அவன் தரப்பு நியாயம்.

'இவனையா பேட்டி எடுக்க வந்தோம்' என்று குடந்தைக்கே சப்பென்று ஆகிவிட்டது. 'அப்போதே சொன்னேனே கேட்டியா'ங்கிற மாதிரி பிம்பம் குடந்தையைப் பார்க்க, 'வேற வழியில்ல, எடுத்துத் தொலைப்போம்'ங்கிற மாதிரி குடந்தை பிம்பத்தைப் பார்க்க, வகாப்பு வெட்டுவதை விட்டு 'எவன்டா இவனுவ; ஒரு மார்க்கமா வந்து நிக்கிறானுவ'ங்கிற மாதிரி ஓரக்கண்ணால் பார்த்தான்.

‘மீன் வெட்டணுமா’ன்னு வகாப்பின் உதவியாளன் பிம்பத்தைப் பார்த்துக் கேட்டான்.

‘இல்ல... பேட்டி எடுக்கணும்’ன்னு பிம்பம் சொன்னது உதவியாளனுக்குப் புரியவில்லை.

‘என்ன எடுக்கணும்?’ன்னு கேட்டான். வகாப்புக்கு பக்கத்தில் உட்கார்ந்து மீன் வெட்டிக் கொண்டிருந்த சுலைமான் படித்தவன். அவனால் ஒரு மாதிரி இவர்கள் யாரென யூகிக்க முடிந்தது.

‘டே வகாப்பு. ஒன்ன பேட்டி எடுக்க பேப்பர்காரங்க வந்திருக்காங்கடா’ன்னு சொன்னான்.

‘அடடே... வாங்க. அந்த விவகாரத்தப் பத்தி கேக்கனுமா? எதுக்குங்க இதெல்லாம்? நா விளையாட்டுப்போல பண்ண காரியம். ஒங்கள மாதிரி யாரோ பேப்பர்ல எழுதிப்போட விஷயம் பெரிசாயிடுச்சு. இப்ப நீங்க என்ன கேக்கப் போறீங்க. ஆமா... நீங்க தினத்தந்தில இருந்தா வந்துருக்கீங்க?’ என்றான் வகாப்பு. ரெண்டு கிலோ எடையுள்ள ஒரு முரட்டு விரால் துள்ளிக் குதிக்கவும் அதைப் பற்றிப் பிடித்துத் தன் கத்தியால் அதன் மண்டையில் இரண்டு போடு போட்டு அடக்கினான். குடந்தை இதை மிரண்டு போய்ப் பார்க்க, பிம்பம் அந்தக் காட்சியை கேமராவால் பதிவு செய்து கொண்டான். குடந்தை ‘தினத்தந்தி இல்லீங்க வண்டல்ன்னு ஒரு மேகஸின்’ என்றான்.

வகாப்பு குழம்பிப்போய் ‘வண்டலா?’ன்னு திருப்பிக் கேட்டான்.

‘ஆமாங்க... நம்ம விவசாயிகளோட பிரச்சனைகளைப் பத்தி முழுக்க கவர் பண்றோம். கும்பகோணத்துல இருந்து பத்திரிகை வருது’ குடந்தை விளக்கம் கூறினான். தினத்தந்தி இல்லை என்றதும் வகாப்புக்கு சுவாரசியமில்லாமல் போய்விட்டது.

‘என்ன இவன் வண்டல் கிண்டல்ன்னு ஏதோ சொல்றான். எதையாவது எழுதி நம்மைப் பிரச்சனைக்குள் தள்ளிவிடுவானோ’ங்கிற அச்சமும் தொற்றிக்கொண்டது. ஆட்கள் வேறு வட்டம் கட்டி நிற்கிறார்கள். கொட்டிக் கிடக்கின்ற மீன் ரகங்களை வேகமாக வெட்டி முடித்து ஒவ்வொருவரையும் அனுப்பவே மணி பனிரெண்டாகுமே... இதையெல்லாம் மனத்தில் அசைபோட்டவாறு அவனுடைய கைகள் வேகவேகமாக இயங்கின. நல்ல வலுவான கெண்டை மீனொன்றை வெட்டும்போது தெறித்த ரத்தம் குடந்தை

குமாரின் வெள்ளைச் சட்டையில் ஒரு பொட்டு பட்டதும் குடந்தை அதிர்வுடன் பின் வாங்கினான். ‘சாரிங்க’ என்ற வகாப்பு அவனுடைய பதிலுக்குக் காத்திராமல் மறுபடியும் வேலையில் மும்முரமானான்.

‘வெளியில பைப் இருக்கு சார். போனீங்கன்னா கழுவிக்கலாம். ஓயிட் சர்ட்டால்ல இருக்கு. ஞாயித்துக் கெழமைன்னா மீன் மார்கெட்ல இதெல்லாம் சகஜம் சார். நீட்டா ட்ரெஸ் பண்ணிட்டு யாரும் உள்ளாற நொழைய முடியாது. பாருங்க எல்லாரும் கைலி கலர் சர்ட்லதாம் வந்திருப்பாங்க.’

ஒருவர் பையில் கொண்டுவந்து தந்த சங்கரா மீன்களைக் கொட்டி செதில் எடுத்தவாறே சுலைமான் குடந்தையைப் பார்த்துச் சொல்ல அவன் ‘பரவால்ல’ என்றான். சட்டையில் தெறித்திருந்த ரத்தப்பொட்டு சற்று விரிவடைந்திருந்தது. சுலைமானுக்கு அடுத்து மீன்வெட்டிக் கொண்டிருந்த யாசீன் ‘செதிலெடுக்க ஒரு கையாள் வச்சுக்கலாம்ல சுலைமான்...’ என்க,

‘செதிலெடுக்க கையாளு கேன்வாஸ் பண்ண ஓராளுன்னு வச்சுக்க நானென்ன கொடுவா வகாப்புவாடா. கம்முன்னு வேலையப் பார்றா’ என்று சுலைமான் அவனிடம் ஒரு கடி கடித்தான். பிறகு வகாப்பைப் பார்த்தவன் ‘ஏஞ்ச்சுப்போ வகாப்பு. மெனக்கெட்டு கும்பகோணத்துல இருந்து வந்துருக்காங்கல்ல. நீ பாட்டுக்கு வெட்டிக்கிட்டிருக்கே’ என்றான்.

வகாப்பு சுலைமானுக்கு மட்டுமே கேட்கிறமாதிரி மெல்லிய குரலில் ‘இவுங்க தினத்தந்தி இல்லையாம்ல...’ என அதிருப்திப்பட்டான்.

‘ஒனக்கென்ன பெட்ரோமாக்ஸ் லைட்டேதாம் வேணுமா? ஏஞ்ச்சுப் போவியா..’

‘இத்தினி ஆளுங்க நிக்கிதேடா?’

‘கொஞ்ச நேரந்தான. நா பாத்துக்கறேன்’

‘அப்புடிங்கிறியா? சரி வாங்க...’

வகாப்பு இருக்கையிலிருந்து எழுந்தான். கைலியில் சுருட்டி வைத்திருந்த ரூபாய்த் தாள்கள் கொத்துக் கொத்தாக மீன் கழிவுகளின் மேல் விழ ‘டேய், எல்லாத்தையும் எடுத்து வையி. கவனம்’ என உத்தரவிட்டவாறு குடந்தையையும் பிம்பத்தையும் பார்த்து மெலிதாகப் புன்னகைத்தான். மூவரும் ஈரமும் ரத்தமும் சகதியுமாக இருந்த நீண்ட தரையில் நடந்தார்கள். ஜனசந்தடி அளவுக்கு அதிகமாகவே இருந்தது. வகாப்பு முன் நடந்தவாறே

திரும்பிப் பார்த்தான். மீன் கழிவுகளின் மேல் நடமாடவும் கொஞ்சம்போல சகிப்புத் தன்மை தேவையாக இருந்தது. குடந்தை குமார் கேட்பதற்கு ஆயத்தமாகி கனைத்தான். விரால் மீன்களைத் தரையில் போட்டு உரசித் தேய்த்துக் கழுவுமொருவனை வேடிக்கை பார்த்தபடி பிம்பம் நடந்தான்.

"மீன் வெட்டிக் குடுக்கற உங்களுக்கு எப்படி விவசாயிகள் பிரச்சனைல ஆர்வம் வந்தது?"

"மீன் வெட்றவனா இருந்தாலும் அன்னாடம் பேப்பர் படிக்கிற ஆளு நான். நாட்டு நடப்ப தெரிஞ்சுக்கற ஆர்வம்தான். கொஞ்ச நாளாவே விவசாயிகள் தற்கொலை செஞ்சுக்கிறது அதிகமா இருந்தது. அது எனக்கு மனவேதனய உருவாக்கிச்சு. சம்பவம் நடந்த அன்னக்கி காலையிலயும் அதுவேதான்..."

"தொடர்ந்து நீங்க ஏன் அந்தப் பிரச்சனைய முன்வச்சு போராடல? அல்லது ஏன் போராடக் கூடாது?"

"அது என் வேலை இல்லைங்களே? அந்தப் பிரச்சனயப் பேசவேண்டிய ஆளுங்க எல்லாம் இவன் யாரு இத கேள்வி கேட்கறதுக்குன்னுல்ல நெனைக்கிறாங்க... ஒரே ஒருநாள் உணர்ச்சி வசப்பட்டு கத்துனேன். அதுக்கே தீவிரவாதின்னு தூக்கி உள்ள போடவேண்டியது தானேன்னு ஸ்டேஷன்ல போயி ஆதங்கப்பட்ருக்காங்க. தேவையா எனக்கு?"

"நீங்க விவசாயக் குடும்பமா? நெலபுலம்லாம் இருக்கா?"

"ஒண்ணுமில்லாத ஓட்டாண்டிக் குடும்பம்ங்க நம்மளுது. தகப்பன் இருந்தும் இல்லைங்குற மாதிரிங்க..."

"ஏன்? உங்க அப்பாருக்கு உடல் நிலை சரி இல்லையா?"

"அதெல்லாம் இல்லீங்க. நல்லா கல்லாட்டம் திரியுறாரு மனுஷன். எங்கம்மாவ விட்டுட்டு வேறொருத்திய கலியாணம் செஞ்சுக்கிட்டாரு..."

"ஓ... முத்தலாக்கா?"

"முத்தலாக்குமில்ல வெத்தலாக்குமில்ல. அவன் யாரு எங்கம்மாவ தலாக் சொல்ல? எங்கம்மா அந்தாள 'குலா' குடுத்திருச்சு...?"

"குலாவா?"

"குலான்னா பொண்டாட்டி புருஷன விவாகரத்து பண்றது. அதுக்கும் எங்க மதத்துல வசதி இருக்குது..."

“முத்தலாக் தடை சட்டம் நிறைவேறி இருக்கே. அதப்பத்தி என்ன சொல்றீங்க?”

“விவசாயிகள் பிரச்சனையப் பேச ஆரம்பிச்சு விஷயம் வேற எங்கியோ போயிட்டிருக்கு...”

“இதையும் பேசலாங்க. சிறுபான்மை சமூத்துப் பிரதிநிதியாத்தான் உங்களைப் பாக்குறோம்”

சிறுபான்மை சமூகத்துப் பிரதிநிதி என்றதும் கொடுவா வகாப்புக்கு கிர்ர்ர்ர்ரென்று தலையைச் சுற்றியது. தலையினிரு பக்கங்களிலும் ஏதோ நமைச்சல் எடுக்கிறதேன்னு கை வைத்துத் தடவிப் பார்க்க லேசாகக் கொம்புகள் முளைக்கிற அறிகுறி தென்பட்டது. சமூகத்தில் நிறையப்பேர் இந்த மாதிரி பிரதிநிதின்னு சொல்லிட்டுத் திரியிறாய்ங்க. பிறகு ஒரு லெட்டர் பேடு கட்சி தொடங்குறது. தனக்குன்னு கொஞ்சம் ஆளுங்கள சேர்த்திக்கிட்டு போஸ்டர் அடிச்சு ஒரு மாநாடோ பேரணியோ நடத்தி ஆள் பலத்த காட்றது. ஆளுங்கட்சி கூடவோ பிரதான எதிர்க்கட்சி கூடவோ கூட்டணில சங்கமமாகி அடிச்சுப் பிடிச்சு ஒரு ‘சீட்’ வாங்கறது. நின்னு அவங்க தயவுல ஜெயிச்சு எம்.எல்.ஏ. ஆகறது. கார் பங்களா வசதி மய்யித்தாங்கர எல்லாம் தானா வரும். ‘த்தூ..’ என காறித்துப்பி ‘நாறப் பொழப்பு’ன்னு முனங்கினான் வகாப்பு.

குடந்தையும் பிம்பமும் இது நங்களுக்கான எதிர்வினையோ என நினைத்து அதிர்ந்துபோய் ஒருவரை ஒருவர் பார்த்துக்கொண்டனர். “நீங்க வாங்க. நான் எங்காளுங்கள நெனச்சு மெர்சலாயிட்டேன்”ன்னு வகாப்பு சொல்லவும்தான் அவர்களுக்கு நிம்மதியாக இருந்தது.

“தலாக்ன்னா என்னான்னு இவங்களுக்கு புரியவே இல்ல...”

“யாருக்கு?”

“கவர்மெண்ட்டுக்கும்தான்; சுப்ரீம் கோர்ட்டுக்கும் தான்...”

மூணு முஸ்லிம் பொம்பளைங்க முத்தலாக் முறையை எதிர்த்து கேஸ் போட்றாங்க. இதை சுப்ரீம் கோர்ட்டு விசாரிக்குது. சட்டம் படிச்சுட்டு வர்றவுங்களுக்கு முஸ்லிம் ஷரீஅத் சட்டத்தப் பத்தின அறிவு இல்லீங்க...”

“அது எப்டி சொல்றீங்க?”

“இருந்திருந்தா சுப்ரீம் கோர்ட்டு இந்த விஷயத்துல சென்ட்ரல் கவர்மென்டுட்ட கருத்து கேட்டிருக்குமா? கவர்மென்ட்ல

இருக்கறவங்க என்னவோ ஷரீஅத் சட்டத்த கரச்சு குடிச்சவங்க மாதிரி...”

“அப்படியா கேட்டாங்க?”

“ஆமாங்க நீங்க பேப்பர்ல படிக்கலியா?”

குடந்தையும் பிம்பமும் மௌனம் காத்தனர். மீன் வெட்டுகின்ற கொடுவா வகாப்பு என்கிற சமானியனிடமிருந்து இப்படியானதொரு தர்க்க ரீதியிலான சம்பாஷனையை அவர்கள் எதிர்பார்க்கவில்லை. மேலும் முத்தலாக் குறித்த வழக்கு விசாரணைச் செய்திகளை நாளிதழில் நுனிப்புல் மேய்ந்ததுடன் சரி என்னும் குற்ற உணர்வு ஏற்பட்டதும்கூட அந்த மௌனத்துக்கு காரணமாயிற்று.

“தலாக் வந்து மதநம்பிக்கையோட சேர்ந்ததில்ல. இந்தியா மாதிரி மதச்சார்பில்லாத நாட்டுல தலாக் மாதிரி விஷயத்த அனுமதிக்க கூடாதுங்கிது கவர்மெண்ட். இது எவ்வளவு கேலிக்கூத்தா இருக்குது பார்த்தீங்களா?”

குடந்தையும் பிம்பமும் உறைந்த நிலையிலேயே இருந்தனர். வகாப்பு தொடர்ந்து பேசினான்.

“தலாக் மத நம்பிக்கையோட சம்மந்தப்பட்டதுதான். குரான்லயே இதப்பத்தின ஆயத்துகள் இருக்கு. குலா குடுக்கவும் பெண்களுக்கு உரிமை இருக்கு. ஒரு ஆண் தலாக்க மூணு தவணைகள்ல சொல்லணும். முதல் தலாக் சொன்னவுடனே விவாகரத்து நிறைவேறாது. மனம்மாறி அவங்க சேர்ந்து வாழ விரும்பினா வாழலாம். மூணுமாசம் டைம் இருக்கு. சேரலைன்னா ரெண்டாவது தலாக். அதுக்கும் குறிப்பிட்ட அவகாசமிருக்கு. அப்பவும் சேரலைன்னாத்தான் மூணாவது தலாக். மூணு தலாக் சொன்னதோட முடிஞ்சது. இந்த மூணு தவணைய கண்டுக்காம சிலபேர் ஒரே தவணைல முத்தலாக் சொல்லிடறாங்க. அதுதாம் பிரச்சன...”

“அப்படிப் பார்த்தாலும் கவர்மெண்ட் நல்லதுதானே செஞ்சிருக்கு?”

“தலாக் முறையே கூடாதுன்னு கவர்மெண்ட் சொல்றதத்தான் நான் கேலிக் கூத்துன்னேன். அப்படி சொல்ல கவர்மெண்ட்டுக்கோ சுப்ரீம் கோர்ட்டுக்கோ உரிமை இல்லை. இந்தியாவுல ஏகப்பட்ட தனியார் சட்டம் இருக்கு. அதுல பெரும்பாலான சட்டங்கள் இந்துக்களுக்குத்தான். முஸ்லிமுக்கும் கிறிஸ்தவனுக்கும் பேருக்கு

ஒண்ணு ரெண்டு இருக்குது. மதச்சார்பில்லாத நாட்டுல இந்துக்களுக்கு மட்டும் எதுக்கு இத்தன தனியார் சட்டம்? இந்து மதத்துல பொம்பளைங்களுக்கு சொத்துரிமை இல்ல. இதுக்காக அந்தச் சட்டத்த திருத்தலாமே? எதுக்காக முஸ்லிம் தனியார் சட்டத்துல மட்டும் இவ்ளோ வேகவேகமா கை வைக்கறீங்க?"

"இவ்வளவு விவரமா பேசுற நீங்க இப்டி மார்கெட்ல உக்காந்து மீன் வெட்டிக்கிட்டு இருக்கீங்க...?"

"அது என் பிழைப்புங்க. ஞாயித்துக்கிழம ஒருநாள் நான் மீன் வெட்ற காசக்கொண்டுதான் ஒரு வாரத்துக்கு எங்க வீட்டு அடுப்பு எரியுது... இதுவும் இல்லேன்னா கீழவாசல் முச்சந்தியில நின்னு நான் பிச்சை எடுக்க வேண்டியதுதான்..."

"நாங்க சொல்றது. மக்கள் பிரதிநிதியாக வேண்டிய தகுதி உங்ககிட்ட இருக்குங்கறது தான்..."

"அய்யோ என்ன ஆளவிடுங்க... அதுக்கு எங்காளுங்கல்லயே ரொம்பப்பேர் நாக்கத் தொங்கப்போட்டுக்கிட்டு அலையுறாங்க..."

"அவங்களுக்கெல்லாம் தகுதி வேணும் இல்லையா?"

"இப்ப எனக்கு மட்டும் என்ன தகுதி இருக்குன்னு சொல்றீங்க? நா பத்தாங் கிளாஸ் பெயில்... ஒரு பிரச்சனைய ஒரே ஒரு தடவ பேசி அது பேப்பர்ல வந்ததுனால மட்டும் நான் எம்.எல்.ஏ., எம்.பி. ஆக முடியுமா? இது எவ்வளவு மடத்தனம். பத்திரிகைக் காரங்களும் டி.வி.காரங்களும் பொறுப்பா நடந்துக்குங்க சார். என்னெ மாதிரி கண்டவனையும் தூக்கி ஒசத்துல வெச்சிராதீங்க."

"மீடியா ஃபோகஸ்னாலதான் 'அவர்' வர முடிஞ்சதுன்னு மறைமுகமா சொல்றீங்க... அப்டித்தானே?"

"நீங்க என்ன வேண்ணாலும் எப்டி வேண்ணாலும் யோசிப்பீங்க. எனக்கு உங்களோட வீணாக்குற இந்த அரைமணி நேரத்துல எத்தன கஸ்டமர் போயிருப்பாங்கங்குற கவலைதான்."

"தினத்தந்தியா இருந்திருந்தா இன்னும் நீங்க நிறையப் பேசிருப்பீங்க போல ஏன் சார்?"

"இன்னும் கொஞ்சம் பேசியிருப்பேன்ங்குறது உண்ம தாங்க.. என் லெவலுக்கு தினத்தந்தி தான். நீங்க எப்டிவேணாலம் நெனச்சுக்கங்க. ஒரு விஷயத்த தெளிவா பண்ணுவாங்க.."

"தினத்தந்தி ரிப்போர்ட்டர உங்கள கான்டாக்ட் பண்ணச் சொல்றன்"

"அய்யய்யோ வேணாம் சார். ஒரு பேச்சுக்கு சொன்னேன்..."

“நல்லது வகாப்பு சார். நாங்க கௌம்புறோம்...”

“ஆளுக்கு ரெண்டு கிலோ மீன் வாங்கிட்டுப் போங்க... உங்க டேஸ்ட் எப்டி? கடலா, கம்மாயா?”

“ரெண்டும் ஓகே. ஆனா யாரு சமைக்கிறது?”

“வீட்ல?”

“அதுக்கெல்லாம் ஒரு கொடுப்பினை வேணுங்க. இந்த ஜென்மத்துல அது நமக்கு இல்ல...”

“அய்யோ பாவம். ஒரு நாளைக்கி நம்ம வூட்டுக்கு வாங்க. ஆசை தீர சாப்ட்டுப் போலாம். எங்கம்மா அய்யராத்துப் பொம்மனாட்டியா இருந்தாலும் மீன் கொழம்பெல்லாம் அருமையா வைக்கும்...”

“இருக்கட்டுங்க. நீங்க சொன்னதுக்கு ரொம்ப தேங்க்ஸ்” என்ற குடந்தை குமாருக்கு வகாப்பு கடைசியாகப் பேசிய விஷயத்தில் எங்கோ இடித்தது.

“என்ன சொன்னீங்க... உங்கம்மா அய்யராத்துப் பொம்மனாட்டியா? அதெப்படி? நீங்க முஸ்லிம் தானே?”

“நா முஸ்லிம் தா. எங்கம்மாவும் இப்ப முஸ்லிமே. ஆனா எங்கம்மாவோட தாயாதீங்கல்லாம் பிராமணாள்...”

“அது எப்டிங்க?”

“பெரிய்ய கதை சார் அது. நேரம் இழுக்கும். நானும் தொழில பாக்கணும்ல...”

“வகாப் சார்... நீங்க சொன்ன மேட்டர் ரொம்ப இன்ட்ரஸ்ட்டிங்கா இருக்கு. அத கொஞ்சம் டீடெய்ல்டா சொன்னீங்கன்னா உங்க பேட்டியோட சேர்ந்தே இதும் பிரசுரமாகும்...”

“வேணாம் சார். அது எதுக்கு? இப்பப் புதுசா சீர்திருத்தம் பேச வந்துருக்கறவய்ங்க இதெல்லாம் எதுக்கு சொன்னேன்னு வம்பிழுப்பாய்ங்க...”

“ஏன் சார்... அவிங்க வம்பிழுத்தா நீங்க பயந்துடுவீங்களா? நீங்க யாரு? கொடுவா வகாப்பு இல்லையா?”

“நீங்க என்ன சொன்னாலும் பரவால்ல. என் தொழில் பாதிக்கும். ஞாயித்துக்கெழமைங்க. நாளைக்கி வந்தீங்னாக் கூட ஃப்ரீயா இருப்பேம்... பேசலாம்...”

வகாப்புவை இசைய வைக்க முடியாதென்றே தோன்றியது இருவருக்கும். அவன் சுடு தண்ணீரைக் காலில் ஊற்றிக்கொண்டவன் போல பரபரத்தான். ஆனால் இந்த பிராமணாள் மேட்டரும் இருந்தால் பேட்டி சுவையாக இருக்கும் என்று இருவருக்கும் பட்டது. பிம்பம் பிரவீன் குடந்தையைப் பார்த்து ஏதோ சமிக்ஞை செய்ய, குடந்தை அவனுக்கருகில் சென்றான். இருவருமே ஒரு நிமிடம் ரகசியக் கதைப்பில் ஈடுபட்டு மீண்டனர். பிம்பம், வகாப்பை அர்த்த புஷ்டியுடன் பார்த்தான். பிறகு பேசினான்.

“சரிங்க வகாப்பு. இப்ப நீங்க எங்களோட ஸ்பென்ட் பண்ற நேரத்துல எவ்ளோ சம்பாதிச்சிருப்பீங்க?”

“இருவத்தஞ்சு கிலோ மீனாவது வெட்டீருப்பேங்க. நம்ம ஸ்பீடு கட்டர் இல்லையா?”

“ஒரு கிலோவுக்கு வெட்டுக் கூலி எவ்ளோ?

“கிலோவுக்கு இருபது ரூபா.”

“இருபத்தஞ்சு இன்ட்டு இருபது...?” பிம்பம் தன்னுடைய மொபைலில் கால்குலேட்டருக்குப் போனான். அதற்குள் வகாப்பு மனக்கணக்காக ‘ஐநூற்றி அம்பது ரூபாயிங்க” என்றான்.

“வெரிகுட். வகாப் சார், இந்தாங்க ஐநூறு ரூபா. இத வச்சுக்குங்க எங்களோட இன்னும் கொஞ்சம் நேரம் பேசறீங்க...” என்றான் குடந்தை.

“சார்ர்ர்ர்” எனப் பரவசப்பட்டு ஐநூறை வேகமாக வாங்கிக் கைலியைத் தூக்கி ட்ரவுசருக்குள் திணித்தவன் “வாங்க சார் சூடா ஒரு டீயப் போட்டுட்டு பேசுவோம்”ன்னு உற்சாகமானான். மூவரும் மீன் மார்கெட்டுக்கு வெளியிலிருந்த அய்யம்பேட்டைக்காரரர் கடையில் ஆளுக்கொரு மெதுவடை எடுத்துக் கடித்துக் கொண்டே டீ வரட்டும் எனக் காத்திருந்தனர்.

4

தவணைக்காரரர் வீட்டில் அன்றைய நன்பகலில் சிக்கந்தரைத் தவிர்த்து எவருமில்லை. அன்வரும் முபாரக்கும் கொள்முதலுக்காக திருச்சி வரை போயிருந்தார்கள். ஆஷிக் ஒருவார விடுப்பில் ஊருக்குப் போய்விட்டான். அவன் வரும் வரைக்கும் அவனுடைய லைனை சிக்கந்தர் பார்த்துக்

கொள்வான். அது ஒன்றும் பெரிய விஷயமில்லை. ரயில் தண்டவாளத்தைப் பார்த்தபடி நடப்பதோ வாகனத்தில் பயணிப்பதோ எதுவானாலும் ஆனந்தம். ஆஷிக்கின் லைனில் புள்ளிகள் பிரச்சனைக்குரியவர்களும் அல்லர். வசூல் டாண் டாண்ணு வந்துவிடும். ஒரு வாரத்துக்கு வசூல் மட்டும்தான். விற்பனை தேவையில்லை. அதை ஆஷிக் வந்து பார்த்துக் கொள்வான். பொருள்கள் ஏதும் தேவைப்பட்டு புள்ளிகள் தேவையைச் சொன்னால், சிக்கந்தர் அதை கேட்டுக்கொண்டு வந்து அன்வரிடம் தெரிவித்தால் போதுமானது. நாகூர்பிச்சை காய்கறி வாங்க அய்யங்கடைத் தெரு போயிருந்தார். திரும்பி வர இரண்டுமணி ஆகிவிடும்.

சிக்கந்தர் பதினொரு மணிவரை குளிக்காமல் சோம்பலாகக் கிடந்தான். காலையில் பல் துலக்கி ஒரு டீ குடித்திருந்தான். நாகூரார் மஞ்சச்சோறும் கத்தரிக்காய் கடைசலும் செய்து வைத்துவிட்டுப் போயிருந்தார்.

அவனுக்குச் சாப்பிடப் பிடிக்கவில்லை. டவுனுக்குப் போய் வெங்கடா லாட்ஜில் ரவா தோசையும் காப்பியும் சாப்பிட ஆவலாக இருந்தது. இனி வாய்ப்பில்லை. மணி பனிரெண்டை நெருங்கிக் கொண்டிருந்தது. எழுந்து ஜன்னலுக்கு வந்தான். பாப்பாத்தி வீட்டு வாசல் நெல்லி மரத்தைத் தழுவிய காற்று அதே வேகத்துடன் தவணைக்காரர் வீட்டு ஜன்னலுக்கு வந்து சிக்கந்தரையும் சற்றே ஆசுவாசப் படுத்தியது. வாசல் கொடியில் மரியத்தின் கலர் கலரான தாவணிகள் காய்ந்தன. காற்றில் அவை அசைவது ரசனைக்குரியதாக இருந்தது. ரெடிமேட் கடையில் வேலை பார்க்கிற மரியம் இன்னும் தாவணி உடுத்திக் கொண்டுதான் இருக்கிறாள். கிராமத்துப் பெண்டுகளெல்லாம் சுடிதாருக்கு மாறி வெகு காலமாயிற்று. கீழவாசலிலும் ராவுத்தாபாளையத்திலும் நைட்டியுடன் அலைந்து கொண்டிருக்கும் குண்டு குண்டுப் பெண்களைச் சற்று அசூயையுடன் கவனித்திருக்கிறான். காலம் மாறிவிட்டது. மரியம் மட்டும் மாறவில்லை. மரியம் இனிமேற்பட்டு சுடிதாருக்கு மாறினாலும் அது அவளுக்கு அத்தனைப் பொருத்தமாக இருக்காது என்றே இவனுக்குத் தோன்றியது.

மரியம் அழகி, அமைதியானவளும் கூட என்று இவன் நினைத்தான். தாவணியணிந்து முக்காடிட்டு அவள் வேலைக்குச் செல்லும்போது சிலமுறை அவளை வழியில் எதிர்கொண்டிருக்கிறான். அப்போது அவளுடைய கண்கள் தரை தாழ்ந்திருந்தாலும், ஓர விழி இவன்மேல் படர்ந்து

கன்னக்கதுப்புகள் நாணத்தில் சிவப்பதை கவனித்திருக்கிறான். எத்தனை அபூர்வமான தருணங்கள் அவை என்று யோசித்தான். மரியத்துள் ஆழ்ந்து கிடக்கையில் ஏன் கரடி புகுந்தது என்று புரியவில்லை சிக்கந்தருக்கு. திடீரென நாச்சியாரின் மிஸ்டுகால் வந்ததும், அதைத்தொடர்ந்து இவன் அவளுக்கு கால் செய்ததும்,

'நான் எதற்காக உனக்கு மிஸ்டு கால் கொடுக்கிறேன் நீ என்ன எனக்கு அத்தை மகனா மாமன் மகனா... நான்சென்ஸ்' என்று சொல்லி, அப்படிக்கூட இல்லை... கத்தி, போனை கட் செய்ததும் நினைவில் வந்து ஒவ்வாமையை உண்டாக்கியது. வேண்டுமென்றே மிஸ்டுகால் தந்து, தராததுபோல் நடிக்கிறாளோ என்றும் தோன்றியது.

அலங்கியத்தில் கடை சேரும்போது அவள் இவனிடம் நடந்துகொண்ட விதம் சற்று விநோதமாகவே இருந்தது. இவன் ரெஸ்யும் எழுதிக்கொண்டு போயிருந்தான். வட்டிக்கடைகளுக்கும், துணிக்கடை, தவணைக்கடைக்கும் வேலைக்குச் சேர விரும்புகிறவர் எவரும் ரெஸ்யும் எழுதி க்கொண்டு போகும் வழக்கம் எல்லாம் இல்லவே இல்லை. புரோக்கரிடம் போய் நின்றால் சம்பளம் பேசி இந்த ஊருக்கு இந்த கடைக்குப் போ என்பார். கையில் ஒரு தபால் தருவார் அவ்வளவே. அமானுல்லா புரோக்கருக்கு கட்டாய ஓய்வு தந்து, அவருடைய கடைசி மகள் நாச்சியார் நாற்காலியில் அமர்ந்ததையும், அவள் கறார்பேர்வழி என்றும் கேள்விப்பட்டிருந்த சிக்கந்தர், ஊரிலிருந்து புறப்பட்ட போதே நாச்சியாரிடம் நடந்துகொள்ளும் விதம் குறித்து ஓரளவு ஒத்திகை பார்த்துக் கொண்டிருந்தான்.

நாச்சியார் ரெஸ்யுமைப் பிரித்துப் படித்தாள். அப்போது கரிய பறவையொன்றின் விரிந்த சிறகு போல திருத்தி வைத்திருந்த புருவங்கள் சுருங்கியதையும் புரூம்... புரூம்... என அவளின் செல்போன் உறுமி முழங்கியதையும் ஆச்சரியமாகக் கவனித்தான். பிறகு இருவருக்குமிடையில் நடந்த உரையாடலை இப்போது நினைக்கையிலும் கூட வித்தியாசமாகத்தான் இருந்தது.

"ஹேண்ட் ரைட்டிங் நல்லாருக்கு..."

"தாங்க்ஸ் மேடம்..."

"படங்கள் எல்லாம் வரைகிற பழக்கம் உண்டோ?"

".... வரைவேன்...."

"ஃபைன் ஆர்ட்ஸ் படிச்சிருக்கலாமே?"

“இல்ல... தோணல...”

“ஏன் டிகிரி கம்ப்ளீட் பண்ணல?”

“அத்தா... அப்பா...”

“அத்தான்னே சொல்லலாம். புரியும்... அத்தா தமிழ்ச் சொல்தான்...”

“அத்தா திடீர்னு மவுத்தாயிட்டாரு. வீட்டு சூழ்நிலை சரியில்ல...”

“சாப்பாட்டுக்கு கஷ்டம்... அப்டித்தானே?”

சிக்கந்தருக்கு அப்படி அவள் வெளிப்படையாகக் கேட்டிருக்கக்கூடாதெனத் தோன்றியது. நாகரீகம் அறியாதவளா? இல்லையே... வேண்டுமென்றே காயப்படுத்துகிறாளா... ஆழம்பார்க்கிறாளா? அல்லது சைக்கோவா? தலையைக் குனிந்திருந்தான். ஒரே கேள்வியில் குனிய வைத்துவிட்டாள்... பேனாவால் டேபிளில் தட்டி அவனை நிமிர்த்தினாள். உறுமி மேளம் மறுமுறை ஒலித்தது. பேசினாள். திமிரான பேச்சு. ஆம்பிளையாகப் பிறக்க வேண்டியவள் என்று நினைத்தான்.

“கேட்ட கேள்விக்குப் பதிலைக் காணோம்?”

அவளை நிமிர்ந்து பார்த்தான். அவமானமாக இருந்தது. சாப்பாட்டுக்குக் கஷ்டம்.. என்னும் அவளின் இளக்காரமான தொனி நெஞ்சைத் தைத்தது. ‘போடீ நார முண்டை’ன்னுட்டு எழுந்து போய்விடலாமா. யோசித்தான். போய் ஊரில் உட்கார்ந்து கொண்டு என்ன செய்வது? அம்மாவுக்கு மாதம் ரெண்டாயிரமாவது அனுப்ப வேண்டாமா? அவள் இந்த வயதிலும் இலவச கூப்பன் அரிசியை ஆக்கி குழம்புமில்லாமல் வெறும் மோர் ஊற்றி சாப்பிட வேண்டுமா? என்ன இவள் பெரிதாகக் கேட்டுவிட்டாள் ஊரிலிருந்தால் கூப்பன் அரிசிதானே? அத்தனை நாற்றத்துடன் அதை விழுங்க முடியுமா? தொண்டையில் இறங்குமா? எத்தனை நாள் அந்தச் சோற்றைச் சாப்பிடப் பிடிக்காமல் வெளியேறி சாவடியில் பட்டினியாக உட்கார்ந்திருக்கிறோம்.

சாப்பாட்டுக்கு கஷ்டம்ங்கிறது நிஜந்தானே? இதிலென்ன வறட்டுக் கௌரவம் வேண்டிக் கிடக்கிறது. கஷ்டமா என்றால் கஷ்டம்தான்னு சொல்லித் தொலைத்து விட்டிருக்கலாமே? எதற்கு இத்தனை நேரச் சிந்தனை. படித்த படிப்பா? என்னத்தப் பெரிசா படிச்சுக் கிழிச்சோம்? யுஜி முடிக்கல. இந்தக் காலத்துல

பால்குடி மறக்காத பிள்ளைகள் எல்லாம் ரெண்டு கக்கத்திலும் எக்கச்சக்க டிகிரிகள் வைத்துள்ளன. பிறகென்ன? குடும்பப் பெருமை என்னடா பொல்லாத பெருமை... வாயைத் திறந்து சொல்லித்தொலை 'சோத்துக்கு கஷ்டம் தான்'னு. வெறுமனே தலையை ஆட்டினான். அவள் சிரித்தாள். கண்ணீர் திரண்டு விடுமோவென இவனுக்கு அச்சமாக இருந்தது. அவளுக்கு தலையாட்டல் தேவையில்லை. அவளுடைய ஈகோ அவனிடமிருந்து ஈனத்தனமானதொரு பதிலை எதிர்பார்க்கிறது. வார்த்தையைக் கோர்க்க முயன்றான். அவள் உடனே மாறினாள். அவனுடைய பாவனையில் திருப்தி கொண்டிருப்பாள்.

"வரஞ்ச படம் எதும் கைவசம் இருக்கா?"

"இல்லங்க. அப்படியெல்லாம் கலெக்சன் பண்ணி வைக்கல..."

"என்னை வரையலாமா?"

"ம்?"

"என்னை வரையலாமான்னு கேட்டேன்..."

என்ன கேள்வி இதெல்லாம். விளையாட்டுத்தனமா இருக்கு. எந்த ஊருக்கு, எந்த கடைக்குன்னு சொன்னால் போய்க்கொண்டே இருக்கலாம். அதை விடுத்து தேவையில்லாத உரையாடல்கள்.

"போர்ட்ரெய்ட் பண்ணி பழக்கம் இல்ல..."

"மாடர்ன் ஆர்ட்?"

தெரியும் என்கிற அர்த்தத்துடன் தலையை ஆட்டினான். மேஜைமேல் கிடந்த மெமோ பேடைக் கொடுத்தாள். கறுப்பு நிற ஸ்கெட்ச் வந்தது. ஒரு இளம்பெண் நிர்வாணமாக அமர்ந்து கைகளை முழங்காலில் சேர்த்து தலையைக் கவிழ்த்து துக்கத்துடன் அமர்ந்திருப்பது போல வரைந்து முடித்தான். பார்த்தாள்.

"வின்சென்ட் வான்காவைப் பிடிக்குமா?"

அவளுடைய கேள்வி அவனை உலுக்கிவிட்டது. கிட்டத்தட்ட அவன் வரைந்தது வான்காவின் 'துக்கம்' என்கிற ஓவியத்தைத்தான். ஊர்ஸுலா என்பவளுடனான தன்னுடைய முதல் காதல் தோற்றுப்போன பின்பு பல பெண்களுடன் பழகிப்பார்த்து அதிருப்தியடைந்து, கிறிஸ்தீன் என்னும் வேசியுடன் கொஞ்சம் நாட்கள் வாழ்ந்த வான்கா, அவளுள் ஆழ்ந்து ஒருநாள் அவளையே வரைந்து வைத்தார். அது அவளுடைய வாழ்வையே பிரதிபலித்த ஒரு ஓவியம். அந்த ஓவியத்தை எத்தனையோ இந்திய ஓவியர்கள்

காப்பி அடித்திருக்கிறார்கள். இப்போது சிக்கந்தரைப் போல. அவனுக்கு ஆச்சரியம் அது வான்காவினுடையதென அவள் கண்டுபிடித்ததுதான். வட்டிக்கடைக்கு ஆள் சேர்த்துவிடும் ஒருத்தி வான்காவைத் தெரிந்து வைத்திருப்பது ஆச்சரியம்தான். ஆனால் கையில் மொபைல் வந்தபிறகு எல்லாருக்கும் எல்லாமும் சாத்தியமாகிவிட்டது என நினைத்துக் கொண்டான். உலகமே கைவசம், அதைவிட வான்காவைக் காப்பியடித்து மாட்டிக்கொண்டது வெட்கத்தைத் தந்தது. அந்தப் படத்தைக் கையில் வைத்துக்கொண்டு அதையே நீண்ட நேரம் பார்த்துக் கொண்டிருந்தவளுக்கு என்னவெல்லாம் சிந்தனைகள் ஓடியிருக்குமோ, யார் கண்டார்?

"இது இங்கேயே இருக்கட்டும்" படம் வரையப்பட்டிருந்த தாளை மட்டும் கிழித்து டிராவில் பத்திரப்படுத்திக் கொண்டாள். ஓவியத்தின் கீழே 'சிக்—2015' என்று ஒப்பமிட்டிருந்தான். காப்பியடித்தது வெட்டவெளிச்சமானபிறகு 'இதெல்லாம் உனக்குத் தேவையாடா சிக்கந்தர்?' என சுயவிமர்சனம் செய்து கொண்டான். உறுமிமேளம் கேட்டது. பேசினாள். இது என்ன இப்படிப்பட்ட ரிங்டோனை வைத்திருக்கிறாள்? கேட்கத் தோன்றியது.

இயல்பாகப் பேசக்கூடியவளாக இல்லையே. கர்வி. தவிர தான் கேட்கக்கூடிய இடத்திலும் அவள் தரக்கூடிய இடத்திலும் இருந்து கொண்டு எதற்கு தேவையில்லாத வேலையெல்லாம். இன்னும் என்னவெல்லாம் கேட்கப் போகிறாளோ?

'ஆமா அது என்ன குறிப்பா தஞ்சாவூரா இருந்தா பரவாயில்லை? அங்கே போய் எதும் வரையணுமா என்ன?" இப்போது அவள் கைக்கு ரெஸ்யும் வந்திருந்தது.

"அதெல்லாம் இல்ல. வேலைக்குன்னு போயிட்டு வரைய முடியுமா? தவிர நான் எப்பவும் வரஞ்சுகிட்டே இருக்கிறவனும் அல்ல"

"தஞ்சாவூர்ல ஏதாவது டெக்ஸ்டைல்ஸா இருந்தா பரவாயில்லையா?"

"ஜவுளிக்கட வேண்டாங்க..."

"ஏன்? சம்பளம் சாப்பாடெல்லாம் நல்லா இருக்குமே?"

"இல்ல...எனக்கு எண்டர்பிரைசஸ்...தவணைக்கடை மாதிரி இருந்தா பரவாயில்லைங்க..."

"ஏன்? ஊர் சுத்தணுமா?"

இப்படி எல்லாம் கிடுக்கிப்பிடி போடுகிறாளே. சிக்கந்தருக்கு வியர்த்தது. அவளுடைய முகத்தை இப்போதுதான் நிமிர்ந்து நன்றாகப் பார்க்கிற தைரியம் வந்திருந்தது. முதல்முறையாக அவளின் முன் புன்னகைத்தான். அவளுடைய கண்களில் ஓர் ஆழ்ந்த சோகச்சுமை தெரிந்தாலும் முகத்தில் வைராக்கியம் அப்பியிருந்தது. ஏழெட்டு வரிகளை அவசரமாக எழுதி ஒட்டி ஒரு கடிதம் தந்து "தஞ்சாவூருக்குப் போ" என்றாள் ஒருமையில். "திமிர் புடிச்ச முண்ட" என மனதுக்குள் திட்டியபடி கடிதத்தைப் பெற்றுக்கொண்டு இவன் நாச்சியாரின் கேபினை விட்டு வெளியேறுகையில்

"இங்கே மெஸ் உண்டு. சாப்பாடு போடுவாங்க வயிறார சாப்டுட்டுப்போ" என்றாள்.

"சாப்பாட்டுக்கு கஷ்டம்.... அப்டித்தானே?" என்று அவள் ஆரம்பத்தில் கேட்டபோது அடைந்த அதே மனநிலையை மீண்டும் அடைந்தான்.

பண்டாரி அபுபக்கர் அவனை உட்கார வைத்து தட்டில் அப்படித்தான் சோற்றைத் தள்ளினார். சோத்துக்கு லாட்டரி அடிக்கிற பயலுகன்னு நினைப்பு. சிக்கந்தர் சாப்பாட்டு ராமனில்லை. வீட்டில் அம்மா வைக்கிற சோற்றைப் பிசைந்து கொண்டேயிருப்பான் மணிக்கணக்கில். அவன் தோசைப்பிரியன். இட்லி, வடை, சாம்பார், பூரி, கிழங்கு, தேங்காய் சட்னி பிடிக்கும். பொங்கல் ஆகாது. உப்புமா ஆகவே ஆகாது. தோசை கூட நைசாக சருகு மாதிரி வார்த்துத் தந்தால் சந்தோஷமாகச் சாப்பிடுவான். மிளகாய் சட்னி அவசியம். ஊரில் எல்லோரும் சோத்துப் பண்டாரங்கள். சோறு, மறுசோறு, மறுமறுசோறு, மறுமறுமறு சோறு என்று சோற்றைப் போடப்போட மறுக்காமல் விழுங்கோ விழுங்கென்று விழுங்குவர். ஹோட்டலுக்குப் போவதில்லை. போனாலும் சர்வரிடம் கேட்பது பொங்கல்தான். ஏதாவதொரு விதத்தில் அவர்களுக்குச் சோறு தேவை. விட்டால், பரோட்டா சால்னா, வயிறு நிறைய வேண்டும். ருசி பிரதானமில்லை. சிக்கந்தர் இதற்கெல்லாம் முரண்.

சோற்றை இஷ்டம் போல தள்ளிக் கொண்டிருந்த அபுபக்கர் பண்டாரியின் கையைப்பிடித்துத் தள்ளினான்.

"என்ன இது சோத்த இப்டிக் கொட்றீங்க?" பண்டாரி கொதித்துப் போனார். அவருடைய இத்தனைக்கால சர்வீஸில் சோறு போடும்போது எவரும் கையைப் பிடித்துத் தள்ளியதில்லை.

“சண்டாளா... அன்னமிட்ட கையப்பிடிச்சு தள்ளியுட்றியே... உருப்படுவியா?” அவருடைய கனத்த சரீரம் நடுங்கியது.

“என்னால இவ்வளவெல்லாம் சாப்பிட முடியாது..” அவனும் சோற்றைக் கண்டு பதறிப்போய் கத்தினான்.

“சாப்புட முடியாதா?” அபுபக்கர் பண்டாரி மேலும் அதிர்ச்சி கொண்டார். ஏனென்றால் அவர் அதுவரை சோற்றைக் கொட்டினால் சந்தோஷிக்கிற ஆசாமிகளைத் தான் கண்டிருக்கிறார். குழம்பு, சாம்பார், ரசம், பொரியல் என்றெல்லாம் வகைமை வக்கணை பார்ப்பதில்லை. சுடச்சுடப் பொங்கிய சோறு, சோற்றின் மேல் பேருக்கு ஏதாவதொரு திரவம் போதும் அவர்களுக்கு. பண்டாரி, சிக்கந்தரை உற்றுப் பார்த்தார்.

“ஒனக்கு எந்த ஊருடா?” கேட்டார். சொன்னான். பாட்டன்பூட்டன் பேரெல்லாம் விசாரித்தார். புரிந்து போயிற்று அவருக்கு.

“ஓஹோ நீமேப்படியார் பேரனா? அதுதாங்கொழுப்பெடுத்துப் போயி சோறு போட்ற கையப்புடிச்சு தள்ளி உட்ற. ஒங்க வகையறாக்காரனுக ஒழுக்கமா பொழச்சிருந்தா ஒனக்கு எதுக்கு இந்த நெலம? அதுதாம்ப்பா காசிருக்கையிலே நாலு மனுசம் மக்கமாருங்கள அனுசரிக்கணும். ஆடாத ஆட்டமெல்லாம் கண்ணு மண்ணு தெரியாம ஆடுனார் ஒங்க பாட்டனார். சொந்த பந்தங்கள அண்டவிடல. உங்க அப்பனாவது உள்ளத காப்பாத்துனானான்னா அதுவுமில்ல. உங்க பாட்டனுக்கு மேல ஆட்டம் போட்டான். அலங்கியத்துலயே ஒங்களுக்கு பத்தேக்கர் வயலிருந்தது. அப்பல்லாம் அமராவதி ஆத்துல வருஷம் பூரா ரெண்டாள் ஆழத்துக்குத் தண்ணிபோகும். கெணத்துப் பாசனம்லாம் இல்லவே இல்ல. பொன்னு வெளையுறபூமி. வருஷம் ரெண்டு போகம் மூணு போகம்ன்னு வெளச்சல், அப்படியாப்பட்ட வயல கரகாட்டக்காரி முனிம்மாளுக்கு எழுதி வச்சாருடா உங்க பாட்டனாரு...” பண்டாரி அபுபக்கர் பெருமூச்சு விட்டுக் கொண்டார்.

“யாருடா இந்தாளு... நம்ம பூர்வீக சரித்திரத்த எல்லாம் புட்டுப் புட்டு வைக்கிறானே” ன்னு சிக்கந்தர் அவரை வித்தியாசமாகப் பார்த்தான். சாப்பாட்டை பாதிக்கு மேல் மீதம் வைத்து எழுந்த சிக்கந்தரைப் பார்த்து “உனக்கு எப்படிப்பா இந்தச் சோறு எறங்கும்? நீ கிளப்பு கடைல எதுனா இட்லி தோச சாப்ட்டுக்க” என்றார் கிண்டல் கலந்த தொனியில். கையைக் கழுவிவிட்டு வந்தவன்.

“நீங் யாரு பாய். எங்க குடும்பத்தப் பத்தி இவ்வளவு டீடெய்லாப் பேசறீங்க?” எனக்கேட்டான்.

“உங்க ஊர்ல ஆனா சூனா வீடு தெரியுமா?” பண்டாரி மெல்லிய குரலில் கேட்டார். நாச்சியார் அந்தப் பக்கமாக நடமாடுவதை யூகித்து இந்த முன்னெச்சரிக்கை என்பதை இவன் புரிந்து கொண்டிருந்தான்.

“ஆமாங்க... எங்க அத்தாவுக்கு மாமு மொறைன்னு எங்கம்மா சொல்லும். இப்ப அந்த வீட்ட வித்துட்டாங்களே...” சிக்கந்தர் இதைச் சொன்னதும் பண்டாரியின் முகம் இருண்டு கண்கள் கலங்கின.

“ஆனா சூனாவோட பேரனப்பா நானு. எங்க சொத்துபத்தெல்லாம் எங்க அத்தா காலத்தோட போச்சு. ஊர்ல இருந்தது ஒரே ஒரு பூர்வீகவீடு. அதையும் வித்து முழுங்கீட்டு இப்டி அலங்கியத்துக்கு வந்து பண்டாரியா நின்னு சட்டி சொறண்டுற நெலமைக்கி ஆளாயாச்சு... ஆமா..” அபுபக்கர் பண்டாரியிடமிருந்து நீண்ட பெருமூச்சு இழப்பின் ஆழ்ந்த வலியுடன் வெளிப்பட்டது.

“நம்மல்லாம் தாய் புள்ளைங்க. நெருங்குன சொந்தம்” என்றவர். “தஞ்சாவூருக்கா கட சேர்ந்துருக்க?”ன்னு வியப்போடு கேட்டார். சிக்கந்தர் தலையை ஆட்டினான். ‘தஞ்சாவூர்ன்னா எல்லாரும் ஏன் ஆச்சரியமா பாக்குறாங்க’ மனதுக்குள் விடை தேடினான்.

“தாராவரத்துல இருந்து நேரா கரூர் போயிரு. அங்கிருந்து திருச்சி. திருச்சீல இருந்து தஞ்சாவூர் போக வரிசையா பஸ் இருக்கும். நானும் நாகூருக்கு நேர்ந்து வருஷமாச்சு. போக முடியில. அமானுல்லா ரெண்டு நாள் லீவு கேட்டா குடுப்பாரு. ஆளுங்கள்ட்ட கொஞ்சம் அனுசரிச்சுப் போவாரு. இப்ப இந்தப்புள்ள வந்ததுக்குப் பெறகு லீவுன்டு வாயத் தொறக்கவே முடியில. சீட்டக் கிழிச்சுருவீங்குது. நெம்பக் கறாரு... ம்க்கும்” பண்டாரியிடமிருந்து பயந்ததொரு பாவனை வெளிப்பட்டது. சிக்கந்தர் மெலிதாகச் சிரித்தான்.

“ஆமா ஒன்ட்ட எதும் அடாவடியா கேள்வி கேட்டுச்சா?”

சிக்கந்தர் “ஆமாங்க” என்றதும்

“என்ன கேட்டுச்சு... என்ன கேட்டுச்சு” என்று ரகசியக் குரலெடுத்து இவனை நெருங்கினார்.

“சாப்பாட்டுக்குக் கஷ்டமான்னு கேட்டுச்சு” உடைந்த குரலில் இவன் சொன்னான்.

“அப்டித்தேங் தம்பீ மூஞ்சீல அடிச்சமாதிரி கேட்டுரும் இந்தப்புள்ள. அதுக்குத் தெரியுமா நாம வாழ்ந்த வரலாறு? அதவிட நாப்பது வயசு மூத்தவன் நானு. அபுபக்கர்ன்னு எம் பேர் சொல்லித்தேங் கூப்புடும். மனசு பதறிப்போகும். அந்தக் காலத்துல ஏதோ சொல்லுவாங்கல்ல... அல்லி தர்பார் அல்லி தர்பார்ன்னு... அந்த மாதிரித்தேம் நடக்குது...” அதிருப்தியின் இழையோட்டம் அவருடைய ஒவ்வொரு வார்த்தையிலும் வெளிப்பட்டது. சிக்கந்தருக்கு அவரை நினைக்கப் பாவமாக இருந்தது. அரைமணிநேரத்துல நமக்கு வியர்த்துக் கொட்டீருச்சே. இவருக்கு அன்றாடம்ல்ல அவஸ்தை..ன்னு நினைத்தான்.

“பத்திரமா போயிட்டு வா தம்பீ. ஒண்ணே ஒண்ணு சொல்றேன். கோவிச்சுக்காம மனசுல பதிய வச்சுக்க...” என்ற பண்டாரியிடம்

“சொல்லுங்க” என்றான்.

“தட்டுல வச்ச சோத்த மட்டும் எப்பவும் மறுதலிக்காதீங்க. அது வர்ர எரணத்த நம்மலே தடுத்த மாதிரி. அந்த சோத்துக்காகத் தானே நம்ம இப்டியெல்லாங் கெடந்து கஷ்டப்படுறோம்...” பண்டாரியின் குரல் வருத்தமும் அக்கறையும் கலந்து வெளிவந்தது. ‘நீங்களும் மூஞ்சீல அடிச்ச மாதிரி சோத்த தள்ளு தள்ளுன்னு தள்ளாதீங்க. அளவா வச்சுப் பழகுங்க...’ன்னு சொல்ல நினைத்தவன் வாயை அடக்கிக் கொண்டு தலையை ஆட்டினான்.

வழிச்செலவுக்குப் பணத்தைப் பெற்றுக்கொண்டு பஸ் ஏறியவனுக்கு பயணத்தினிடையில் நாச்சியாரைப் பற்றிய ஞாபகங்கள். அவளுடைய ஆடைகள், ஒப்பனைகள், அலட்டல் கலந்த உரையாடல், அதிகாரத்தொனி, எல்லாமே வலிய உருவாக்கிக் கொண்டவையா அல்லது இயல்பிலேயே இந்த மூர்க்கத்தனம் அவளிடம் இருந்திருக்குமா என்று யோசித்தான். பயணம் கரூர் வரைக்கும் ஒரு மாதிரியாகவும், கரூரிலிருந்து திருச்சி செல்லும்போது வேறு மாதிரியாகவும் இருப்பதாகப்பட்டது. நிலக்காட்சிகள், சீதோஷ்ணம் மாறியிருந்தது. குளித்தலையிலிருந்து வழி நெடுக காவிரி துணைக்கு வந்தது. நீரோடு இணைந்து பயணிப்பது இவனுள் கிளர்ச்சியை ஏற்படுத்தி வைக்க, மெய்மறந்த மனநிலைக்குச் சென்றான். ஜனங்கள் வாய்க்காலை ஒட்டி வீடு கட்டிக் கொண்டிருந்தனர். படித்துறையில் நின்று பெண்கள்

ஆனந்தமாகக் குளித்தனர். முக்கொம்பு ஒரு முக்கியமான சுற்றுலாத்தலமாகி விட்டிருந்தது. வாகனங்களிலிருந்து இறங்கி ஏராளமானோர் மேடேறிக் கொண்டிருந்தனர். சிக்கந்தருக்கு அங்கேயே இறங்கிவிடத் தோன்றியது. திருச்சியிலிருந்து தஞ்சாவூர் செல்லும் தடத்தில் அவனால் மனம் லயிக்க முடியவில்லை. காவிரி அவனை விட்டு விலகியிருந்தது. காவிரி துணைக்கிருந்த வரை மனசு களியாட்டம் போட்டது. இப்போதோ காதலியைப் பிரிந்த மாதிரியான துக்கம்.

திருச்சிராப்பள்ளி புறநகர்ப்பகுதியில் ரோஷன் வலியுல்லா அடங்கியிருந்தார். அவருடைய கபுறைக் கடந்து செல்கையில் ஸலாம் சொன்னான். மெய்ஞானிகளின் மீது இவனுக்குப் பெரிய மரியாதை இருந்தது. திருச்சிராப்பள்ளியைப் பொறுத்தவரை நத்தர் வலியுல்லாவும் ரோஷன் வலியுல்லாவும் தான் இஸ்லாம் மார்க்கத்தைப் பரப்பினார்கள். செங்கிப்பட்டியில் கூட ஒரு மகான் அடங்கியிருப்பதாகக் கேள்விப்பட்டிருந்தான்.

ஒரு மாதிரி பழைய நினைவுகளிலிருந்து மீண்டவனுக்கு நெல்லி மரத்தடியில் வகாப்பு கைலியை ஏற்றிக்கட்டி பல் துலக்கிக் கொண்டிருந்ததைக் கவனிக்க நேர்ந்தது. மதியம் ஒரு மணிக்குப் பல்விளக்குகிற ஆசாமி எப்படிப்பட்டவனாக இருப்பான் என்று யோசித்தவன் ‘சரி அது அவன் சுதந்திரம்’ன்னு தோன்றவும் விட்டுவிட்டான்.

வெயில் கடுமையாக இருந்தது. ஆஷிக்கின் லைன் புள்ளிகள் ஒவ்வொருவரும் மனதில் தோன்ற ஆரம்பித்திருந்தனர். பொழுதோட போவோமானால் ஒரே ரவுண்டில் வசூலை முடித்துவிடவேண்டும் என்று முடிவெடுத்துக் கொண்டான். ரயில் தண்டவாளத்தை ஒட்டிய மண்சாலையில் குடைபிடித்துக் கொண்டே ஸ்னோலின் நடந்து செல்லும் சித்திரம் விரிந்தது. தண்டவாளத்தின் இரு மருங்கிலும் சரளைக்கற்கள் விரவிக் கிடக்கும், மேற்கில் அநேகம் தென்னை மரங்கள்.

ஸ்னோலினுடன் பழகுவதற்கு முன் தவணை கட்டாமல் ஏமாற்றக் கூடியவளென்றே அவளைத் தவறாகக் கணித்திருந்தான். காரணம் இரண்டாவது தவணைக்கு ஆள் அகப்படவில்லை. பள்ளிக்கூடம் விட்டபிறகு அவள் மெயின்ரோடுக்கு வராமல் ரயில்வே ட்ராக் வழியாக கணபதி நகருக்கு ஓடிப்போய் விடுகிறாள் என்றெண்ணி பல நாட்கள் மேம்பாலத்தின் மேல் நின்று கண்காணித்திருக்கிறான். ஒருமுறை ஸ்னோலினைப் போலவே ஒருத்தி காட்டன் புடவை கட்டிக்கொண்டு

மண்சாலையில் நடந்து செல்வதைப் பார்த்து, அவள்தான் என்கிற நினைப்பில் வண்டியில் துரத்திக் கொண்டுபோய் வழிமறித்து நின்று, கடைசியில் அது வேறொருத்தி என்றறிந்து அசடு வழிய மன்னிப்புக் கேட்டு வந்த கூத்து நடந்திருக்கிறது.

அந்நாட்களில் ஸ்னோலின் அவனுக்கொரு ஏமாற்றுக்காரியாகவே தெரிந்தாள். ஏமாற்றுப்பேர் வழிகளைத் தேடிப்பிடித்து வசூல் செய்வது இந்தத் தொழிலைப் பொறுத்தவரை ஓர் சாகசம். அதில் முபாரக் கைதேர்ந்தவனென்று ஆஷிக் சொல்லியிருக்கிறான். இருப்பதிலேயே முபாரக்கின் லைன்தான் விரிந்து பரந்தது. மாரியம்மன் கோவில், சாந்தப்பிள்ளை கேட், வண்டிக்காரத்தெரு, பூக்காரத்தெரு, நாஞ்சிக்கோட்டை ரோட்டில் பர்மா காலனி வரையிலும் முபாரக்கின் ஆளுகை.

தினசரி இத்தனை ஏரியாவும் பார்க்கிறான் என்று சொல்லமுடியாது. அவனொரு கால அட்டவணை வைத்துக்கொண்டு வேலை செய்கிறான். உள்ள லைன்களிலேயே அதிக வியாபாரமும் அதிக வசூலும் அவனுடைய லைனில்தான். அதேபோல ஓடிப்போன புள்ளிகளை அதிகமாகக் கொண்ட லைனும் அவனுடையதுதான். ஓடிப்போன புள்ளிகளைத் தேடிக்கொண்டு போய் கடைசியில் நாகூரில் பிடித்தேன், வேளாங்கண்ணியில் பிடித்தேன், நாகப்பட்டிணத்தில், வேதாரண்யத்தில், சீர்காழியில், சிதம்பரத்தில் பிடித்ததாக அவன் சொல்லும் கதைகள் ரொம்பப் பிரபலம். ‘ஓடிப்போன புள்ளியைத் தேடிப்பிடித்த கதை’ என்று ஒரு கதையும்கூட எழுதிவைத்திருக்கிறான் என்பதாகச் சொல்வார்களே தவிர்த்து இவன் அந்தக் கதையைப் பார்த்ததில்லை. படித்ததில்லை.

வியர்க்க விறுவிறுக்க நாகூர்பிச்சை காய்கறிப் பைகளை உள்ளே கொண்டுவந்து வைத்தார். ஒரு பையைத்துருத்திக்கொண்டு பாகற்காய்களும், வாழைத்தண்டும், வாழைப்பூவும் தெரிந்தது. இந்த மூன்றையுமே சிக்கந்தர் தஞ்சாவூருக்கு வந்துதான் சுவைத்திருந்தான் நாகூராரின் கைமணத்தில். அதுபோலவே முருங்கைக்கீரையும், கருணைக்கிழங்கு வகைமையும். ஊரிலிருந்தவரை அவனறிந்தது முருங்கைத்தழைதான். அவனுடைய அம்மா வெண்ணெய்யை உருக்கி நெய்யாக்கும் போது வாசனைக்காக கொஞ்சம் முருங்கைத்தழைகளை உருவிப் போடுவாள். மணக்கும். நெய் உருக்கிய சட்டியில் சோற்றைப் போட்டுப் பிசைந்து ஆளுக்கொரு உருண்டை. அத்தனை ருசி.. தஞ்சாவூருக்கு வந்த பின்புதான் முருங்கைத் தழையை முருங்கைக் கீரை என்று சொல்லிப் பழகியிருக்கிறான். அது

மகிமை மிக்க ஓர் சத்துணவு என்று அறிந்துகொண்டான். பிடல் காஸ்ட்ரோ என்னும் மாபெருந்தலைவருக்கு இந்த முருங்கை இலைகள்தான் வெகுகாலம் உணவாக இருந்திருக்கிறது என்று படித்தான். முருங்கைக் கீரை சாம்பார், முருங்கைக்கீரைப் பொறியல், முருங்கைக் கீரையுடன் பருப்பு சேர்த்துக் கூட்டு, முருங்கைக்கீரை சேர்த்த அடைதோசை, முருங்கைப்பூ கூட்டு எல்லாம் நாகூராரின் சிறப்புகள். பாகற்காய் புளிக்குழம்பு, வாழைத்தண்டு கூட்டு ஒருநாள். வாழைப்பூ பொறியல், வாழைப்பூ குருமா, வாழைப்பூ வடை, கருணைக்கிழங்கு புளிக்குழம்பு, சுட்ட அப்பளம், பலாப்பிஞ்சில் செய்த கூட்டு, பப்பாளிக்காய் கூட்டு, இப்படியான அபூர்வ சைவச்சமையலை இவன் இங்குவந்த பிறகுதான் ருசித்தான்.

கவுச்சி மணங்கமழ்கின்ற கீழவாசல் ராவுத்தா பாளையத்திலிருந்து கொண்டு நாகூர் பிச்சை அய்யங்கார் வீட்டுச் சமையல் செய்து போட்டு ஆட்களை தினுசாக மயக்கினார். சிறுபிராயம் முதற்கொண்டு கறியும் மீனுமாகத் தின்று பழகிய நாவுகளுக்கு இது எல்லாம் புதிதாக இருந்தது.

தஞ்சாவூரில் அநேக வீடுகளில் தென்னை, மா, பலா, பப்பாளி, நெல்லி, முருங்கைகள் வளர்ந்து நின்றன. ஊரில் எந்த வீட்டிலும் தென்னை வளர்த்ததை இவன் கண்டதில்லை. இங்கு இடம் வாங்கும்போதே தென்னை, தேக்கு வளர்க்கிறார்கள். 'தேங்கா பறிக்கிறது தென்னை மரம் சுத்தம் பண்றது'ன்னு கூவிக்கொண்டு தெருவில் ஆட்கள் செல்கிறார்கள்.

"காலையில சாப்பிடலையாடா தம்பீ" சமையலறையிலிருந்து நாகூரார் குரல் வந்தது.

"எனக்குப் பசிக்கல பாய்" என்றான் இவன்.

"அதமுன்னயே சொல்ல வேண்டியது தானே. சோத்தப் போட்டு ஆக்கி வச்சு வீணாக்கறீங்களேடா" நாகூரார் முனங்கினார். இவனுக்கு அலங்கியம் அபுபக்கர் பண்டாரியின் ஞாபகம் வந்தது.

5

'ஞாயிறு கடை உண்டு' போர்டை எடுத்துக் கவலை தோய்ந்த முகத்துடன் சுவரில் மாட்டிக்கொண்டிருந்த கேரியர் பையன் அப்பாஸ் மந்திரியைப் பார்த்துச் சிரித்தபடி

கடைக்குள் நுழைந்து தன்னுடைய ஃபிராக் செக்சனுக்குள் போய் நின்றாள் மரியம். கடையின் இயக்கம் என்பது இனிமேல்தான் தொடங்கும். ஐந்தல்லது பத்து நிமிஷங்களுக்கு முன்புதான் கடை திறக்கப்பட்டிருக்க வேண்டும் என்று நினைத்தாள். கல்லாவை கொலின் லிக்யுட் போட்டு மற்றொரு கேரியர் பையன் மன்சூர் துடைத்துக்கொண்டிருக்க அதை கேஷியர் ரபீக் ஓரக்கண்ணால் கவனித்தபடி ஒதுங்கி நின்றிருந்தான். மேற்படி ஊர்க்காரர்களின் கடைக்கல்லாக்களில் முதலாளிமார்கள் அமர்வது வழக்கமில்லை. மேற்படி ஊரிலேயே 'வகையறா' பார்த்து கல்லாவை கவனித்துக் கொள்ள 'நம்பிக்கையான' ஆள் சேர்ப்பார்கள்.

கணக்குப் பிள்ளையும், சமையல் ஆளும் ஒரு குறிப்பிட்ட ஊரிலிருந்து தருவிப்பார்கள். சேல்ஸ்மேன்கள் கலந்து கட்டி எல்லா ஊர்களிலிருந்தும் வருவதுண்டு. உள்ளூரில் வயசுப் பெண்களையும் வேலைக்கு எடுத்துக் கொள்வார்கள். எல்லோர்க்கும் சாப்பாடு போட்டு சம்பளம். லேபர் ஆக்ட் பிரகாரம் ஒருசிலர் மட்டுமே அட்டென்டன்ஸ் ரிஜிஸ்தரில் இருப்பார்கள்.

ரிஜிஸ்தரில் இல்லாத ஊழியர்கள் லேபர் ஆபீசர் விசிட் வரும்போது பதுங்கு குழிக்குள் மறைந்து கொள்ளவேண்டும். பதுங்குகுழி என்பது செக்சன் கவுன்ட்டருக்கு அடியில். இந்த ஒளிவு மறைவு வேலைகள் லேபர் ஆபீசருக்குத் தெரியாத ரகசியமெல்லாம் இல்லை. முதலாளியிடமிருந்து அவருக்கு மாதாமாதம் கனமான கவர் போய்விடுகிறது. அதைப் பெற்றுக்கொண்ட நன்றியில் அவர் தொழிலாளர்களுக்கு துரோகம் செய்கிறார், அவ்வளவுதான்.

காலை ஒன்பதரை மணிக்கு உள்ளே நுழையும் ஊழியர்கள் சாப்பாட்டு நேரம் தவிர்த்து, மூத்திரத்துக்கென்று ஒருமுறை அதிகபட்சமாக இரண்டாவது முறை ஐந்தைந்து நிமிஷ இடைவெளிகளில் சென்று திரும்பியாக வேண்டும். மீறினால் கேஷியரோ செக்சனில் உள்ளவரோ கடிப்பார்கள். துணி எடுக்க வந்தவர் டிசைன் பிடிக்காமல் குவாலிட்டி பிடிக்காமல் அல்லது விலை கூடுதல் என்று கருதியோ கூட வாங்காமல் வெளியேறினால் கேள்வி கணக்கு, சாடல், அவமதிப்பு உண்டு.

கடைநிலை ஊழியர்களென்றால் அது இந்த கேரியர் பையன்கள்தான். பதிமூன்று, பதினான்கு வயசுப் பையன்கள். பள்ளிக்கூடப் படிப்பைப் பாதியில் நிறுத்திவிட்டு குடும்பச்சூழல் காரணமாக இரண்டு இத்துப்போன கைலிகள் இரண்டு பழைய

சட்டைகளுடன் வந்து சேருவார்கள். சேல்ஸ்மேன்களும், கேஷியரும் விரட்டோ விரட்டென்று விரட்ட டீக்கடைக்கும், பஜாருக்கும் அலைந்து திரியும் பாவப்பட்ட ஜீவன்கள். இவர்கள் கேரியர் பையனாக வந்து கேரியன் பையனாகவே கடைசிவரை வாழ்ந்து திரும்பும் சாபம் வாங்கி வந்தவர்கள். கடையில் ஒரு கேரியர் பையனாவது சேல்ஸ்மேனாக உயர்ந்த சரித்திரம் இல்லை. அப்பாஸ் மந்திரிக்கும், மன்சூருக்கும் அப்படியான கனவுகள் உண்டுதான். என்ன செய்ய? விதி வலியது.

மரியம், மரியமுல் ஆஸியா என்னும் தன்னுடைய முழுப் பெயருடன் அட்டென்டன்ஸ் ரிஜிஸ்தரில் இருக்கிறாள். உள்ளூரிலிருந்து வேலைக்கு வரும் பெண்களில் அவளுக்கு மட்டும் இச்சலுகை. அவளுக்கு சம்பளத்தில் பிஎஃப் பிடித்தம் உண்டு. எம்ப்ளாயிஸ் ஸ்டேட் இன்ஷூரன்ஸ் எனும் இஎஸ்.ஐ கார்டு உண்டு. லேபர் இன்ஸ்பெக்டர் இன்ஸ்பெக்சன் வரும்போது மற்ற பெண்களைப் போல அவள் பதுங்கு குழிக்குள் சென்று மறையத் தேவையில்லை.

மரியம் ஃபிராக் செக்சனில் நிற்கிறாள். இதே செக்சனில் பதினாறு பதினேழு வருஷங்களுக்கு முன்னர் அவளுடைய அம்மாவும் நின்றிருந்தாள் என்றால் உங்களால் நம்ப முடிகிறதா? ஆனால் உண்மை அதுதான். அரசுப்பணியில் வாரிசுக்கு வேலை என்பதைப் போல அல்ல இது. ஒருவகையில் மரியத்தின் அம்மாவாகிய பாப்பாத்தியின் எஜமான விசுவாசம் என்று வேண்டுமானால் சொல்லலாம். பாப்பாத்தி தான் விரும்பியவனைத் திருமணம் செய்துகொள்வதற்காக இந்தக் கடையைவிட்டு நீங்கினாள். தன் கணவனையும் இதே கடையிலிருந்துதான் அவள் தேர்ந்தெடுத்தாள். இந்தக் கதையை உங்களுக்கு ஏற்கனவே சொல்லிவிட்டோம். இதோ சுடிதார் செக்சனில் தாடிவிட்டு முப்பத்தேழு வயதாகியும் கல்யாணம் செய்து கொள்ளாமல் கவலை படர்ந்த முகத்துடன் நிற்கிறானே இந்த நாசர், கடையில் வெள்ளிவிழா கொண்டாடிய ஒரே ஊழியன். இவன்தான் பாப்பாத்தியை மனமாற நேசித்தவன். அவளையே தான் திருமணம் செய்து கொள்ள வேண்டுமென்று காயல்பட்டினத்தில் அவனுடைய வாப்பாவும் உம்மாவும் பார்த்து வைத்திருந்த பெண்களை எல்லாம் நிராகரித்தவன். ஆனால் அப்போது சுடிதார் செக்சனில் நின்றிருந்த உசேன் இவனுடைய ஆசையில் மண்ணை அள்ளிப்போட்டு பாப்பாத்தியைக் கவர்ந்து கொண்டான்.

நாசர் மிடி செக்சனை கவனித்துக்கொண்டான். மிடி செக்சனில் அப்போது வியாபாரம் சுமாராகத்தான் இருக்கும்.

எனவே ஓய்வான நேரங்களில் ஃபிராக் செக்சனுக்குப் போய் பாப்பாத்திக்கு ஒத்தாசையாக இருக்குமாறு முதலாளி நாசரிடம் கூறியிருந்தார். நாசரும் அந்த வாய்ப்பைப் பயன்படுத்தி பாப்பாத்தியின் மனத்தில் ஓரிடம் பிடிக்க எண்ணினான். ஆனால் துரதிர்ஷ்டவசமாக பாப்பாத்தி உதவி கோரிய நேரத்தில் எல்லாம் நாசர் தனது மிடிசெக்சனில் பிஸியாக இருக்க நேர்ந்தது. அந்தப் பொன்னான சந்தர்ப்பங்களை உசேன் சரியாகப் பயன்படுத்திக்கொண்டான். கடைசிவரை நாசரால் தன்னுடைய எண்ணத்தை பாப்பாத்தியிடம் வெளிப்படுத்திக்கொள்ள இயலாமல் போனது. இதற்குள் உசேனும் பாப்பாத்தியும் பெருமளவு நெருங்கி திருமணம் செய்து கொள்வது என முடிவும் எடுத்துவிட்டிருந்தனர்.

நாசர் மனமுடைந்து போனான். உசேனும் பாப்பாத்தியும் முதலாளியின் முட்டுக்கட்டைகளை எல்லாம் முறியடித்து நிச்சயம் செய்துகொண்டு கடையிலிருந்து விலகி கல்யாண வேலைகளில் மும்முரமானபோது, நாசர் எப்போது திரும்புவோம் என்கிற உத்தரவாதமில்லாமல் ஊருக்குப் போனான். அவன் தாடி மீசை சகிதம் மீண்டும் கடைக்குள் நுழைந்தபோது சுடிதார் செக்சனில் உசேனுக்குப் பதிலாக ஒரு திருப்பந்துருத்திப் பையனும் ஃபிராக் செக்சனில் பாப்பாத்திக்குப் பதிலாக ஒரு திருவையாறு பெண்ணும் நின்றிருந்தார்கள்.

பாப்பாத்தி இல்லாமல் கடை களையிழந்துபோனதாகக் கருதினான் நாசர். ஆனால் காலம் எல்லா வெற்றிடங்களையும் நிரப்பவல்லது. ஃபிராக் செக்சனில் நின்ற திருவையாறுப் பெண் அகிலா வெளுத்து வாங்கினாள். ஆனாலும் அந்த இடம் பாப்பாத்திக்கானது; அவளைத் தவிர்த்து ஒரு தேவதையால் கூட அந்த இடம் பொலிவு பெறாது என்பது நாசரின் கருத்து.

மிகச்சரியாகப் பதினைந்து ஆண்டுகள் கழித்து அதே ஃபிராக் செக்சனில் வந்து, பாப்பாத்தியின் பிரதிபிம்பமாக அவளின் மகள் மரியமுல் ஆஸியா நின்றபோது மெய்சிலிர்த்துப் போனான் நாசர். அவனால் அவன் கண்களையே நம்ப முடியவில்லை. 'இதென்ன மாயம்? இப்படியெல்லாங் கூட நடக்குமா' என்று கேட்டுக்கொண்டான். அவனுக்கு மரியம் பழைய பாப்பாத்தியாகவே தெரிந்தாள். நீண்ட இடைவெளிக்குப் பிறகு அவனிடம் பழைய துள்ளல் தெரிந்தது. அவ்வளவு காலம் விட்டுவிட்ட தொழுகையை மீண்டும் தொடர்ந்தான். ஐந்து வேளையும் ஆத்தங்கரைப் பள்ளிவாசலுக்கு பாங்கு சொல்வதற்கு முன்பே ஆஜர் ஆனான். அணியும் ஆடைகளிலும் முகத்திலும் ஓர் மலர்ச்சி.

அவ்வளவு காலம் வளர்த்து அடர்ந்திருந்த தாடியைச் சீர்செய்து கொண்டான். உசேனுக்குப் பிறகு சுடிதார் செக்சனுக்கு மாறியிருந்த அவனால் பாப்பாத்தியின் இழப்புக்குப் பின் வியாபாரத்தில் சோபிக்க முடியவில்லை. வாடிக்கையாளர்களிடம் சுவாரசியமான உரையாடல் தேவை. உளவியல் ரீதியான அணுகுமுறையினாலும்தான் ஒரு வாடிக்கையாளரை இணங்க வைக்கமுடியும். சுடிதார் செக்சனைப் பொறுத்தவரை உசேன் சாதித்துக் காட்டிவிட்டுச் சென்றிருந்தான். உசேனைப் போலவே திறமைசாலியான நாசர் அவனளவு மிடி செக்சனில் முத்திரை பதிக்காவிட்டாலுங்கூட வந்தவர்களை வாங்க வைப்பதில் கெட்டிக்காரனாகவே இருந்தான். ஒரு கட்டத்துக்குப் பிறகு 'மிடி' என்கிற டூபீஸ் ஆடைகளுக்கு மவுசு குறைந்து, அஞ்சு வயசுப்பிள்ளைகள்கூட சுடிதார் அணிகின்ற மனநிலைக்குத் தாவியிருந்தனர்.

நாசருக்கு மிடி செக்சனில் நிற்க எரிச்சலாக இருந்தது. அவனுடைய உள்ளத்தைப் புரிந்துகொண்டதே போல முதலாளி அவனை சுடிதாருக்கு மாற்றினார். சற்றே உற்சாகமாக அந்த செக்சனுக்கு வந்த நாசர் அங்கு ஒரு புதிய பிரச்சனையை எதிர்கொண்டான். பாப்பாத்தியின் நினைவுகளால் அடிக்கடி தாக்குண்ட நாசரால் சுடிதார் வாடிக்கையாளர்களைத் திருப்திப்படுத்த முடியவில்லை. அடிக்கடி சோர்ந்து போனான். வாடிக்கையாளர்கள் 'அவர் எங்கே', 'அவர் எங்கே' என்று உசேனைக் கேட்க ஆரம்பித்தனர். இதுவும் நாசரைக் கோபப்படுத்தியது. 'அவர் ஒண்ணும் புதுசா காட்டல. அவர் காட்டினதத்தான் நானும் காட்றேன். அவரே தான் காட்டணும்னா நீங்க கீழவாசலுக்குத் தான் போகணும்'ங்கிற ரீதியில் அவன்பேச, வாடிக்கையாளர்களுடன் வாக்குவாதம் ஏற்பட்டு முதலாளி வரை புகார் போனது. ஒருமாதிரி சுடிதார் செக்சனில் நாசர் செட் ஆக கொஞ்ச காலம் பிடித்தது.

அகிலா ஐநூறு ரூபாய் சம்பளப் பிரச்சனையில் நிர்வாகத்துடன் பிணங்கி அடுத்த கடைக்கு மாறிவிட்டாள். ஃபிராக் செக்சன் தள்ளாட்டம் கண்டது. எவரும் பொருந்தி வரவில்லை. ஐநூறுக்கு ஆயிரம் ரூபாய் சம்பளம் சேர்த்துத் தந்து, அடுத்த கடை அகிலாவை ஆதரிக்க, அவள் அந்த நன்றி விசுவாசத்தில் கடுமையாக உழைத்தாள். இங்கு வந்தவர்களெல்லாம் அகிலாவைத் தேடி அடுத்த கடைக்குப் போனார்கள்.

ஒருநாள் கீழவாசலில் எதிர்பாராதவிதமாக பாப்பாத்தியைச் சந்தித்த முதலாளி அவள் வீட்டுக்கும் போனார்.

‘உசேன் ஆகாதுன்னு சொன்னேன். நீ கேட்கலையே பாப்பாத்தி. இந்த சின்ன வயசுல வாழ்க்கைய விட்டுட்டு நிக்கிரியே...’ன்னு வருத்தப்பட்டவர்.

‘உனக்கு இவ்வளவு பெரிய பொண்ணு இருக்கறது தெரியாது பாப்பாத்தி. எதுக்கு இது வீட்ல சும்மா இருக்கணும். நம்ம கடைக்கி வந்து நீ நின்ன ஃபிராக் செக்சன்லயே நிக்கட்டும். லேபர் ஆக்ட்ல பேர சேத்தி விட்டுர்ரேன். அஞ்சு வருஷம் நின்னா சம்பளம், பி.எப்.பணம் எல்லாஞ் சேர்ந்து ஒரு தொகை வரும். அவ கல்யாணத்துக்கு உதவியா இருக்கும்ல...’ன்னு கொக்கி போட்டார். ‘யோசித்துச் சொல்றேன் பாய்...’ என்று அப்போதைக்குச் சொன்னாளே தவிர, மரியம் ரெடிமேட் கடைக்குப் போனால்தான் என்ன மலையைப் புரட்டுற வேலையா இருக்கப்போவுது.. ஏசியில குளுகுளுன்னு நின்னு துணிய எடுத்துப்போடறதுதானே... மாதம் சம்பளம்... பாப்பாத்தி மகள்ங்கிற பரிவு... முதலாளியே சொல்லிட்டார் பி.எஃப் அது இதுன்னு... மத்தியானம் அங்கேயே சாப்பிட்டுக் கொள்ளலாம்... மரியம் நீ என்னம்மா சொல்ற?”ன்னு மகளிடம் கேட்டாள்.

மரியம்முக்கு ஏற்கனவே அப்படி ஒரு எண்ணமிருந்தது. தானாகப் போய் அம்மா வேலை பார்த்த கடையில் தனக்கும் ஒரு வேலை கேட்பதில் அவளுக்குத் தயக்கமிருந்தது. பாப்பாத்தி தன்னுடைய ரெடிமேட் கடை அனுபவத்தை எல்லாம் ஏற்கனவே மகளுக்கு கடத்தியிருந்தாள். தன்னுடைய ஃபிராக் செக்சனில் என்னென்ன அளவுகளில் என்னென்ன கம்பெனி சரக்குகள் எத்தனை ரகங்களில் உள்ளன என்பதெல்லாம் ஒரு டியூஷன் மாதிரி பல நாட்கள் வகுப்பு எடுத்திருக்கிறாள். திட்டம் எதுவும் அப்போது இல்லை அவளுக்கு. ஆனால் கடை அனுபவங்களைச் சந்தர்ப்பம் கிடைக்கும்போதெல்லாம் கதையாகச் சொல்ல அவளுக்குப் பிடித்திருந்தது. மரியமுக்கும் அம்மாவின் அனுபவங்களின் ஒப்பிப்புக்குக் காது கொடுப்பதில் ஒரு அலாதி இன்பம். இப்படி முதலாளியே வந்து வலிய அழைப்பார் என்று அவள் கனவிலும் நினைக்கவில்லை. பிறகென்ன அம்மா கேட்டதும் சம்மதம் சொல்லிவிட்டாள்.

வகாப்புக்குத்தான் தன் அக்கா ரெடிமேட் கடைக்கு வேலைக்குப் போவதில் விருப்பமில்லை. வேண்டாம் என்று தடை போட்டான். ‘மரியம் கீழவாசல் தாண்டக்கூடாது.. ஆம்பிளைகள் கண்பட பஜாரில் நடந்து பெண்பிள்ளைகள் ஜவுளிக்கடைக்கு வேலைக்குப் போவதைவிடவும் வேறு கேவலம் ஏதுமில்லை’ என்றான் அவன்.

‘அந்த சம்பளம்தான் முக்கியம் என்றால் மீன்மார்கெட்டில் நான் அதிக நேரம் உழைக்கிறேன்’ என்றான். பாப்பாத்திக்கு மகன் இவ்வளவு அக்கறையாகப் பேசுகிறானேன்னு ஒரு பக்கம் சந்தோஷம். இன்னொரு பக்கம் முதலாளியே வீட்டுக்கு வந்து மரியமை கடைக்கு அனுப்பச் சொல்லிக் கேட்டும் அதை நிறைவேற்ற முடியாதோங்கிற ஆதங்கம். வகாப்புக்கும் பாப்பாத்திக்கும் இது விஷயத்தில் சுமார் ஒருமாத காலம் வாதப்பிரதிவாதங்கள் நடந்து முடிந்தது. இறுதியில் ஒரு தீபாவளி சீஸனில் மரியம் கடைக்குச் சென்றாள்.

தீபாவளிப் பண்டிகைக் காலத்தில் தான் ஜவுளிக்கடை, ரெடிமேட் கடைகளில் ஜனத்திரள் குவியும்; வியாபாரம் செழிப்பாக இருக்கும் என்பது உலகறிந்த விஷயம். இருபது நாட்களுக்கும் மேலாக மரியம் வீட்டுக்கு வர இரவு ஒரு மணி, இரண்டு மணி என்றானது. வகாப்பு கொதித்துப் போனான். கடை முதலாளியே அவளை காரில் கொண்டுவந்து இறக்கிவிட்டுப் போனார். வகாப்புக்கு முதலாளியின் தோற்றமே பிடிக்கவில்லை. அவருடைய வழுக்கைத் தலையும் அதை சமன் செய்து கொள்வதற்காக வளர்த்துக்கொண்ட அடர்த்தியான தாடியும், ஒருமாதிரி கள்ளத்தனமான கண்களும். காரில் அவள் முதலாளிக்குப் பக்கத்தில் முன்சீட்டில் அமர்ந்து வந்ததைக் காண, கடுங்கோபம் வந்தது அவனுக்கு.

‘வெக்கமில்லாம எப்படி வர்றே? இனிமே நீ பின் சீட்ல உக்காந்து தான் வரணும்’ என மரியமுக்கு உத்தரவிட்டான்.

‘இதிலென்ன குத்தம்? அத்தா மாதிரி ஆளோட முன்சீட்ல உக்காந்து வர்ரதுல என்ன தப்பு?’ என்று கேட்டாள் மரியம். அவளுடைய கன்னத்தில் ஓங்கி ஒரு அறைவிட்டான் வகாப்பு. இதை மரியம் எதிர்பார்க்கவில்லை. பாப்பாத்தியும் தான்.

‘அத்தா மாதிரி’ என்று மரியம் சொன்ன வார்த்தையினால் ஏற்பட்ட விளைவு.

தகப்பனின் மேல் ஏற்கனவே வன்மத்தில் இருந்தான் வகாப்பு. தகப்பனைப் பழிவாங்க என்றே தன் தாய் பாப்பாத்திக்கு இன்னொரு நிக்காஹ் செய்து வைப்பேன் என்றெல்லாம் சவால் விட்டவன். அதை நிறைவேற்றவும் சந்தர்ப்பத்தை எதிர்பார்த்திருப்பவன்.

“உனக்கு அப்டி என்னம்மா வயசாச்சு? முப்பத்தேழுல்லாம் ஒரு வயசா? கண்டியூர் நிஜாம் மகளுக்கு முப்பத்தஞ்சு வயசுல தாம்மா கழுத்துல கருகமணி ஏறிச்சு. உனக்கு நானொரு

அருமையான மாப்பிள்ள பாக்குறன். குச்சிக்காரி மவன் அந்த உசேனுக்கு மின்னால உன்னோட நிக்காவ நான் நடத்துவேன். நீ சம்மதிக்கணும்...” என்று கொக்கரித்த வகாப்புவை எண்ணி அவளுக்கு சிரிப்பு வந்தாலும், புருஷனின் எரிச்சலைக் கிளப்ப அப்படியும் செய்துகொண்டால் தான் என்ன என்றும் தோன்றியது ஒரு பக்கம்.

மரியம் பொறுமைசாலி. ஆனால் தன்னைக் காட்டிலும் ஒரு வயதோ என்னவோ இளையவனான தம்பி தன்னைக் கைநீட்டி அடித்த விஷயம் அவளை பாதித்தது. பாப்பாத்தி அவளை சமாதானப்படுத்தினாள்.

‘உன்மேல் உள்ள அக்கறையினால்தான் அப்படி நடந்து கொண்டான்’ என்றாள். மரியமுக்கு அம்மாவின் வக்காலத்து எரிச்சலையே ஏற்படுத்தியது.

‘அவன் ஒரு ரௌடியா மாறிட்டு வர்ரான்ம்மா. அவன் நடவடிக்கைகல்லாம் சரியில்ல. காசுக்காக அவன மீன் மார்கெட்டுக்குள்ளாற வுட்டு நீதான் கெடுத்துட்ட. நாட்டாமைட்ட சொல்லி அவனுக்கொரு விசா எடுத்து வெளிநாட்டுக்கு அனுப்பி வை...’ என்றாள். வெளிநாடுங்குற பேச்சை எடுத்தாலே உஷ்ணமாவான் வகாப்பு.

‘எனக்கு அப்பன்னு ஒருத்தன் இருந்தாக்க உன்னையும் மரியத்தையும் வுட்டுட்டு நா ஃப்ளைட் ஏறிடுவன். எனக்குத்தா அந்தக் கொடுப்பின இல்லையே... இப்ப என்னம்மா மோசமா போச்சு. வெளிநாடு போயி சம்பாதிக்கறத விடவும் இந்த கத்திய வச்சு அதிகமா சம்பாதிச்சுக் காட்டுறேன்’னு சவால் விடும் மகனிடம் பாப்பாத்தியின் சாத்வீகப் பேச்சு எடுபடவில்லை. அவன் சொன்ன மாதிரியே கடுமையாக உழைக்கவும் செய்தான். சொந்த வீடு என்பதால் வாடகைக்குப் பிரச்சனைதான் இல்லையே தவிர மற்ற உப்பு, புளி விஷயத்துக்கெல்லாம் அவன் கொண்டு வந்து தருகிற மீன் கவுச்சியுடன் கூடிய பணம்தான்.

புருஷனை ‘குலா’ கொடுத்த பிறகு பாப்பாத்தி கீழவாசலில் தரையில் கடை விரித்துக் காய்கறி வியாபாரம் செய்யும் பெண்களுடன் அமர்ந்து எதையாவது ஒரு பொருளை விற்றுச் சம்பாதிக்க முயற்சித்தாள். வகாப்புக்கு அதில் விருப்பமில்லை. ஒருநாள் காலை மீன் மார்கெட்டிலிருந்து திடீரென வெளியேறியவன் திறந்தவெளியில் காய்கறிக்கடைகள் பரப்பியிருக்குமிடம் நோக்கி வேகமாக வந்தான். கலர்முண்டா பனியன் முழங்காலுக்கு மேல் ஏற்றித் தூக்கிக்கட்டிய கைலி கைகால் உடம்பெல்லாம் மீன் செதில்கள் கால்களுக்குச்

செருப்பில்லை. அவன் வந்த கோலத்தையும் வேகத்தையும் பார்த்த தேங்காய் கடைக்காரனும் பிஸ்மி பிராய்லர்காரனும் ஏதோ விபரீதம் நடக்கப்போவதை யூகித்தனர்.

இலியாஸின் கறிக்கடையை ஒட்டி பாப்பாத்தி பரிதாபமாகக் கடை விரித்து அமர்ந்திருந்தாள். கூறு கட்டிய நெல்லிக்காய்கள், ஜவ்தாளில் பொட்டலங்கட்டப்பட்டிருந்த ஊறுகாய், முருங்கைக்கீரை, நான்கைந்து பப்பாளிப் பழங்கள்... இவைதான் அவளுடைய விற்பனைப் பொருட்கள். பக்கத்துக் கடைக்காரிகள் காய்கறிகளைத் தராசில் எடைபோட்டு பரபரப்பாக விற்றுக்கொண்டிருக்க, பாப்பாத்தி ‘கடை விரித்தேன் கொள்வாரில்லை’ என்கிற மாதிரி அமர்ந்திருந்தாள். வேகமாக அவளருகில் வந்த வகாப்பு தன் காலால் அவள் விரித்திருந்த கடையை உதைத்துத் தள்ளினான். நெல்லிக்கனிகள் பறந்து தெருவெங்கும் சிதறின. ஒன்றிரண்டு அருகிலிருந்து கடைக்காரிகளின் மீதும் விழுந்தன. பழுத்த இரண்டு பப்பாளிகளைத் தூக்கிப்போட்டு உடைத்தான். முருங்கைக் கீரைக் கட்டுகளை பிய்த்தெறிந்தான். எண்ணெய் மேற்திரண்டு இருந்த ஊறுகாய்ப் பொட்டலங்களில் ஒன்றை எதிரில் எதையோ முகர்ந்து கொண்டிருந்த நாயின்மேல் விட்டெறிந்தான். ஊறுகாய் நனைந்தொழுகிய நாய் வகாப்பைப் பார்த்துக் குரைத்தபடி ஓடியது. பாப்பாத்தி தன் மகனின் ஆவேசங்கண்டு ஒடுங்கினாள். வேகமாக அவளின் கரம்பற்றியவன் எதுவும் பேசாமல் வீட்டுக்கு இழுத்துக் கொண்டுபோனான். மறுநாள் பாப்பாத்தியின் இடத்தில் வேறொரு கிழவி காய்க்கடை விரித்திருந்தாள்.

விடிந்தால் தீபாவளி என்றால் விடிந்துதான் வீட்டிற்கு வந்தாள் மரியம். அவளுடைய கையில் ஒரு ரெடிமேட் கடைப்பை. கண்கள் உறக்கமில்லாமல் கோவைப்பழமாகச் சிவந்திருந்தன. இரவெல்லாம் விழித்து உழைத்த களைப்பில் அவளுடைய தோற்றம் உருக்குலைந்திருந்தது. நீர்கூட அருந்தாமல் ஒருமூலையில் சாய்ந்தவள் அடித்துப்போட்ட மாதிரி சாயங்காலமாகியும் தூங்கிக்கொண்டிருந்தாள்.

தீபாவளியன்று மீன் மார்கெட்டில் திருவிழாதான். வகாப்புக்கு மூத்திரம் பெய்யக்கூட சந்தர்ப்பம் அமையாது. அடக்கி அடக்கி வைத்து ஜனத்திரள் ஓய்ந்தபிறகுதான் மூத்திரச்சந்தில் கொண்டுபோய் விட்டுவருவான். ஆணுறுப்பில் அப்போது எடுக்கும் வலியும் நமைச்சலும் மறுநாள் வரை நீடித்திருக்கும். என்ன செய்வது? அன்றைக்குத்தான் பலமாக கல்லா கட்ட முடியும். வேலை முடித்து வெளியே வரும்போது

கைகளை அசைக்கவே முடியாது. வழக்கமாக ஞாயிறன்று மார்கெட் அமர்க்களம் என்றால் தீபாவளிக்கு நான்கு ஞாயிறு சேர்ந்தாற்போல கூட்டமிருக்கும். போர்க்களம். வகாப்புக்கு அன்றைக்கு நான்கு கையாட்கள். எந்தக் கைக்கும் ஒருநிமிடங்கூட ஓய்விருக்காது. ஆட்களுக்கு சம்பளம் கொடுத்த பிறகு அங்கேயே ஒரு தடவை குளித்து, ஏற்கனவே கொண்டுவந்து வைத்திருந்த சலவை செய்த துணிகளை உடுத்திக்கொண்டு வெளியில் கிளம்புவான்.

வகாப்புக்கு வாரம் ஒரு தடவை ஞாயிற்றுக்கிழமை மருந்தடிக்கும் பழக்கமிருந்தது. அதற்கொரு செட்டு சேர்வார்கள். தீபாவளியன்று கொஞ்சம் விசேஷமாக மருந்தடிப்பார்கள். மது அருந்துவதைத்தான் தஞ்சாவூர் வாலிபப் பையன்கள் 'மருந்தடிப்பது'ன்னு குறியீடாகச் சொல்வது. டாஸ்மாக்கைப் புறக்கணித்துவிட்டு 'ராணுவமோ', 'புதுவையோ'தான் அருந்துவது. ராணுவமென்றால் 'மிலிட்டரி சரக்கு', புதுவைன்னா 'பாண்டிச்சேரி சரக்கு'. இவற்றை சப்ளை செய்வதற்கு கீழவாசலில் ஞானராஜ் என்றொரு எக்ஸ்சர்வீஸ்மேன் இருக்கிறார். பிரதி மாதம் மிலிட்டரி கேண்டீனுக்குப் போய் தனக்கான கோட்டாவை வாங்கிவந்து பதுக்கி வைத்துக்கொண்டு விற்பனை செய்வார். டாஸ்மாக் சரக்கின் கேவலத்துக்கு இது பழுதில்லை என்பது ஞானராஜின் உபதேசம். பசங்களுக்கும் இதில் உடன்பாடு. என்ன ஞானராஜ் விலை சற்றே கூடுதல் வைப்பார். அவரும் தான் தனிக்கட்டை. குடும்பம் குழந்தைகள் என்று எதுவும் எவருமில்லை. இதை ஒரு தொழிலாகவே செய்பவருக்கு லாபம் என்று ஏதாவது அவசியந்தானே? ஞானராஜிடம் இரண்டு ஃபுல் எடுப்பார்கள். எவனாவதொருவன் வீட்டில் வஞ்சிரம், கொடுவா, பாறை வறுத்துத் தருவார்கள். இன்னொருவன் நண்டு வறுத்து தொக்குடன் வருவான். மேலும் ஒருவன் கறியோ கோழியோ. தீபாவளியன்று மாலையில் ராவுத்தாபாளையத்துக்குப் பின்புறம், அதாவது ஆட்டுமந்தைத் தெருவை ஒட்டினாற்போல செல்லும் சந்தில் பத்துநிமிடம் போல நடந்தால் அந்த ரகசியக்கிடங்கு. அந்த இடம் யாருக்குச் சொந்தம் என்று எவருக்கும் தெரியாது. வகாப்பும் அவன் நண்பர்களுந்தான் அந்த இடத்தை குத்தகை எடுத்துக்கொண்டது போல இது மாதிரி ஜோலிகளுக்கு உபயோகித்துக் கொள்கிறார்கள்.

கிளப் சோடா, செவன்அப், கோக், தண்ணீர் எனக் கலவைக்கும், மென் கொறிப்புக்கு கடலை, முறுக்கு, சிப்ஸ் ரகங்களும், வாழைப்பழங்களும், தம்ளர்களும் வந்து சேர்ந்தபின்

ஜமுக்காளத்தை விரித்தால் கச்சேரி ஆரம்பம். வகாப்பு தனக்கான நீளமான கண்ணாடி கிளாஸில் (ஓரியண்டல் டவரில் இதற்கென்றே விசேஷமாக அதிக விலை கொடுத்து வாங்கியது) ஒன்றரை லார்ஜ் போட்டு திகட்டலைத் தவிர்க்க செவன்அப் ஊற்றிக்கொண்டு நண்டுத் தொக்குத் தட்டுடன் நகர்ந்து தூணில் சாய்ந்தவாறு அருந்தத் தொடங்குவான். ஒன்றரை லார்ஜை முடித்து அவன் அடுத்த ரவுண்டுக்கு ஜமுக்காளம் நோக்கி வரும்போது நண்பர்கள் மூன்றாம் ரவுண்டில் இருப்பார்கள். ஏதாவது விவாதம் தொடங்கியிருக்கும்.

முதல் சுற்றுக்குப் பிறகு தொடங்கும் உரையாடல் மெல்லச் சூடுபிடித்து மூன்றாவது சுற்றில் களைகட்டும். அன்றைக்கு மீன் வாங்கி வெட்டுவதற்காக வந்து நின்ற ஆசாமிகளைப் பற்றிய உரையாடலாகவே பெரும்பாலும். அடுத்து மீன் ரகங்கள், அவற்றின் தரம், விலை, அதற்கடுத்து யாருக்கு எவ்வளவு வருமானம், செதில் எடுத்துச் சுத்தப்படுத்திய கையாட்களுக்குக் கொடுத்த சம்பளம் எவ்வளவு, மருந்தடிக்கிற செலவு, சினிமா பார்க்கிற செலவு போக எவ்வளவு மீதம், இதில் வீட்டுக்கு எவ்வளவு, தன் பாக்கெட்டுக்கு எவ்வளவு... இந்த உரையாடல்களில் வகாப்பு பெரும்பாலும் கலந்து கொள்ளமாட்டான். அவன் குவளை மதுவுடனும், நண்டுத் தொக்குடனும் தூணில் சாய்ந்தால் எதிரில் நிற்கும் வேப்பமரத்துடனும், மாமரத்துடனும் ஐக்கியமாகிக் கொள்வான். வேம்பில் வந்தமர்ந்து ஓயாமல் கரைகின்ற காகங்களையும், மாமரத்தில் தாவிப்பறந்து திரிகின்ற அணில் பிள்ளைகளையும் தவிட்டுக் குருவிகளையும் அவன் கவனத்தில் கொள்வது இப்படியான தீபாவளி சந்திப்புகளில்தான். மற்ற நாட்களில் அவன்தான் 'மச்ச அவதாரம்' எடுத்து விடுகிறானே.

மீன்களாலான அவனுடைய உலகத்தில் மீன்களைத் தவிர்த்து எதுவுமில்லை. ஒருமுறை அவனுக்கான மீன்களில் ஒரு அணங்கு வந்தாள். வந்ததாக நம்பினான். சினையான சுறாவின் மருப்பில்தான் அந்த அணங்கு குடியிருக்கிறாள். அணங்கு ஒரு பெண் வடிவிலான சமுத்திரசக்தி. இரைச்சலும் பெருவீச்சும் அலை, புயல் எனப் பேரபாயமும் கூடிய கடலில் இந்த அணங்கு வாழ்கிறாள். மீனவர்களுக்குப் பெரிய சவாலைத் தரக்கூடியவள். இவளின் கோபக்கொந்தளிப்பில் மூழ்கி மரணித்த மீனவர்கள் ஏராளம். சினையான சுறா மீனின் மருப்புதான் அவளின் வீடு. அந்தச் சுறாமீனின் முள்ளை வழிபட்டால் அணங்கின் கோபத்திலிருந்து தப்பிக்கலாம் என்று மீனவர்களின் முன்னோர் சொல்லிச் சென்றதால் நாகப்பட்டினத்து மீனவர்கள் சுறாமுள்ளை நட்டு வணங்கினார்கள். இதை வகாப்புக்குச்

சொன்னவன் கீழவாசல் பகுதியின் ஆதி மீன் வெட்டி சவரிதாஸ். தொன்னூறுகளைக் கடந்த வயதில் நரைத்த தலைமயிர் தாடியோடு இவன் இன்னும் இந்த மீன் மார்கெட்டுக்கு வந்து போகிறான். சவரிதாஸ் மீன் கடைகளை வலம் வந்தால் மீன் வியாபாரிகள் எவ்வளவு மும்முரமான வியாபாரத்தில் ஈடுபட்டிருந்தாலும் எழுந்து நின்று மரியாதை செலுத்துகிறார்கள். 'தாஸன்னா டீ சாப்பிடுங்க, காப்பி சாப்பிடுங்க'ன்னு உபசரிக்கிறார்கள். அவர் எதையும் பொருட்படுத்தாமல் ஒரு சின்ன தலையாட்டலுடன் போய்க்கொண்டே இருப்பார்.

'தாஸண்ணா... நல்ல வஞ்சிரம் இருக்கு. வாவல் இருக்கு... கட்டித் தரட்டுமா?' என்று கேட்டால் கேட்டவரைப் பார்த்து மெலிதாகப் புன்னகைப்பார்.

அந்தப் புன்னகைக்கு 'சவரிதாஸ்க்கே மீன் தர்ரியா'ங்குற மாதிரி அர்த்தம் உண்டு.

சவரிதாஸ் எப்போதாவது அந்த மீன் மார்கெட்டுக்கு வந்து செல்வதால்தான் எந்தப் பிரச்சனையும் இல்லாமல் தங்களின் பிழைப்பு நடப்பதாக நம்புகின்ற மீன் வியாபாரிகளும், மீன் வெட்டுகின்ற பையன்களும் உண்டு. அவருடைய முன்னோர்கள் நாகப்பட்டினத்துப் பாரம்பரியமான மீனவர்கள். சவரிதாஸுமே கூட அறுபத்தேழு வயது வரை ஆழ்கடலுக்குப் போய் வலைவீசி மீன் பிடித்து வந்தவர்தான். அதிலும் அதிகமான மீன்கள் அவருடைய வலைக்குத்தான் அகப்படுமாம். அதற்கு அவர் காரணமாகச் சொல்வது அம்பாப் பாடல்.

"அம்பா சொல்லித் தெம்பா வலி
ஆண்டவங் கொடுப்பான் கூலி
கைப்பதைச்சால் மடிப் பதைக்கும்
மடிப்பதைச்சால் மீன் பதைக்கும்
அம்பா சொல்லித் தெம்பா வலி..."

பாடிக்காட்டுவார் சவரிதாஸ். அவர் மூலமாக வகாப்பு அறிந்து கொண்ட மீனவக் கதைகள் ஏராளம்.

சவரிதாஸ் வலம் வரும்போது கடலரசன் வருவதாகக் கற்பனை செய்து கொள்வான். சுறாமீன்களை வெட்டுவதில்லை என்று அவன் முடிவு செய்தது சவரிதாஸைச் சந்தித்த பிறகுதான்.

தீபாவளி அன்று சாயந்திரம் மருந்தடித்து விட்டு வீட்டுக்கு வந்த வகாப்பு மரியம் படுத்துக்கிடந்த கோலத்தைப் பார்த்துப் பதைத்து "என்னம்மா இந்தப் புள்ளே மக்ரிப் நேரம் இந்தத்

தூக்கம் தூங்குது?" என்று கத்தினான். மகன் என்ன மாதிரி வந்திருக்கிறான் என்பதை அவன் வீட்டினுள் நுழைந்ததும் வீசிய நெடியை வைத்துப் புரிந்துகொண்ட பாப்பாத்தி "நீ இன்னம் இந்தப் பழக்கத்த விடலியாடா தம்பீ" என்று கவலையுடன் கேட்டாள்.

"அம்மா... இன்னைக்கி காலையிலிருந்து மீன்வெட்டி வெட்டி கையெல்லாம் ஓஞ்சு போச்சும்மா. வலிதாங்கல. அதுதான் லேசா..."ன்னு ஆட்காட்டி விரலையும் பெருவிரலையும் சேர்த்துக் காட்டினான். அதேவேகத்தில் இடுப்புக் கைலியின் மடிப்பிலிருந்து பணத்தை எடுத்து "ரெண்டாயிரம் இருக்கும்மா..."ன்னு கொடுத்தான்.

பணச்சுருளை முகர்ந்து பார்த்த பாப்பாத்தி "ச்சீ மீன் கவுச்சி..." என்றாள்.

"மீன் வெட்றவங்கையில சுருட்டி வச்சிருந்த பணத்துல பன்னீரா மணக்கும்" கோபப்படுவது போல பாவனை காட்டியவனிடம் பாப்பாத்தி

"என்னடா தம்பீபோன தீவாளிக்கு மூவாயிரமோ என்னவோ குடுத்த ஞாபகம். ஆயிரம்ல கொறையிது" கிடுக்கிப்பிடி போட்டாள்.

"போன வருஷம் மூவாயிரமில்ல... ரெண்டாயிரத்து எழுநூத்திப்பத்து ரூவா குடுத்தேன். எழுதி வச்சிருக்கம்ல..." வகாப்புசொன்னான்.

"சரி.. அப்பவும் எழுநூறு ரூவா கொறையுதே"

"அம்மா.. ஒவ்வொரு தீவாளிக்கும் ஒரே தொகையா வரும்? கொஞ்சம் கூடக் கொறையத்தேம் வரும். இந்த வருஷம் பத்து வெட்டுக்காரனுக அதிகம். எல்லாரும் துலுக்கப் பசங்கதான். இவனுங்கல்லாம் விசா கெடைக்காம ஜவுளிக்கடைல நின்னாய்ங்க. எவனோ ஆசைய காட்டிவுட்டு ஆளுக்கொரு கத்தி எடுத்துட்டு வந்துட்டாய்ங்க. பெரிசா அனுபவமில்லாததால அதுல ரெண்டு மூணுபேரு கத்திய கையில போட்டுக்கிட்டு ரத்தங்கொட்டி மீனு ரத்தமும் மனுஷ ரத்தமும் ஒண்ணாக் கலந்து.."

"அய்யய்யோ என்னடா சொல்ற...?"

"நாங்க பாத்துக்கிட்டம்மா. பயப்படாத. அதுதாம் பஸ்ட் எய்ட் பெட்டி அவ்வளவு பெரிசா வச்சிருக்கமே... பொறந்ததுல இருந்து இவனுங்கல்லாம் கத்திய கண்ணாலயே

பாத்திருக்கமாட்டானுவ... காசுக்கு ஆசப்பட்டு கத்தியக் கையில எடுத்தா இந்த கதிதாம்..."

"நீ மட்டும் என்னடா. மார்கெட்டுக்குள்ள நொழஞ்சவுன்ன ஸ்பீடு கட்டர் ஆயிட்டியா?"

"அது இல்லம்மா... எங்க பழக்க வழக்கம்லாம் எப்புடி... பொடிப்பயலுவலா இருக்கும்போதே கத்தி பொழங்கறவனுங்களோடல்ல எங்க சகவாசம்..." இதைச் சொல்லிவிட்டு, தவறிச் சொன்னதைப் போல நாக்கைக் கடித்துக்கொண்ட வகாப்பைக் கூர்ந்து பார்த்தாள் பாப்பாத்தி.

"அப்போ அந்த மாரியம்மங்கோயில் செட்டெல்லாம் இன்னும் உன்னெப் பார்க்க வர்ரானுவளாடா?"

"அம்மா... வாய்தவறி வந்துட்டது..."

"தம்பீ... வேண்டான்டா... எனக்கு உன்னெ நெனச்சா பயம்மா இருக்குடா... அன்னக்கி வெண்டிக்கா வாங்கலாம்ன்னு கடவீதிக்கிப் போயிருந்தப்போ செல்வம் சொன்னான். பாத்து ஒம்மவன பத்திரமா இருக்கச் சொல்லு பாப்பாத்தின்னு. அதக் கேட்டதுல இருந்தே எம் மனசு சரியில்லடா தம்பீ... நானும் கேக்கணும்னு நெனச்சேன். ஆமா... உன்னப் பாக்க பேப்பர்க்காரனுவல்லாம் தேடிட்டு வர்ரானுவலாம்... என்னடா விஷயம். எதுன்னா வீட்டுல சொல்றியா? சுலைமான் சொல்லித்தேந் தெரியும்..."

"அதுல்லாம் அரசியல்ம்மா..."

"அய்யய்யோ... அல்லாகு... அரசியலா? அரசியலுக்கும் ஓனக்கும் என்னடா சம்மந்தம்? தம்பீ. ஆர்வக்கோளாறுல எதுனா செஞ்சிட்டு மாட்டிக்காதடா... அதெல்லாம் பெரிய ஆளுங்க செய்யிறது. நம்ம ஆளுங்கள விடமாட்டானுவடா..."

"அம்மா... தஞ்சாவூர்லயே பொறந்து வளர்ந்து நீ என்னதாந் தஞ்சாவூரப்பத்தி தெரிஞ்சு வச்சிருக்க? இங்க அந்த பாகுபாடெல்லாங் கெடையாதும்மா. அதெல்லாம் மத்த மத்த ஊருங்கல்ல இருக்கலாம். இங்க அப்டில்லாம் இருந்திருந்தா ஒரு முஸ்லிம் நாலஞ்சு தடவ எம்எல்ஏ ஆகி மந்திரியாக முடியுமா?"

"நீ அய்யாவச் சொல்ற. அவரு எல்லாருக்கும் பொதுவானவர்டா. பதவில இருந்தாலும் இல்லன்னாலும் அவருக்குன்னு உள்ள மதிப்பு கொறையாது..."

"அது எங்களுக்கும் தெரியும்மா. நானு சும்மா... அதுதாம் நீனே சொல்றியே ஆர்வக்கோளாறுன்னு அந்த மார ஒண்ணு

செஞ்சுட்டேன். அத பஜார்ல செஞ்சுட்டேன். பத்திரிகைக்கு போயிருச்சு. அவ்வளவுதான். நானென்ன மேயருக்கா போட்டி போட்டேன்?"

"அதான பார்த்தேன்..."

"சரி நீ மரியத்த எழுப்பிவுடு..."

"டேய் அவ விடிகாலை வரைக்கும் செக்சன்ல நின்னு வேல பார்த்துட்டு வந்துருக்காடா. உனக்கென்ன மீன வெட்டுனமா காச வாங்குனமான்னு வந்துருவ. ஜவுளிக்கடைலயும் ரெடிமேட் கடைலயும் வேலைக்கின்னு நீ நின்னு பார்த்தேன்னா தெரியும். நெட்டிய முறிச்சுரும். நொச்சுப் புடிச்ச வேலைடா. ஒரு கஸ்டமர் வந்து நின்னு நூறு ஃபிராக்க கலைச்சிப் போட்டு போனாப் போகுதுன்னு மூணு நாலுமணிநேரங் கழிச்சு நூத்தம்பது ரூவாயிக்கி ஒரு உருப்படி எடுப்பாங்க. கலக்கிப் போட்ட அந்த நூறு ஃபிராக்கையும் மடிச்சு பாக்ஸ்ல அடுக்கி வைக்க ரெண்டு மணி நேரமாகும். இதுக்கு இடையில கஸ்டமர் வந்து போயிக்கிட்டே இருக்கும். அவங்களையும் வுடாம அட்டென்ட் பண்ணனும். நா மரியமுக்கு வக்காலத்து வாங்கல. என் அனுபவத்துலருந்து சொல்றேன்." வகாப்பு கைத்தட்டினான். பாப்பாத்தி அவனை கோபமாகப் பார்த்தாள்.

"என்னடா கடைவேலைல உள்ள கஷ்டத்தச் சொன்னாக்கா கைத்தட்டுற... கொழுப்புத்தான உனக்கு?"

"எனக்குத்தான் தெரியுமேம்மா. ஜவுளிக்கடையப் பத்தி நீ லெக்சரே அடிப்பேன்னு. நீ அந்தக் கடைய ரிசர்ச் பண்ணி டாக்டர் பட்டமே வாங்கிடுவே... அதுக்குத்தான் கைத்தட்டுனேன். வுட்டா கடையில இப்பப் போயி நின்னுகூட அந்தாளுக்கு ஒழச்சுக் குடுத்துட்டு வருவ. அவ்வளவு விசுவாசம் அந்த கம்னாட்டி மேல..."

"டேய் கம்னாட்டி கிம்னாட்டின்லாம் பேசப்படாது ஆமா..."

"பெரிய பருப்பு அவரு. அந்தாள் யோக்யதயப் பத்தி காந்திஜி ரோடே பேசிச் சிரிக்கிது நீ போம்மா."

"என்னத்தடா பேசி சிரிக்கிறாய்ங்க. மீன் மார்கெட்ல கத்தியும் கையுமா உக்காந்து கெடக்குற உனக்கு ரெடிமேட் கடையப்பத்தி என்னடா தெரியும்?"

"அடேங்கப்பா... எஜமான சொன்னதும் அடிமைக்கி வர்ற கோவத்தப் பாருங்கடா..."

"போடா போடா ஏதோ நாலு காசு சம்பாதிக்கிற திமிர்ல இப்டியெல்லாம் பேசுற. அந்த மொதலாளி எங்கள எப்டியெல்லாம் அனுசரிச்சார் ஆதரிச்சார்ன்னு உனக்குச் சொல்லி புரியவைக்க முடியாது. அதெல்லாம் ஒரு காலம்டா..."

"ஆமாமா... பொற்காலம்..." வகாப்பு கிண்டலாகத் தலையை ஆட்டியபடி கொல்லைக்குப் போனான். பாப்பாத்திக்கு கண்கலங்கி விட்டது. "நீ என்னடா சொல்றது? அந்த மனுஷன் மரியத்த வந்து கூப்டாப்ல என்னையும் நீ வா பாப்பாத்தி... வந்து செக்சன்ல நின்னுன்னார்னா உடனே... உடனே போவேன்டா..."ன்னு முனங்கினாள்.

மரியம் தூசிதட்டி எடுத்து செக்சனைத் தட்டிவிட்டாள். சற்றே தடிமனான கம்பு ஒன்றில் காட்டன் துணியை இறுகக் கட்டிய இந்த தூசி தட்டி ஜவுளிக்கடை, ரெடிமேட் கடை செக்சன்களில் சேல்ஸ்மேன் சேல்ஸ்கேர்ல்ஸ்க்கு ஒருநாளின் தொடக்கத்தில் மிக அவசியமான ஒன்று. சமயத்தில் இது செக்சன் விட்டு செக்சன் பறந்து போய்விடும். பறந்து போகுமென்றால் அதற்கு றெக்கைகளா இருக்கிறது? இல்லை. ஒரு செக்சன்காரன் தன்னுடைய தூசி தட்டியை எங்கேனும் தவறவிட்டு மறுசெக்சன் தூசி தட்டியைக் களவாடிக்கொண்டு ஒன்றுமே தெரியாததுபோல் நிற்பான். காலையில் முதலாளி கடைக்குள் வந்ததும் முதல் வேலை 'செக்சன் விசிட்' தான். கவுண்டரில், செக்சனில் தூசி படிந்துள்ளதா என விரல்கொண்டு சோதிப்பது அவர் வழக்கம். அப்படி தூசி விரலில் படிந்திருந்தால் அந்த செக்சன்காரர்களுக்கு காலையிலேயே அர்ச்சனைதான். 'தூசி தட்டியைக் காணோம். எவரோ வேறு செக்சன்காரர் எடுத்துக்கொண்டார். அதனால்தான் சுத்தம் செய்யவில்லை' என்றெல்லாம் காரணம் சொன்னால் எடுபடாது.

காலையில் 'போணி' ஆவது கடையைப் பொறுத்தவரை முக்கியமான நிகழ்வு. சமயத்தில் பனிரெண்டு மணி வரைக்குமே கூட முதல் வியாபாரம், அதுதான் 'போணி' ஆகியிருக்காது. முதலாளி வீட்டிலிருந்து கடைக்குவர மணி பதினொன்றாகிவிடும். அவர் வந்தவுடன் கல்லாவில் கேஷியரைக் கேட்கும் முதல்கேள்வி "போணி ஆச்சா?" இல்லை என அவன் கூறினால் அவருடைய முகம் இருண்டு போகும். கேஷியர் தப்பிவிடுவான். பாவம் செக்சன் ஆட்கள்தான் ஏதோ கொலையே செய்துவிட்டதுபோல முகத்தைத் தொங்கப்போட்டு குற்ற உணர்வுடன் நிற்கவேண்டியிருக்கும். செக்சன்களில் முதலாளிக்கு இணக்கமான ஆள் ஒருத்தன்

இருப்பான். உசேன் மாதிரி, நாசர் மாதிரியான ஆள். 'நாசர்' என்று முதலாளி குரல் தந்ததும் அவன் ஒருவிதமான புன்னகையுடன் வந்து தலையைச் சொறிந்துகொண்டு நிற்பான். 'நாசர் குளிச்சியா?' படு கிண்டலான கேள்வி முதலாளியிடமிருந்து.

"நான் காலையிலேயே குளிச்சிட்டேங்க..."

"அப்போ வேற யாரும் குளிக்கலியா?"

"தெரியலிங்க..."

செக்சன் பெண்களின் பக்கம் முதலாளியின் முகம் திரும்பும். பவானியையோ, அகிலாவையோ, பத்மாவையோ பார்த்து புருவத்தாலேயே கேள்வி "குளிச்சியா?" வெட்கத்துடன் வாயைப் பொத்தி சிரித்தபடி அவர்கள் தலையை ஆட்டுவார்கள்.

"என்னப்பா எல்லாரும் குளிச்சிருந்தா ஏன் இன்னம் போணி ஆகல?" கேஷியர் ரபீக் கல்லாவில் நெளிவான்.

"டேய்... அப்பாஸ் மந்திரி... தண்ணி தெளிடா..." முதலாளி குரல்கேட்டதும் கடையை விட்டு வெளியேறும் கேரியர் பையன் இரண்டே நிமிடத்தில் ஒரு சில்வர் கிண்ணத்தில் மஞ்சள் பொடி கலந்த தண்ணீரைக் கொண்டு கடையின் தரையில் தெளிப்பான். மஞ்சள் தண்ணீரை வியாபார ஸ்தலத்தில் தெளித்தால் சுற்றியுள்ள பீடை விலகிவிடுமென்பது ஐதீகம். அதேபோல கேஷியர் கல்லாவில் அமர்ந்ததும் 'யாசீன்' ஓதவேண்டும். யாசீன் என்பது புனிதவேதமாகிய குர்ஆனின் முக்கியப்பகுதி. அதை காலையில் ஓதினால் இரணம் கிடைக்கும்.

'யாசீன் ஓதினாயா?' என்று முதலாளி கேஷியரிடம் கேட்பதற்கு முன் அவன் ஊதுபத்திகளைக் கொளுத்தி ஓதிமுடித்திருப்பான். நிறைய பசங்களுக்கு அரபுமொழியில் அலீஃப் பே... கூட தெரியாது. அதனால் என்ன இருந்தே இருக்கிறது காஜியார் புக்டிப்போ வெளியிட்ட தமிழ் யாசீன்கள். அதைப் பார்த்து ஓதவேண்டியதுதான். அரபுத்தமிழ். அரபுத் தமிழென்றால் அரபு வார்த்தைகளைத் தமிழ் எழுத்துருவில் பிரசுரித்திருப்பார்கள். அதைப் பார்த்து ஓதுவது சுலபம். அரபுமொழி தெரியாதவனும் ஓதிவிடலாம். அரபுப் பதங்கள் கொஞ்சம் கரடுமுரடாக இருக்கும். தமிழ் நாவுக்குப் படியாது. எல்லோரும் தமிழ் வேர்களுடன் தொடர்பு கொண்டவர்கள் தானே? அரேபியப் பாலையிலிருந்து ஒட்டகத்தின் மேல் தாவியேறி பேரீச்சம்பழம் சுவைத்தபடி தமிழ்நாட்டுக்கு வந்தவர்களா என்ன?

முதலாளி கடைக்குள் நுழையும் நேரம் எதுவானாலும் ரெண்டு செக்சன்களில் ரெண்டு கஸ்டமர் நின்று எதையாவது பார்த்துக்கொண்டிருந்தால் அவருக்குத் திருப்தியாக இருக்கும். கடை நிறைய கூட்டமிருந்தால் சந்தோஷம் மிகக்கொண்டு மன்சூரையோ அப்பாஸையோ அழைத்து 'வாப்பா கடையில எல்லாருக்கும் டீ சொல்றா' என்பார். அவர் கடைக்குள் வரும் நேரம் கடை துடைத்துவிட்ட மாதிரி இருந்தால் 'என்ன மகுத்தான வீடு மாதிரி இருக்குது' என்று முனங்கியபடி நுழைவார். அதற்கு எழவு வீடு மாதிரி கடை அமைதியா இருக்கேன்னு அர்த்தம். இதுபோன்ற முதலாளியின் எள்ளல்கள் ஊழியர்களைக் குத்திக்காட்டுகிற மாதிரி இருக்கும். 'எல்' எதுக்கு இத்தன எரியுது... 'எஃப்' எதுக்கு இத்தன ஓடுது... என்பார் முதலாளி.

உடனடியாக செக்சனில் எரிந்துகொண்டிருக்கும் எல்லா விளக்குகளும் ஓடிக்கொண்டிருந்த எல்லா மின்விசிறிகளின் ஸ்விட்சுகளும் அணைக்கப்படும். 'எல்' என்றால் லைட், 'எஃப்' என்றால் ஃபேன். முதலாளி 'எல்'லைப்போடு 'எஃப்'பைப் போடுன்னு சொன்னாரென்றால் அதற்கும் ஒரு பொருள் உண்டு. ஜரிகை வேலைப்பாடு கொண்ட டிசைன்களை ஊழியர் காட்டிக்கொண்டிருக்கும் போது குறைந்த வெளிச்சம் எடுபடாது. அப்போது விசேஷ ரூம் விளக்கைப் போட்டு அந்த வெளிச்சத்தில் காட்டும்போது அந்த வேலைப்பாடுகளைக் கஸ்டமர் தெளிவாகப் பார்ப்பதற்கு வாய்ப்பிருக்கும். நிறைய ஆடைகளை எடுத்துக் குவிப்பர். களைப்படையாதிருக்க காற்றோட்டம் தேவை. அப்போது அவரை நோக்கி இரண்டு மூன்று மின்விசிறிகள் கூட திருப்பிவிடப்படும். குளிர்பானங்களும் தருவித்துத் தரப்படும்.

ரெடிமேட் கடைகளுக்கு வரும் குழந்தைகளின் பெயர் கேட்டு பிறந்ததேதி கேட்டு குறித்துக்கொள்ளவென்றே ஒரு ஊழியர் நோட்டும் பேனாவுமாக அமர்ந்திருப்பான். சிடுமூஞ்சியாக இல்லாமல் குழந்தைகளின் உளவியலறிந்து அவர்களுடன் சிரித்துப் பேசி விளையாட்டுக் காட்டுகிற இயல்புள்ள ஊழியராக அவனிருப்பான். தீபாவளி போன்ற பண்டிகைக் காலங்களில் அவர் குழந்தைகளை வசப்படுத்த சாக்லேட்டுகளையும் சிறிய பரிசுப்பொருட்களையும் அவர்களுக்குத் தந்து மகிழ்விப்பார். அவரவர் பிறந்த தேதிகளில் வாழ்த்துக் கடிதங்கள் வீடுதேடிப் போகும். அந்த வாழ்த்துக் கடிதத்துடன் புதிதாக வந்துள்ள ஆடை ரகங்கள் குறித்த விளம்பரமும் இணைந்திருக்கும். பில்லுக்குப் பணம் செலுத்தும்போது பில் தொகை பார்த்து அதற்கேற்ப மஞ்சப்பையா, ஜுட் பேக்கா, அல்லது சாதாரண கேரிபேக்கா

என்பது தீர்மானிக்கப்படும். மொத்தத்தில் வந்த வாடிக்கையாளர் அல்வா சாப்பிட்ட திருப்தியுடன் வீடு திரும்ப வேண்டும் என்பதல்லாமல் நிர்வாகத்துக்கு வேறு நோக்கம் எதுவுமில்லை.

அன்றைக்கு முதல்போணி மரியமின் ஃபிராக் செக்சனில் ஆனது. பத்து நிமிடங்கழித்து பாபாசூட்டுக்கு ஒரு பில் விழுந்தது. தொடர்ந்து கஸ்டமர் வரத்து சிறிய இடைவெளிகளில் நீடித்தது. சுடிதார் செக்சனில் நின்ற நாசரிடம் மிடி செக்சன் காதர் இந்த போணி ஆகும் விஷயங்குறித்து ஏதோ கேட்டான்.

“ஒனக்குத் தெரியுமால... பாப்பாத்தி ஃபிராக் செக்சன்ல நிக்கையில தெனம் ஃபிராக் செக்சன்ல தான்ல போணி ஆகும். அது ஒரு ராசி அந்தப் பிள்ளைக்கி. அப்பல்லாம் கடை எப்டி இருக்கும் தெரியுமா? சும்மா கலகலப்பா இருக்கும். சண்டாளன் உசேன் எல்லாத்தையும் கெடுத்திட்டான்ல...” நாசர் நான்கைந்து சுடிதார்களை இறக்கிப் போட்டு தூசி தட்டியால் அவற்றை தட்டோதட்டென்று தட்டியபடியே புலம்பினான். முதலாளியின் கவனம் எந்தப் பக்கம் என்று ஒருமுறை ஓரக்கண்ணால் பார்த்துக் கொண்டான். முதலாளி எந்தப் பார்டிக்கு டிராப்ட் அனுப்பலாம் என இன்வாய்ஸ் ஃபைலை புரட்டிக் கொண்டிருந்தார். எந்த வேலையில் கவனமாக இருந்தாலும் முப்பது விநாடிக்கொரு தடவை செக்சன் பக்கம் அவருடைய கண்கள் பாய்ந்து திரும்புமென்பது நாசருக்குத் தெரியும். தவிர ‘பாப்பாத்தி’ங்கிற பெயர் காதில் விழுந்தால் உடனே காதுகளைத் தீட்டி வைத்துக்கொள்வார் என்றும் தெரியும்.

மரியமுக்கு தன் அம்மாவை முதலில் விரும்பியது தன் தகப்பன் உசேனல்ல; இந்த நாசர் தானென்னும் விஷயம் கடைக்கு வந்த பிறகுதான் தெரியும். அம்மா, கடையைக் குறித்து எத்தனையோ விஷயங்களைப் பகிர்ந்து கொண்டிருக்கிறாள் அவளிடம். ஆனால் இப்படி ஒரு ஜீவனைப் பற்றி ஏன் எதுவுமே பேசியதில்லை? மரியமுக்கு நாசரின் சில அபத்தமான செய்கைகள் கோபத்தை ஏற்படுத்தினாலும் கூட ‘பாவம் இந்த ஆள்’ என்றொரு அனுதாபம் உருவாகி விட்டிருந்தது. நாசரின் அபத்தமான செய்கைகள் என அவள் கருதியது, தன்னை அவன் ‘பாப்பாத்தியாக’ காண்பது; கண்டு கோமாளித்தனங்கள் காட்டுவது.

‘முதலாளியிடம் இதைப்பற்றி புகார் கொண்டு செல்’ என்று மிடி செக்சன் காதர் அவளை ஓயாமல் வற்புறுத்திக்

கொண்டே இருந்தான். ஆனால் மரியமுக்கு நாசரைக் குறித்து புகார் செய்ய விருப்பமில்லை.

"புரியாம நடந்துக்குதுண்ணா... பாவம்.." என்பாள் காதரிடம்.

"என்னத்த புரியாம நடந்துக்குறானாம்.... எப்பப் பாரு செக்சன்ல நின்னு உன்னையே பாத்துக்குட்டு... அம்மாவுக்கும் மகளுக்கும் வித்தியாசம் தெரியாதாமா? சும்மா நடிக்கிறான்..." காதர் அவளை விடுவதாக இல்லை.

"அய்யோ... விடுங்க காதர்ண்ணா. அது என்னப் பாத்தா பாத்துட்டுப் போகுது. எனக்கே அது பிரச்சனை இல்லைன்னா ஒனக்கென்ன?" கேட்டுவிட்டாள்.

"அடிப்பாவி என்ன பேசுற... பாத்தா பாத்துட்டுப் போகட்டுங்குற... ஒனக்கு இன்னம் கல்யாணம் ஆகல. நாளைக்கி உன்ன பொண்ணு பாக்க வர்ரவங்க நீ வேல பார்த்த எடம்ன்னு தெரிஞ்சுக்கிட்டு இங்கேயும் வந்து விசாரிப்பாங்க. யாரும் எதும் போட்டுக்குடுத்தறக்கூடாது. ஆமா... இந்த மாதிரி விஷயத்துல ரொம்ப கவனமா இருக்கணும்...ம்..." மிகுந்த அக்கறையுடன் பேசிய மிடி செக்சன் காதர், மரியம் இதற்கு என்ன பதில் சொல்லப்போகிறாளென ஆவலுடன் காத்திருந்தான். நாசரின் கோமாளித்தனத்தைக் கூட சகித்துக்கொள்ளலாம். இவனுடைய டார்ச்சரைத் தாங்கிக்க முடியலியேன்னு மரியமுக்கு சரியான எரிச்சல். அடுத்த ரவுண்டு அவன் தன்னுடைய உபதேசத்தைத் தொடங்கும் முன் ஒரு ஷாக் ட்ரீட்மெண்ட் தந்தேயாக வேண்டுமென நினைத்தவள் காதர் எப்போ வாயைத் திறப்பான் என எதிர்பார்த்துக் காத்திருந்தாள்.

ஒருநாள் மதிய உணவு இடைவேளைக்குப் பின் காதர் தன்னுடைய செக்சனில் குட்டிபோட்ட பூனைபோல அங்குமிங்கும் நடந்தபடி, நகங்களைக் கொறித்தபடி இருந்தான். இடையிடையே தன் கைக்கடிகாரத்தையும் பார்த்துக்கொண்டான். ஐந்துமணி ஆனபோது வாப்பா கடையிலிருந்து டீ வந்தது. டீயைக் குடித்துவிட்டு நாசர் அஸர் தொழுகைக்குப் புறப்பட்டான். இந்த சந்தர்ப்பத்துக்காகக் காத்திருந்த மிடி காதர் மெல்ல ஃபிராக் செக்சனுக்குள் ஊடுருவினான். கடையில் முதலாளி இல்லை. கல்லாவில் ரபீக் குமுதத்திலோ ஆனந்தவிகடனிலோ ஆழ்ந்திருந்தான். ஜென்ட்ஸ் செக்சனுக்கு கஸ்டமர் ஓரிருவர் வந்து போய்க்கொண்டிருந்தனர்.

"மரியம்... மரியம்.. இந்த நாசர் இருக்கானே..." என்று காதர் தன் பல்லவியைத் தொடங்கினான். அதற்குள் ஒரு இளம்பெண்

புன்னகையுடன் தன்னை நோக்கி பரிச்சயமான பாவத்துடன் நெருங்கி வர

"ஒரு நிமிஷம் காதர்ண்ணே, கஷ்டமர் அட்டெண்ட் பண்ணிட்டு வர்ரேன்" எனச் சொல்லிவிட்டு,

"வாங்க, என்ன வேணும்... ஃப்ராக்கா... என்ன வயசு?" என்று அந்தப் பெண்ணிடம் முகமலர்ச்சியுடன் கேட்டாள்.

அவள் "இல்லங்க... உங்களத்தான் பார்க்க வந்தேன். தோ... எங்க மம்மி..." எனத் தன் பக்கம் அப்போதுதான் வந்து நின்ற முப்பத்தைந்து வயது மதிக்கத்தக்க பெண்ணைக்காட்ட அவள் மரியம்மை ஆச்சரியமாகப் பார்த்து

"ச்சே... சான்ஸே இல்ல... அப்படியே பாப்பாத்தி மாதிரியே இருக்கா" என்று துள்ளிக் குதித்து மரியம்மின் கன்னத்தைக் கிள்ளி "அதே கண்... அதே மூக்கு... அதே முகம்... அதே முக்காடு... அதே செக்சன்..." என்று அடுக்கியவள்

'எங்கே உங்க முதலாளி... இப்டியெல்லாம் கஸ்டமர்ஸ்க்கு சர்ப்ரைஸ் குடுக்கறாரு..." என்றாள். மரியம்முக்கு ஏதோ புரிந்தும் புரியாமலும் இருந்தது.

கேஷியர் ரபீக் அதிசயமாக கல்லாவை விட்டு இறங்கி வந்து மரியம்மிடம் விபரம் சொன்னான்.

"இவங்க குந்தவை... நம்ம ரெகுலர் கஸ்டமர் இவங்க பொண்ணு இது நங்கை. இந்தப் பொண்ணு இப்போ பார்க்க பெரிய பொண்ணா இருக்கு. ஆனா பொறந்ததுல இருந்து இப்போ வரைக்கும் இங்கேதான் ரெடிமேட் வாங்குறாங்க. என்ன அப்போ ஃப்ராக். இப்போ சுடிதார். நங்கைக்கு ஏழு வயசு வரைக்கும் உங்க அம்மா பாப்பாத்திதான் ஃப்ராக் செலக்சன் பண்ணி குடுத்தது. கடைக்கி வரப்போக இருக்குறப்பல்லாம் இவங்க உங்க அம்மா பாப்பாத்திய விசாரிப்பாங்க. இன்னக்கி வந்தப்ப 'குந்தவை மேடம்... ஃப்ராக் செக்சன்ல ஜூனியர் பாப்பாத்தி நிக்கிறத கவனிச்சுங்கிலா இல்லையா'ன்னு கேட்டு விவரம் சொன்னேன். உன்ன வந்து பார்த்துட்டு அசந்துட்டாங்க..." கல்லாவில் யாரோ பில்லுடன் காத்திருக்க ரபீக் அங்கு வேகமாக நடந்தான்.

"பாப்பாத்தி ஆண்ட்டி நல்லா இருக்காங்களா?" நங்கை கேட்டாள்.

"நல்லாருக்கங்கப்பா... நான் சொல்றேன் அம்மாட்ட..."

“ஆண்ட்டி மறுபடியும் இந்த செக்சனுக்கு வரமாட்டாங்களா?”

“ம்ஹும்... அது எப்டி? அவங்களுக்கு வீட்ல ஒரு செக்சன் இருக்கே”

“உசேன் அங்க்கிள்?”

மரியம்முக்கு தந்தையின் பெயரைக் கேட்டதும் முகம் சுருங்கியது.

“ஏய்... அதெல்லாம் எதுக்கு நங்கை கேக்குற?”

குந்தவை சற்றே கண்டிப்பான குரலில் நங்கையிடம் கேட்டாள்.

“ஏன் கேட்கக் கூடாதா? உசேன் அங்கிள்தானே ஆண்ட்டியோட ஹஸ்பன்ட். அந்த அங்கிளையும் எனக்கு ரொம்பப் பிடிக்கும். நான் செகண்ட் ஸ்டான்டர்ட் போறப்போ ஒரு பிங்க் கலர் ஃபிராக் போட்டேன்ல. அது அங்கிளும் ஆன்ட்டியும் சேர்ந்து செலக்ட் பண்ணி குடுத்ததுதான். இன்னம் அந்த ஃபிராக் கலர் ஃபேடாகாம அப்படியே இருக்கு. ஆனா சைஸ்தான் பத்தல...”

“நீ தான் இப்போ குண்டடிச்சு பெரிய பொம்பள ஆயிட்டேல்ல. உனக்கு இனிமே சாரிதான் லாயக்கு... நோ சுடிதார்...” என்ற குந்தவை மேடம் நங்கையை அழைத்துக்கொண்டு “வர்ரேம்பா. அம்மாவ கேட்டேன்னு சொல்லு...” என்று போனாள்.

மரியம்முக்கு மனதை என்னவோ செய்தது. மெல்ல மிடி காதர் மீண்டும் ஃபிராக் செக்சனுள் பிரவேசித்தான்.

“மரியம்” அழைத்தான். தலைகுனிந்திருந்தவள் நிமிர்ந்தாள். கண்கள் கலங்கியிருந்தன. அதைக் குறித்து அவனுக்கு ஒரு பிரச்சனையுமில்லை. அவன் சொல்ல வந்ததைச் சொல்லிமுடித்துவிட்டு முதலாளி பார்வைக்குச் சிக்காமல் மிடி செக்சனுக்குள் போய்விடவேண்டும். அவ்வளவுதான். “சொல்லுங்க காதர்ணே” என்றாள் மரியம்.

“இந்த நாசர் இருக்கானே...” என்று மறுபடியும் ஆரம்பித்தவனைத் தடுத்து நிறுத்தி

“அவரப்பத்தி ஓனர்ட்ட கம்ப்ளைன்ட் பண்ணனும் அவ்வளவு தான்ணே?” என்றாள். அவன் உள்ளும் வெளியும் பார்த்தபடி தலையை ஆட்டினான்.

“கல்யாணம் முடிஞ்சுருட்டும் காதர்ண்ணே.. அப்புறமா சொல்லிக்கலாம்...” என்ற மரியமை, அவனுடைய வழக்கமான தலை சொறிதலுடன் பார்த்த மிடிகாதர்

“யார் கல்யாணம்?” என்றான் குழப்பத்துடன்.

“எனக்கும் நாசருக்கும்தான்...” மரியம் சொன்னதும் காதருக்கு ரத்தக்கொதிப்பு எகிறிப்போய் தலையைச் சுற்றியது.

மரியமும் அகிலாவும் தங்களை மறந்து சிரிக்க கல்லாவில் தூங்கி வழிந்த கேஷியர் ரபீக் அதிர்ந்துபோய் விழித்தான்.

6

“ஏம்பா... இன்னைக்கி என்ன நாள் தெரியும்ல... ஜமாதுல் ஆகிர் பிறை ஒண்ணு. நாகூர் தர்கா ஷரீபுல பெரிய கந்தூரிக்கு கொடியேத்துறது இன்னைக்குத்தான்... இந்த வருஷமாவது கந்தூரிக்கிப் போறமா? நானும் வருஷக் கணக்கில கேட்டுக்கிட்டிருக்கேன்... என்னங்க மேனேஜர்... நா பேசுற விஷயம் காதுல விழுதா?” சமையலறையினுள்ளிருந்து நாகூர் பிச்சை குரல் தந்தார். ஜன்னலோரம் நின்று கண்ணாடி பார்த்து முகம் மழித்துக்கொண்டிருந்த அன்வருக்கு திக்கென்றிருந்தது.

‘என்ன பெரிய கந்தூரிக்கு கொடியேத்துறாங்களா... இன்னைக்கா? இப்பத்தானே கந்தூரி நடந்து முடிஞ்சமாதிரி இருக்கு. அதுக்குள்ள வருஷமாயிடுச்சா... என்னடா இது... நாள் போறதே தெரியமாட்டேங்கிது...” அன்வர் திகைக்கவும் ஒரு காரணமிருந்தது.

சமையல்காரரர் நாகூர் பிச்சையின் பெயரிலேயே நாகூர் இருக்கிறது. அவருடைய தகப்பனாருக்கு வரிசையாக ஆறு பிள்ளைகள், மூன்று ஆணும் மூன்று பெண்ணுமாய். சொல்லி வைத்தாற்போல் ஒவ்வொன்றும் சில கால இடைவெளியில் நோய்வாய்ப்பட்டு அல்லாபுரம் நோக்கி பயணப்பட்டனர்.

எந்தக் குழந்தையும் தங்கவில்லையே எனும் வேதனையில் நாகூருக்கு நேர்ந்து கொண்ட அவர் ‘இன்னொரு புத்திர பாக்கியம் வாய்க்க வேண்டும்’ என்று வைத்த கோரிக்கை ஏற்றுக் கொள்ளப்பட்டு ஏழாவதாக ஒரு ஆண் மகவையும் பெற்றார். அதற்கு நாகூர் பிச்சை என்றே பெயரிட்டார். பிச்சை என்று பெயர் வைத்தால் — அந்தப் பிள்ளை மரிக்காமல் தங்கிவிடும்

என்பதோர் ஐதீகம். பெரியவருக்கு நாகூர் பிச்சையின் இந்த ஜனன வரலாறு தெரியும். எனவே அன்வரை அழைத்து ‘அவர மட்டும் வருஷாவருஷம் கந்தூரி அன்னைக்கி நாகூர் அனுப்பி வச்சிருப்பா...’ என்று கூறி சலுகை அளித்திருந்தார். ஆனால் கடந்த ரெண்டு வருஷங்களாக கந்தூரிக்குப் போகும் வாய்ப்பு அவருக்குக் கிடைக்கவில்லை. கடந்த ஆண்டுக்கு முந்தைய ஆண்டு கந்தூரி சமயத்தில் அன்வர் அவசர வேலையாக ஊருக்குப் போய்விட்டான்.

‘அன்வர் இல்லையானால் நாகூர் பிச்சை இருந்தே ஆக வேண்டும். பொறுப்பான ஒரு ஆள் இல்லையானால் அந்த இடத்தில் சைத்தானின் ஊசலாட்டம் தொடங்கிவிடும்’ என்பது பெரியவரின் உத்தரவும் எச்சரிக்கையும். நாகூராரால் அதை மீறவா முடியும்?

“நாகூர் ஹஜரத் குத்துபுல் அக்தாபு ஃபர்துல் அஹ்பாபு செய்யிதுஸ் ஸாதாத்து செய்யிதினா ஷாகுல் ஹமீது காதிர்ஒலி கஞ்சஸவாய் கஞ்ச பக்ஷ் பாதுஷா சாயிபே நாகூர் ஆண்டவரே... இந்த வருஷம் உங்கள் சந்நிதிக்கு வரும் வாய்ப்பை இழந்தேன். அடுத்த வருஷம் இன்ஷா அல்லாஹ் இந்த அடிமை உயிரோடிருந்தேனேயானால் உங்களை அவசியம் வந்து சந்திப்பேன்...” என்று ஆண்டகையிடம் மன்னிப்புக்கேட்டுக்கொண்டு தன் வேலையைக் கவனிக்கத் தொடங்கிவிட்டார். கடந்த ஆண்டும் சோதனையே போல நாகூராருக்கு கந்தூரி காலகட்டத்தில் மேலுக்குச் சுகமில்லாமல் போய்விட்டது. குளிகைகள் தின்று சுகவீனத்தை நிவர்த்தி செய்து கொள்வதில் அவருக்கு எப்போதுமே நம்பிக்கையில்லை. டாக்டரிமோ; போகவே மாட்டார். அவருக்கென்று ஒரு கஷாயமிருக்கிறது. கீழவாசல் நாட்டுமருந்துக் கடைகளுக்குப் போய் தன் கைப்பட வாங்கி வந்த பொருட்களை இடித்து அவர் காய்ச்சும் கஷாயத்தின் நெடி ஒவ்வாமல் குறிப்பிட்ட நேரத்துக்கு முன்பே லைனுக்கு ஓடிப்போனார்கள் கடை ஆட்கள். ஆனால் அவர் அதைத்தான் மருந்தாகக் கொள்வார். கடந்த ஆண்டு கஷாயமும் அவருக்குக் கைகொடுக்கவில்லை.

ஆனால் ‘கந்தூரிக்குப் போயே தீருவேன்’னு விடாப்பிடியாய் புறப்பட்டார்.

‘வயசு அறுபதுக்கு மேல ஆச்சுன்னா கொஞ்சம் உடம்பு விஷயத்துல சுதாரிக்கணும்னு நீங்கதானே நாகூராரே சொல்லுவீங்க’ன்னு அன்வர் கேட்பான்.

‘வயசு அறுபதா.. எனக்கா... எவஞ்சொன்னான்? அம்பத்தி ஏழு.. நீங்கல்லாம் எளந்தாரிங்கங்கிறது பேருக்குத்தான். ஆனா இந்த வீட்டப் பொறுத்தவரைக்கிம் நாந்தான் வாலிபப்பயல். பாக்குறியா என் பலத்தை’ன்னு கடகடன்னு சமையல் கட்டுக்குப்போய் நாலைந்து பச்சை முட்டைகளை உடைத்துக் குடித்து வாசலுக்கு வந்து சட்டெனத் தரையில் இரு கைகளையும் ஊன்றி,‘எண்ணிக்க’ன்னு சொல்லி,போட்டாரே ஒரே தடவையில் நூறு தண்டால். மிரண்டு போனார்கள் அன்வரும், ஆட்களும்.. ‘என்ன மனுசன்டா இந்தாளு’ன்னு அன்வர் யோசித்தான். அவனுக்குத் தரையில் இது போல கைகளை ஊன்றினாலே வியர்த்துக் கொட்டும். பிறகெங்கே தண்டாலும் பஸ்கியும்.

பேருக்குத்தான் தவணைக்காரர் வீடு. ஆனால் கிரைண்டரோ மிக்ஸியோ உபயோகமில்லை. அம்மியும் ஆட்டாங்கல்லும்தான் இன்றுவரை நடைமுறையில். பெயருக்கு அவை வீட்டிலிருந்து உறங்குகின்றன. ‘நான் சக்கராத்துஹாலுக்குப் போறவரைக்கும் உங்களுக்கு சமைச்சுப்போடுவேன். என் காலத்துக்குப் பின்னால எவனாச்சும் உங்க ஊர்ப்பக்கமிருந்து இடுப்பொடிஞ்ச சமையல்காரன் சோத்துக்கு செத்துப்போய் வருவான்ல... அவன்ட்ட குடுங்க இந்த கிரைண்டரும் மிக்ஸியும். ஏதோ லைனுக்குப் போகணும்னு அவசரப்படுறீங்களேன்னு தான் இந்த குக்கர்ல அரிசியக் கழஞ்சு வக்கிறேன். இல்லேன்னா மண்பானையில தான் சோறு வடிப்பேம் ஆமா...’ன்னவர் ஒரு தடவை ஒரு மழை நாளில் முழுக்க மண்சட்டிகளில் சமைத்துப் போட்டார். வாழை இலை போட்டு சம்பா அரிசிச்சோறு... மத்திமீன் குழம்பு... அதுவும் தேங்காய் எண்ணெயில் தாளிதம். சூறைமீன் வறுவல், புதினா, பிரண்டைத் துவையல். மிரட்டினார் அன்று நாகூரார் நளபாகத்தில்.

‘கடல்மீன் சாப்பிடுங்கப்பா’ என்றார். சட்டியிலிருந்து ஆறேழு மீன்களைக் கொத்தாக அள்ளி வைத்தார் இலையில். சிக்கந்தர் திணறியவாறு “போதும்... போதும்...” என்றான்.

‘இது சீப்பா கெடைக்கிற மீனுன்னு நம்மாளுங்களுக்கு எளப்பம். இதிலுள்ள சத்து ஒரு மசுராண்டிக்கும் தெரியாது. இவிங்களுக்கு வஞ்சரமும் வாவலும்தான் இல்லேன்னா கொளத்துல கெடந்து பாசி அப்பின விரால். இதத்தவிர வேற மீனே கிடையாது பாரு... நண்டு சூப் குடிச்சிருக்கியா?” சிக்கந்தர் அருவறுப்பாக முகத்தை வைத்துக் கொண்டு தலையை ஆட்டி இல்லைன்னான்.

“சிலேப்பி மீனையும் உளுவையும் தவுத்து நீங்கல்லாம் வேறெந்த மீனத் தின்னுருக்கப் போறீங்க?” நாகூரார் கிண்டலடித்தார்.

“ஏன்... எங்களுக்கு கேரளா மீன் வருமே?” சிக்கந்தர் சமாளித்தான்.

“அது இப்போத்தானே? அதும் ஐஸ்ல வச்சு அஞ்சு நா கழிச்சுவரும்...”

“இங்க வர்ற கடல்மீன் மட்டும் உயிரோட துடிக்கிதாக்கும். எல்லாம் ஐஸ்ல செத்த மீன் தானே?” நாகூராரைப் பார்த்து கேலிச் சிரிப்பை உதிர்த்தான் சிக்கந்தர்.

“உனக்கு ரயில்வே ட்ராக்குல நடந்து நடந்து புத்தி மழுங்கிப்போச்சு. நாகப்பட்டனம் இந்த கெடக்குது. நேத்துப் புடிச்ச மீனு இன்னைக்கி வந்துரும் தஞ்சாவூருக்கு. ஒங்க ஊருக்கும் கடலுக்கும் எம்மாந்தூரம் தம்பீ..” நாகூராரைப் பேச்சில் ஜெயிப்பது சாமான்யமில்லை.

தொடர்ந்து நண்டு சூப்பைப் பற்றி சிலாகித்தார். ‘ஆஸ்துமாக்கு மலேரியா டைபாய்டுக்கெல்லாமே நல்லது. அதுல இல்லாத சத்துகளா? புரோட்டீன், வைட்டமின் சத்து, பாஸ்பரஸ், மக்னீசியம், கால்சியம், தாமிரம், கொழுப்பு இன்னம் என்னென்னமோ இருக்குங்கறான் டாக்டர். ஒங்களுக்குத்தாம் நண்டுன்னா ஆகறதேல்ல. நண்டு என்னவோ தூங்கையில இவனுங்க கைலிக்குள்ள புகுந்து கொட்டையக் கவ்விக்கிறாப்ல பயப்படுவானுவோ...” சொல்லிவிட்டு ஒரு நண்டுச் சிரிப்புச் சிரித்தார். ராத்திரி தூங்கும்போது கைலியை ஊடுருவிக் கொண்டு, நாகப்பட்டினம் கடலிலிருந்து புறப்பட்ட நண்டுகள் ஒவ்வொன்றாய் தொடை மேடேறி நகர்ந்து நகர்ந்து நாகூரார் சொன்ன விஷயத்தைச் செய்வதாகக் கற்பனை செய்து பார்த்து திகைத்தனர் அன்வரும், முபாரக்கும், சிக்கந்தரும். இவர்களுள் சிக்கந்தருக்குத்தான் நண்டு ஒவ்வாமை அதிகம்.

ஊரிலிருந்தவரை அவன் அணிந்தது ஈரோடு பள்ளிபாளையத்து நூறு ரூபா கைலிகள்தான். அவனுக்கு அது போதுமென்றிருந்தது. இரவு உபயோகத்திற்கு மட்டும்தானே. எதற்கு நானூறு ஐநூறெல்லாம் கொடுத்து கைலி வாங்கணும்ங்கிற சிக்கன நடவடிக்கையுங்கூட. பிறகானால் அந்தப் பெண்பிள்ளையின் கெஞ்சலான விளம்பரக்குரலும் ஒரு காரணம். “நூர்ருவாய்ங்க. நூர்ருவாய்ங்க... தரமான கைலிங்க. நூர்ருவாய்ங்க...’ ங்கிற ஒரு கொங்குக் கிராமத்துப் பெண்குரல். வாதை செய்யும் குரல். வளமான குரல்தான். ஆனால் எதற்கு இந்த அற்ப கைலி விளம்பரத்துக்காகச் சீரழிக்க வேண்டுமென்கிற எண்ணம். அதற்கு சுடர்மணி பனியன் ஜட்டி விளம்பரமே

தேவலாம். ஊரில் சாவடியில் உட்கார்ந்திருக்கும் போது அந்த வேன் வரும். அவளின் கெஞ்சலான குரலுடன்.

"நூர்ருவாய்ங்க... நூர்ருவாய்ங்க..." தன் தங்கையின் தாயின் அக்காளின் தன் பிரியத்துக்குரிய ஒரு யுவதியின் கெஞ்சலாய் மன்றாட்டாய் உணர்வான். ஓடிப்போய் வேன் டிரைவரிடம் 'தயவு செய்து நிறுத்தப்பா இந்த விளம்பரத்தை' என்று கத்திவிடலாம் போலத்தோன்றும். யார் அந்தப் பெண்? தெரியாது அவனுக்கு. தன் வயிற்றுப் பிழைப்புக்காகக் குரலை அந்த இளகிய குரலை விற்கிறாளே... யாராக இருக்கும் அவள்? இங்கிருந்து ஈரோடு பெரிய தூரமெல்லாம் இல்லையே. தாராபுரத்திலிருந்து பஸ் ஏறினால் இரண்டு மணிநேரப்பயணம். ஈரோடும் பழக்கமான ஊர்தான். இதுபோன்ற அட்வர்டைஸ்மென்ட்ஸ் ரிக்கார்டிங் செய்கின்ற இடங்களைக் கண்டறிவதொன்றும் பிரமாதமான வேலையில்லை; பிடித்துவிடலாம். அவளையும் கூட பார்த்துவிடலாம். பார்த்து...?

'உன் குரலை... அற்புதமான குரலை... அற்புதமென்று கூட சொல்லமாட்டேன். அலாதியான... மனங்கசிய வைக்குங்குரலை இப்படி மலின விஷயங்களுக்காக விற்காதே...' என்று கோரிக்கை வைக்கலாம்.

'போடா முட்டாளு. நான் தூக்க நாயக்கம்பாளையத்துலயிம் பாப்பநாயக்கம் பாளையத்திலயுமிருந்துட்டு சினிமாவுலயா பாடமுடியும், பேச முடியும். எம்பொழப்புக்கு நானென்னமோ பண்டீட்டுப் போறன். உன்ட்ர பொழப்பு மசுரப் பாத்துட்டுப்போ. வந்துட்டா ளுக.ன்னு மூஞ்சில அடிச்சமாதிரி சொல்லிட்டானனா'... ன்னு யோசிச்சு அப்போது அந்த எண்ணத்தைக் கைவிட்டான்.

தஞ்சாவூருக்கு வந்த பிறகுதான் கொஞ்சம் விலை கூடிய கைலி கட்ட வேண்டுமென்கிற ஆசை பிறந்தது சிக்கந்தருக்கு. வெள்ளிக்கிழமை கீழவாசல் பள்ளிவாசலுக்குப் போகாமல், ஜூம்மா தொழுகைக்கு மெனக்கெட்டு நடந்து காந்திஜிசாலை, ரெட்ட மஸ்தானெல்லாம் தாண்டி ஆத்தங்கரைப் பள்ளிக்குப் போகிறான். அவ்வாறு இவன் ஆத்தங்கரைப் பள்ளிக்குப் போகு சில காரணங்கள். ஒன்று, ஜவுளிக்கடைகள் எல்லாவற்றையும் நோட்டமிடலாம். மஹாராஜாவிலிருந்தோ வளநாடு சில்க்ஸிலிருந்தோ ஊர்க்கார சிநேகிதன் எவனேனுமொருவன், இவன் தெருவில் நடந்து போவதைக் கண்டு 'டேய் சிக்கந்தர்'ன்னு ஓடிவந்து கட்டிக் கொள்வான்கிற எதிர்பார்ப்பு (அப்படி எதுவும் இதுவரை நிகழவில்லை) இரண்டு, ரெட்ட மஸ்தானுக்கு சலாம் கூறலாம். மூன்று, புதாற்றில் வெள்ளம் போனால் நின்று வேடிக்கை பார்க்கலாம். நான்கு, அகன்ற அந்த

கபர்ஸ்தானத்தைப் பார்த்து கபுறாளிகளோடு மானசீகமாக உரையாடலாம். ஐந்து, ஆத்தங்கரைப் பள்ளிவாசலின் 'ஹவுஜ்' என்னும் அழகான நீர்த்தடாகம், அதில் நீந்தும் வண்ண வண்ணமீன்கள். அதைப்பார்த்தபடி 'ஒலு' செய்வதில் ஒரு ஆனந்தம். ஆறு, இமாமின் நல்ல தமிழிலான பிரசங்கம் ஏழு. அங்கே வரும் தொழுகையாளிகள் தான் எத்தனைவிதமான கைலிகளை உடுத்தி மிடுக்காக வருகிறார்கள். சிக்கந்தர் அறிவான், அவற்றின் தரத்தைப் போலவே விலையும் அதிகம் என்பதை.

கைலிக்கடை என்றால் தென்கீழ் அலங்கத்திலிருந்த செய்யது இப்ராகிம் கடையைத்தான் சொன்னார்கள். ஆஷிக்குடன் ஒருமுறை போனான். ஆளுக்கொரு கைலி எடுத்துவந்தார்கள். இவனுக்கு நண்டு மார்க். அவனுக்கு முயல் மார்க். கட்டினால் கஞ்சி மொடமொடப்பு. ஆனால் பள்ளிபாளையத்துக்கும் இதற்கும் வித்தியாசம் தெரிந்தது. கைலியிலிருந்த லேபிள்களைக் கிழித்தெறிந்தனர். நண்டும் முயலும் குப்பைக் கூடைக்குள். அப்போதும் நாகூரார் விமர்சனம் செய்தார். 'கைலி கட்டத் தெரியுதா உங்களுக்கு. போங்கப்பா... போயி அதிராமபட்டனத்துங்காரனுவுட்டயிம் கூத்தாநல்லூர்க்காரனுவுட்டயிம் கத்துக்கிட்டு வாங்கப்பா...'ன்னார். பிறகு அவரே கைலிகளைக் கேட்டு வாங்கி நீரில் ஊறவைத்து ஒரு தடவை சோப்புப் போட்டு கசக்கிப் பிழிந்து வெயிலில் காயவைத்து இஸ்திரி வைத்துக் கொடுத்தார். 'இப்பக் கட்டிப் பாருங்கடா பயபுள்ளைகளா.'ன்னு சொல்லாமல் சொன்னார். பிறகு கட்டிப் பார்க்க இதமாக இருந்தது, மொடமொடப்பில்லை. நாகூர் பிச்சை 'எப்பூடி'ன்னு கேட்காமல் புருவத்தை உயர்த்தித் தாழ்த்தினார். இருவரும் மௌனமாகத் தலையை ஆட்டிக்கொண்டனர்.

இரவு சிக்கந்தர் ஆழ்ந்த உறக்கத்திலிருந்தான். கைலியின் கீழ்பாகத்தில் ஒரு மூலையில் அச்சிட்டிருந்த ட்ரேட் மார்க் சட்டகத்திலிருந்த நண்டு மெல்ல அவன் கணுக்காலிலிருந்து மேலேறி முழங்காலைக் கடந்து தொடை ரோமத்தில் ஊர்ந்து உச்சிக்குப் பிரதான பாகத்துக்குப் போய் ரெண்டு கொட்டைகளையும் கவ்விப் பிடிக்க... 'ஆ' என்றலறி கைலியை அவிழ்த்துப் போட்டு ஜட்டியுடன் உள்ளறைக்கு ஓடிப்போய் மீண்டும் இடுப்பில் பள்ளிபாளையத்தை உடுத்திக்கொண்டு வந்து நின்று

"கனவு..."ன்னான். விளக்கைப் போட்டு 'என்னதான் ஆச்சு இவனுக்கு'ன்னு பார்த்த நாகூரார் தலையிலடித்துக் கொண்டார்.

“எல்லாம் உங்களாலதான்’னு சிக்கந்தர் அவர்மேல் புகார் வைத்தான்.

“ஏம்ப்பா ஓதட்டுக்கு மேல மீச வச்ச ஆம்பளப் பிள்ளங்க இப்டியெல்லாமா கனவு கண்டு பயப்படுவாங்க. அல்லாவே ரப்பே...”ன்னவர் அருகிலுறங்கும் ஆஷிக்கைக் காட்டி “இவனுந்தானே புதுக்கைலி கட்டியிருக்கான். இவனென்ன உன்னை மாதிரியா கனவு கண்டு பயந்து எழுந்திரிச்சான். பாரு, எங்கியோ சொர்க்கலோகம் போன மாதிரில்ல கெறங்கிக் கெடக்கான்”னார்.

“அவங் கட்டியிருக்கறது முயல் மார்க். அது ஒண்ணும் பண்ணாது”ன்னு அப்பாவியாய்ச் சொன்ன சிக்கந்தரைப் பார்த்துச் சிரித்து, மேலும் அவனுக்கு வேடிக்கை காட்ட எண்ணி

“ஹ்ஹ... ஹஹ்ஹ... முயல் மட்டும் என்ன விட்ருமாக்கும். இது ஆமைட்ட தோத்த தூங்குமூஞ்சி முயலாயிருக்கும். மெதுவா எழுந்திருக்கும். ஆஷிக்கு எந்தக் காலத்தல மர்மஸ்தானத்துல சவரம் பண்ணானோ... எல்லாம் புல்லுன்னு நெனச்சு மேஞ்சிடப்போகுது பாரு”ன்னு சிரித்தார் நாகூரார்.

“அடப்பாவி மனுஷா... எங்களுக்கு நண்டு தின்னு பழக்கமில்ல. அதனால வேண்டான்னோம். உன்ன நண்டு தின்ன விடலியேங்குற ஆத்திரத்துல இப்டியெல்லாம் கதை கட்டிவிட்டு ராத்திரி எங்க தூக்கத்தக் கெடுக்குறியே நியாயமா...”ன்னு வாய்விட்டு கேட்க முடியாமல் மலங்க மலங்க முழித்துக்கொண்டு நின்றான். பிறகு என்ன நினைத்தானோ, ஆஷிக்கைத் தட்டி எழுப்பத் தொடங்கினான்.

“முயல் தூங்கிடுச்சுப்பா. லேட்டாதான் எழுந்திருக்கும். நீ போயி ஒலுச் செஞ்சுட்டு குல்ஹுவல்லாஹ் சூரா ஓதிட்டுப்படு”ன்னு இயல்பாக சொல்லிவிட்டுப் படுக்கைக்குப் போனார் நாகூரார்.

ரெண்டு வருஷம் தடையா தடுதலா ஆகிப்போச்சேன்னு நினைத்து, இந்த வருஷமாவது போயாகணும்ன்னு கங்கணம் கட்டிக் கொண்டுதான் சமையலறையிலிருந்து குரல் கொடுத்தார். அன்வர் கேட்கட்டுமென்று சற்றே உரத்து. இந்தத் தடவையும் எதுனா தடங்கல்ன்னாக்க பொங்கி எழுந்துற வேண்டியதுதான்னு முடிவு. நாகூராரின் நாகூர் பயணக்குரல் அன்வரின் ரசனையான சவரத்துக்கு வேகத்தடை போல ஆகி சொதப்பியது. அவர் குரல் கொடுத்தநேரம் அன்வர் மீசையில் வேலை பார்த்துக் கொண்டிருந்தான். முக்கியமான இடம். பக்கத்திலேயே

‘சிங்கப்பூர் சலூன்’ உண்டு. சிங்கப்பூருக்கும் அவனுக்கும் என்ன சம்பந்தமிருக்கப் போகிறது? சும்மாவாச்சும் பேரை வைக்கிறதுதான். சிங்கப்பூர் சலூன் மலேஷியா சலூன் பாரீஸ் சலூன்னு. சிங்கப்பூர் சலூனுக்குப் போய்தான் சிக்கந்தரும் ஆஷிக்கும் முபாரக்கும் சவரம் செய்து கொள்கிறான்கள். அய்ம்பது ரூபாயாம் ஒரு சேவிங்கிற்கு. ஏசி போடுறானுகளாம். ஆஃப்டர் சேவ், பிஃபோர் சேவ்னு ஏதேதோ லோஷன் தடவுறானுகலாம். பிளேடு கன்னத்துல நடமாடுறதே தெரியல. அவ்வளவு நைசா இருக்குது. சுகமோ சுகங்கறானுக. ஏசி காத்துல மைல்டா பாட்டு வேற உண்டாம். ஒவ்வொருத்தனுங்க ரசனையும் வெங்கட்டுக்குத் தெரியுமாம். ராஜாவா ரகுமானா எம்எஸ்வியா சங்கர்கணேஷா, கே.வி.மகாதேவனா, சந்திரபோஸா, தேவாவா, ஹாரீஸா, யுவன் சங்கர்ராஜாவா, டி.ஆரா, சந்தோஷ் நாராயணனா, அனிரூத்தா, ஹிப் ஹாப் தமிழாவா... இது எதுவுமே இல்லேன்னா ஹிந்திப் பாட்டா, அட அதுவுமில்லைனா வெஸ்டர்னா... பட்டை நாமம்ன்னா, தாடின்னா, சிலுவைன்னா ஒண்ணொண்ணுக்கும் ஒவ்வொரு மாதிரியாம. வெங்கட்டு பயங்கரமான உளவியல் படிச்சவனாட்டமிருக்கு. நாகூரா கூட வெங்கட்டோட சிங்கப்பூர் சலூனுக்குப் போயித்தான் தாடி ஒதுக்கிக்கிறாரு... வாரா வாரம் வெள்ளிக்கிழ. அவரும் ஒவ்வொரு தடவ தாடி ட்ரிம் பண்ணிக்கும் போதும் ஐம்பதுரூபாதாளுதான் நீட்டுறாராம். சேவிங் முடிச்சிட்டு பவுடர்லாம் போட்டு முடிச்சதுக்கப்புறம் வெங்கட்டு ரெண்டு கைவிரலயும் சேர்த்துவச்சுக்கிட்டு சேவிங் செய்ய வந்தவுங்க கழுத்துல டப்பு டப்பு டப்பு டப்பு டப்புன்னு ஒரு அம்பது தடவ தட்டி சொடக்கு எடுப்பானாம்... ‘அடடா.. தாயோலி.. அந்த ஒண்ணுபோதும். நாம குடுக்கற அம்பது ரூவாய்க்கிங்’கிறார் நாகூரார்.

ம்ஹூம்... நம்மளுந்தா இந்த தவணைக்கடைக்கி மேனேஜரா இருக்கோம். என்னத்த அனுபவிச்சிருக்கோம். ஏன் நம்மாள அது முடியல? யோசிச்சுப் பார்க்கையில ரொம்ப வெக்கமாகக் கூட இருக்கு. நமக்கு இருக்குற பொசிசனுக்கு என்ன செலவு வேண்ணாலும் பண்ணலாம். பஸ் ஸ்டாண்ட் போயி லஸ்ஸி குடிக்கலாம் சாந்தி கடை டால்டா புரோட்டா சாப்பிடலாம். சத்தார்ஸ்க்கோ தேவர்ஸ்க்கோ போயி பிரியாணி வெட்டலாம். சபாவுக்குப் போயி சரக்கு போடலாம். தெற்கலங்கத்துல இபிகே நகைக்கடை மாடில பட்டறை வச்சிருக்கிற லேனாட்ட சொன்னா கைக்கு ஒரு மோதிரம், தானே டிசைன் பண்ணி தயாரிச்சுத் தரப்போறாரு. மாட்டிக்கலாம். என்னவோ போங்க மனசு கேக்க மாட்டேங்கிது. ஆடம்பரமா செலவு பண்ணி

அதை யாராச்சும் பெரியவர்ட்ட போட்டுக் குடுத்துட்டா மேனேஜர் போஸ்டிங்கில இருந்து தூக்கி லைன் வசூலுக்குப் போட்டு நாயாட்டம் வெயில்ல சுத்தவிட்டுருவாரோங்குற பயம். இவ்வளவு நாளும் மேனேஜரா அதிகாரத்துல இருந்துட்டு டம்மியாகி இன்னொருத்தர்ட்ட கைகட்டி நிக்கமுடியுமா?

நாகூரார் குரல் கேட்டதும் அன்வர் பதற்றமாகி ஒருபக்க மீசையில் பாதியை இழுத்துக்கொண்டான். 'நாசமாப்போச்சு போ... இப்ப என்ன பண்றது? வெட்டுன மீசைய எடுத்து ஒட்டவா முடியும்? போனது போனதுதான். சரி அடுத்த பக்கத்துலயும் பாதியை எடுத்துட்டா சமமாயிக்கும்ல்ல. அடுத்த பக்க மீசையிலும் அவனாகவே சுயபுத்தியுடன் பாதி மீசையை எடுத்தான். அல்ல... சிரைத்தான். சப்பாஷ். பழைய தமிழ்ப்பட காமெடி நடிகன்களுக்குப் போட்டி. வி.கே.ராமசாமி? தேங்காய் சீனிவாசன்? சுருளிராஜன்? ஐசரிவேலன்? ம்ஹூம்... அடால்ஃப் ஹிட்லர்? வேண்டாம்... கோமாளி நடிகனுங்களும் வேண்டாம், கொலைகாரன் ஹிட்லரும் வேண்டாம். மீசையை முழுக்க மழிச்சுற வேண்டியதுதான். மீசை ஒண்ணுதானே நமக்கு அழகு... அதையும் எடுத்துட்டு? லைன் ஆளுங்க மதிப்பானுங்களா? நாகூரார் பயங்கரமால்ல கிண்டலடிப்பார். திடீர்னு பெரியவரே விசிட் பண்ணா. என்னடா இந்த நாயி பம்பாய்ல இருந்தப்பல்லாம் மீசைய வச்சிட்டு தமிழ்நாட்டுக்கு வந்ததும் இந்தி நடிகனுங்க மாதிரி மீசைய மழிச்சுட்டான். பாக்குறதுக்கு அசல் பொட்டச்சட்டி மாதிரில்ல இருக்கான். இவனெப்படி மீசை இல்லாம நாலு பேர்ட்ட வேலை வாங்குவான்? பேசாம இந்த ஆஷிக்கையோ முபாரக்கையோ மேனேஜராக்கி இவனெ லைன்ல விட்டுர்லாமான்னு யோசிக்க மாட்டாரா?

'என்ன அன்வர் பாவா... நான் கேட்டதுக்கு பதிலையே காணாம். ரொம்ப யோசனையாட்டம் இருக்கு?' நாகூரார் சமையலறையிலிருந்து மீண்டும் தனது தாக்குதலைத் தொடுத்தார். இவனுக்கு மீசையை இழந்த எரிச்சலில் நாகூரார்மேல் கடுமையான கோபம் கிளர்ந்தது. ரேஷரை எடுத்துக்கொண்டு சமையல்கட்டுக்குப் போய் அவருடைய மீசையை மழித்துவிடலாமா என்றிருந்தது. அந்த ஆள் குசும்பு புடிச்சவன்.

"ஆஹா... அம்பது ரூவா மிச்சம். சேர கத்தரிக்கோல் எடுத்தாந்து இந்தத் தாடியையும் ட்ரிம் பண்ணி விட்டேன்னா ரொம்பப் புண்ணியமாப் போயிரும் அன்வரே.."ன்னு சொன்னாலும் சொல்லுவார். 'என்ன மீசைய முழுக்க மழிச்சிட்டே. இஸ்லாம்

இதத்தானே சொல்லுது. மீசையைக் குறைச்சுக்கோ... தாடி வளர்த்துக்கோன்னு. நீ சரியாத்தான் செஞ்சிருக்கே. என்ன உன்னோட தொழில்தான் மாறிடும்போல. ஆனா எங்கே நீ போனாலும் பொழச்சுக்கலாம். அது ஒண்ணு நிச்சயம். நம்ம சிங்கப்பூர் சலூன் வெங்கட்டுட்ட கூட சொல்லி விட்றேன். ஒரு சேருக்கு ஆளில்லாம திண்டாடிட்டு இருக்கான். நல்ல சம்பளம் குடுப்பான். ஏசி வேற உண்டு. புழுக்கம் தெரியாது. இந்தத் தொழில் ஒண்ணும் கொறைவில்ல. ஆதியில இந்தச் சமூகம் ரொம்ப கௌரவமா இருந்த சமூகம். மன்னர்களுக்கு வைத்தியம் பார்த்து, அவங்க மரியாதையா பராமரிச்சு வந்த சமூகம். மருத்துவ சமூகம்ங்கிறதுதான் பேர். இந்த பாப்பாரப் பயலுவ வந்ததுக்கப்புறந்தான் தலைகீழா மாறிடிச்சு. அவனுவளுக்கு இவங்கமேல் பொறாம. டம்மியாக்கிட்டானுவ. நம்ம ஆளுங்கள்ளயும் இந்த தொழில் செய்யிறவங்க உண்டு. 'ஒஸா'ன்னு பேரு. கேரளாவுலல்லாம் அவங்க கார் பங்களான்னு கௌரவமா வாழுறாங்க. தமிழ்நாட்லதான் என்னவோ மேல்ஜாதி கீழ்ஜாதின்னு பாக்குறானுவோ. நீ அதெல்லாம் கண்டுக்காத. வெங்கட்டுட்ட இருந்து தொழில் கிரமமா கத்துக்கிட்டா கீழவாசல்லயே ஒரு கடைய போட்டு 'நெதர்லாந்து சலூன்'னு போர்டு மாட்டுனேன்னு வய்யி. நானும் நம்ம பசங்க எல்லாரும் உன் கஸ்டமர் ஆயிருவோம். சீக்கிரத்துல பேங்க் லோனப் போட்டு கடைய டெக்கரேட் பண்ணி ஏசிய மாட்டி நாலு காசு பணம் பார்த்து வீடு, கார் வாங்கி குடும்பத்த இங்கேயே கூப்ட்டு வந்து செட்டில் ஆயிடலாம்... 'ன்னு டெவலப் பண்ணி ஓட்டுனாலும் ஓட்டுவார். அன்வருக்கு அச்சம் தொற்றிக் கொண்டது. தவிர அவனுக்கு ஹோட்டல் சாப்பாடு ஒத்துக்கொள்வதில்லை. சோடாப்பு கலக்கறானுவ... கண்ட கண்ட எண்ணெய உபயோகிக்கிறானுவன்னு நிறையப் புகார்கள். 'இந்தாளு கந்தூரிக்கின்னு கிளம்புனா மூணு நாலு நாள் ஆக்கிடுவாரே. அதுவரைக்கும் ஆளுங்க சாப்பாட்டுக்கு காசு தரணுமே...'ன்னு கலவரமாகி நாகூராருக்கு என்ன பதில் தர்றதுன்னும் புரியாமல் 'ந்தா... வந்துர்ரேன் நாகூரார்'ன்னு ஒற்றை வரி பதிலை அவருக்குச் சொல்லிவிட்டு, மீசையை முழுவதுமாக மழித்துவிட்டான்.

கண்ணாடியில் அவன் முகத்தைப் பார்க்க அவனுக்கே சகிக்கவில்லை. சிம்பன்ஸி மாதிரியே இருந்தது. எரிச்சலுற்றான். விதம் விதமாக அஷ்ட கோணல்களில் முகத்தை வைத்துப் பார்த்தான். மீசை இல்லாத நடிகர்கள், மீசை இல்லாத அரசியல்வாதிகள், மீசை இல்லாத சக ஆண்கள் பலரின் முகங்கள்

நினைவுக்கு வந்து நீங்கின. எந்த முகத்துடனும் தன் முகம் ஒத்துப் போகவில்லையே எனத் துயர்கொண்டான். சாதாரண மயிர்... அதை சந்தர்ப்ப வசமாக இழந்திருக்கிறோம். மீண்டும் ஒருவார காலம் அல்லது பத்து நாட்களில் முளைத்துத் தொலைக்கத்தான் போகிறது. ஆனால் இந்த இடைவெளியில் எவர் முகத்திலும் விழிக்க முடியாதே. மரியம் இந்தக் கோலத்தில் தன்னைப் பார்த்தால் என்ன நினைப்பாள்? அவள் அம்மா பாப்பாத்தி? அவளும்தான். இந்த இரண்டுபேரின் முகத்திலும் தானே அன்றாடம் விழிக்கவேண்டியிருக்கிறது. தலைக்கு 'விக்' மாதிரி மீசைக்கும் 'விக்' உண்டா? இருக்கிறதுதானே. வெங்கட்டிடம் கேட்டால் விலைக்குத் தருவானா? அவனிடம் இருக்குமா என்ன? இது எல்லாம் சினிமாக்காரர்களுக்குச் சுலபம். நாம் இந்த நாற்றம் பிடித்த ராவுத்தாபாளையத்திலும் கீழவாசலிலும் இருந்துகொண்டு எந்தச் சினிமாக்காரரைச் சந்திப்பது? யோகம் ரியல் எஸ்டேட் செழியனுக்கு போன் போட்டால் காரியம் நடக்குமா? ஒரு நிமிஷத்தில் வாழ்க்கை தற்கொலை செய்து கொள்ளுமளவிற்கு வந்துவிட்டதே.

நாகூரார் சமையலறையிலிருந்து வெளியேறி அன்வர் நின்றிருந்த ஜன்னல் வரைக்கும் வந்து அவனைப் பார்க்காமலே பேசத் தொடங்கினார். "தம்பீ... ஒரு மரியாதைக்குத்தான் உன்கிட்ட நான் கேட்டது. பெரியவரே எனக்கு அனுமதி குடுத்திட்டார். என் கணக்குல ஆயிரம் ரூவா குடு. நான் நாளை மறுநாள் காலம்பற ரயிலேறணும். மூணு நாள் ஓட்டல்ல சாபட்டு சமாளிச்சுக்குங்க. சிரமம்தான் என்ன பண்றது. நானும் ரெண்டு வருஷம் கோட்டை விட்டுட்டேன். இந்த வருஷமும் ஆஜராகல்லன்னா ஆண்டகைக்கு நான் பதில் சொல்லியாகணும்..."

கண்ணாடியைப் பார்த்துக் கொண்டிருந்த அன்வர் நாகூராரின் பக்கம் மெதுவாகத் தலையைத் திருப்பினான். அவனுடைய மீசையற்ற முகத்தை நாகூரார் எதிர்பார்க்கவே இல்லை. தூக்கிவாரிப்போட்ட மாதிரியும், நெஞ்சை எவரோ பாறாங்கல் கொண்டு அமுக்கினாற் போலவுமிருந்தது. மார்பைப் பிடித்துக் கொண்டே "சண்டாளா.. மூணு நாள் லீவ் கேட்டதுக்கு இது மாதிரியெல்லாமாடா இந்த வயசாளிக்கு அதிர்ச்சிய குடுப்பீங்க... இப்புடி ஒரு மொகத்தப் பாத்துட்டு நான் எப்புடிடா நாகூருக்கு ரயில் ஏறமுடியும்? உடனே ஒரு... ஒரு நிமிஷங் கூட தாமதிக்காம என்னெ ஆஸ்பத்திரில அட்மிட் பண்ணுங்கடா"ன்னு தரையில் சரிந்தார். அன்வர் அவரைவிடவும் அதிர்ச்சிக்குள்ளானான்.

7

மிஷன் தெருவுக்குள் சிக்கந்தர் நுழையும் போது சூரியன் மேற்கில் வேகமாக இறங்கிக் கொண்டிருந்தான். ஸ்னோலின் நினைத்திருந்தால்இதுபோன்றஇன்டெக்ஸன் ஸ்டவ் விஷயங்களை புண்ணியமூர்த்தி பிள்ளை டிபார்ட்மெண்டிலோ நகரிலுள்ள பிற கடைகளிலோ ரொக்கம் கொடுத்து வாங்கியிருக்கலாம் என்று இவன் நினைத்தான். அதற்கான பொருளாதாரத் தகுதி அவளுக்கிருப்பதாகவே கருதினான். அரசுப்பள்ளியில் ஆசிரியை உத்தியோகம் என்பது நல்ல சம்பளத்துக்குரியதுதான். ஊரில் இவனுடன் படித்த சாமுவேல் பனிரெண்டு முடித்ததும் எங்கோ போய்விட்டான். இவன் பழனியாண்டவரில் டிகிரி சேர்ந்தபோது அவன் வரவில்லை.

'சாமுவேல் எங்கேடா ஆளையே காணோம்'ன்னு இவன் மற்ற நண்பர்களிடம் விசாரித்தபோது, எல்லோரும் சொல்லிவைத்ததுபோல உதடுகளைப் பிதுக்கினர். ஆனால் அவனுடைய அப்பா ஜோசப் சார் உள்ளூர் காவல் நிலையத்தில்தான் கான்ஸ்டபிளாக நீடித்தார். குடும்பமும் காவலர் குடியிருப்பில்தான் இருந்தது. சாமுவேலுக்கு திண்டுக்கல் பக்கம் தேவதானப்பட்டி. அவனுடைய அப்பா இங்கு மாற்றலாகி வந்ததால் அவனும் அவன் தங்கை இருதயராணியும் உள்ளூர் பள்ளியில் ஒன்பதும் ஏழும் சேர்ந்தார்கள்.

சாமுவேலுக்கு சிக்கந்தரைப் பிடித்திருந்தது. கிறிஸ்துமஸின் போது இவனை அவன் வீட்டிற்கு அழைப்பான். கிறிஸ்துமஸ் இரவுகள் மிகஅழகானவை. கிறிஸ்துமஸின் அடையாளமாக ஒவ்வொரு வீட்டின் முகப்பிலும் நட்சத்திரம் ஒன்று பிரகாசிப்பதைக் காண இவனுக்குப் பிடிக்கும். அது தேவகுமாரன் மாட்டுத் தொழுவத்தில் பிறந்ததற்கான குறியீடு. கிறிஸ்து பிறந்த சரித்திரத்தை சாமுவேலின் பாட்டி சவரியம்மாள் தொடர்ந்து மூன்று வருடங்கள் இவன் கிறிஸ்துமஸ்க்காக அவர்களுடைய வீட்டுக்குச் சென்றிருந்தபோது ஒரே மாதிரி ஒப்பித்தாள்.

'கர்த்தராகிய யேசுகிறிஸ்து பொறந்ததும் ஏரோது ராஜாவுக்கு கலக்கமாயிருச்சு. அவன் எல்லாரையும் கூப்ட்டு யேசுவானவர் எங்கே ஜனனமாயிருக்கார்ன்னு விசாரிக்கச் சொல்லி உத்தரவு போட்டான். அவங்க தேடிப்போனாங்க.

அப்போ இந்த நட்சத்திரந்தான் அவங்களுக்கு யேசு பொறந்த எடத்தைக் காட்டிச்சு...'

'இந்த நட்சத்திரமா பாட்டி?' சாமுவேலும் சிக்கந்தரும் சேர்ந்து கேட்டனர்.

'இதே நட்சத்திரந்தான்'னு சவரியம்மாள் வீட்டு முகப்பில் ஜொலித்த காகித நட்சத்திரத்தைக் காட்டி சத்தியம் செய்தாள்.

'யூதர்களுக்கெல்லாம் ராஜாவா யேசு மகாராஜா பொறந்தார்னதும், ஏரோது ராஜா சுத்துவட்டாரத்தில இருந்த ரெண்டுவயசுக் கொழைந்தங்க எல்லாரையும் கொன்னான் மாபாவி.... ஆனா கர்த்தரானவரக் கொல்ல முடியுமோ?' சவரியம்மாள் சிரித்தாள். அது ஒரு மாதிரி கிறிஸ்தவமான சிரிப்பு.

'ஏம்பாட்டி... ஒரே ஒரு யேசு பொறந்ததுக்காக எத்தன கொழந்தைங்க பலியாகியிருக்காங்க? அப்போ தப்பிச்சிக்கிட்ட யேசு கடைசில கல்வாரி மலையில சிலுவை சொமந்து செத்துத்தானே போனார்...? அதும் ஒரு திருடனுக்கு விடுதலை குடுத்து யேசுவ சிலுவையில அறைஞ்சாங்க. சுத்தியிருந்த ஜனங்கல்லாம் யேசுவுக்கு விடுதலை குடுக்க சொல்லியிருக்கலாம்ல. பிலோத்துவும் கேட்டார்தானே...?' சிக்கந்தர் கேட்டுவிட்டு 'அய்யய்யோ தொலஞ்சோம். சவரியம்மா நம்மள சிலுவைல அறஞ்சு கொல்லப்போறா'ன்னு பதறிப்போய் பார்த்தான். சவரியம்மாள் தன் கண்களைச் சுருக்கி சிக்கந்தரைக் கூர்ந்து பார்த்தாள்.

"சாத்தான ஆருடா வீட்டுக்குள்ள விட்டது. டேய் சோசப்பு... சாமுவேலு... அடியே... மேரி... சாத்தானத் தொறத்துங்கடா... தொறத்துங்க...' கூப்பாடு போடத் தொடங்கிவிட்டாள். சிக்கந்தருக்கு முகம் பேயறைந்தது போலானது. வாயை வைத்துக் கொண்டு சும்மா இருந்திருக்கலாம்னு தோன்றியது. அதைவிட அந்த இடத்தைவிட்டு எப்படித் தப்பிக்கப் போகிறோம்ங்கிற சிந்தனை விஸ்வரூபமெடுத்தது.

காவலர் குடியிருப்பில் அக்கம் பக்கமிருந்தவர்கள் என்னவோ ஏதோன்னு ஓடிவந்தனர். சவரியம்மாளின் கூப்பாடு ஓய்ந்தபாடில்லை. 'கடவுளே மௌனமாய் இராதேயும், பேசாமல் இராதேயும், இறைவனே அமைதியாய் இராதேயும். ஏனெனில் உம் எதிரிகள் அமளி செய்கின்றார்கள். உம்மை வெறுப்போர் தலைதூக்குகின்றார்கள்; உம் மக்களுக்கு எதிராக வஞ்சகமாய்ச் சதி

செய்கிறார்கள்; உம் பாதுகாப்பில் உள்ளோர்க்கு எதிராகச் சூழ்ச்சி செய்கிறார்கள்; அவர்கள் ஒரு மனப்பட்டுச் சதி செய்கிறார்கள்; உமக்கு எதிரான உடன்படிக்கை செய்துகொண்டார்கள்; என் கடவுளே, சூறாவளியில் புழுதியென, காற்றில் பதரென அவர்களை ஆக்கியருளும்; நெருப்பு காட்டை எரிப்பது போலவும், தீக்கனல் மலைகளைச் சுட்டெரிப்பது போலவும் அவர்களுக்குச் செய்தருளும்; உமது புயலால் அவர்களைத் துரத்திவிடும்; உமது சூறாவளியால் அவர்களைத் திகிலடையச் செய்யும் ஆண்டவரே, மானக்கேட்டினால் அவர்கள் முகத்தை மூடும்; அப்பொழுதுதான் அவர்கள் உம்மை நாடுவார்கள்; அவர்கள் என்றென்றும் வெட்கிக் கலங்கட்டும்; நாணப்பட்டு அழிந்து போகட்டும்...’ பெரும் சாபம் அவன் காதுகளைக் கிழிக்க தலையைக் குனிந்தவாறு வெளியில் வந்தான்.

அக்கம் பக்கத்திலிருந்து திரண்டு சாமுவேல் வீட்டின் முன் நின்றிருந்தவர்கள் கலவரமான முகத்துடன் இவன் வெளியேறுவது கண்டு, சவரியம்மாளின் கூச்சலுக்குக் காரணமானவன் இவனே என அடையாளங் கண்டு கொண்டனர். திரண்டிருந்தவர்கள் யாவரும் கிறிஸ்தவர்களே. உள்ளூர் காவல் நிலையத்தில் மூன்று கான்ஸ்டபிள்கள், உள்ளூர் மருத்துவமனையில் நர்ஸ் அன்பம்மாள், பெண்கள் தொடக்கப்பள்ளியில் எலிசபெத் டீச்சர், சார்பதிவாளர் அலுவலகத்து குமாஸ்தா ஸ்டீபன் இவர்களைத் தவிர்த்து ஊரில் அப்போது வேறு கிறிஸ்தவக் குடும்பங்கள் இல்லை. ஆனால் சவரியம்மாளின் கூச்சலைக் கேட்டு கூடி நின்றவர்களிடம் தென்பட்டதெல்லாம் அசல் கிறிஸ்தவ அடையாளங்களே. ‘எங்கிருந்தார்கள் இத்தனை பேரும்?’ என்று சிக்கந்தருக்கே ஆச்சரியமாக இருந்தது. காவலர் குடியிருப்பில் வசிக்கும் மூன்று கிறிஸ்தவக் குடும்பங்களுக்கும் பண்டிகை விருந்தினர்களாகப் பலபேர் வந்திருந்தார்கள். வத்தலக்குண்டு, சின்னமனூர், செம்பட்டி உள்ளடக்கிய திண்டுக்கல் வட்டார மொழி அவர்களுடைய சின்னச்சின்ன விளிப்புகளில் வெளிப்பட்டது. எல்லோருமாகச் சேர்ந்து தன்னைச் சிலுவையிலேற்றும் நேரம் நெருங்கிவிட்டதாக உணர்ந்தான். சிலுவையிலறைய நாமென்ன தேவகுமாரனா? என்றும் கேட்டுக் கொண்டான். ‘போயிற்று இன்றோடு சாமுவேலின் சிநேகம். இனி அவன் ஒருபோதும் கிறிஸ்துமஸ்க்கு நம்மை அழைக்கப் போவதில்லை. தன்னுடைய கிறிஸ்துவை மறுதலிப்பவனுடன் எந்த கிறிஸ்தவன் சிநேகமாக இருக்கச் சம்மதிப்பான்.’ நல்ல நட்பை இழப்பதன் வலியை அந்த நிமிஷமே பொருட்படுத்தினான்.

‘உமது கை உம் எதிரிகளையெல்லாம் தேடிப்பிடிக்கும். உமது வலக்கை உம்மை வெறுப்போரை எட்டிப்பிடிக்கும்...’ வாசலில் இரண்டடி எடுத்து வைத்தவன் வீட்டினுள் சவரியம்மாளின் இந்த மன்றாட்டைக் கேட்டதும் நின்றான். நிஜமாகவும் இயேசுவானவரின் வலக்கை தன்னை எட்டிப்பிடித்ததாக அறிந்தான். ஆனால் பயப்படவில்லை. ஏனெனில் இயேசுவை அவனறிவான். அவர் சவரியம்மாள் புலம்புவதைப் போல ஒன்றும் புயலாலும் சூறாவளியாலும் நெருப்பாலும் பிறரை இம்சிப்பவரல்ல. அவர் அன்பானவர். உலகத்துக்கு அவர் கொண்டு வந்த செய்தி; மனிதன் பிறத்தியாரை நேசிக்க வேண்டும் என்பதுதான். எனவே இயேசு வந்தால் பேசிக்கொள்ளலாம் என்று நினைத்து மேலும் இரண்டடி எடுத்து வைத்தான். ‘தம்பி நில்லு’ வாசலில் கூடியிருந்தோரிடமிருந்து ஒரு குரல் கேட்கவும் நின்றான். திரும்பிப் பார்த்தவனிடம் ஐம்பதுக்கும் மேற்பட்ட வயதுள்ளவர் கேட்டார். ‘நீ சாமுவேலுடன் படிக்கிறாயா?’

இவன் ‘ஆம்’ என பதில் கூறாமல் தலையை ஆட்டினான்.

‘நீ முஸ்லிமா?’ அவருடைய அடுத்த கேள்வி அவனைச் சலனப்படுத்தியது. பத்து விநாடிகளுக்குப் பிறகு அவன் இரண்டாவது தடவையாக தலையை அசைத்தான். ‘குரான் படிச்சிருக்கியா?’

‘குரான் படித்ததில்லை. ஓதியிருக்கேன்’

‘ரெண்டும் ஒண்ணுதான். குரான் படிச்சிருந்தா நீ ஆச்சிம்மாட்ட இப்டியெல்லாம் கேட்டிருக்கமாட்டே. உங்க குரான்லயே இயேசுவானவருடைய மகிமைகளைப் பற்றி சொல்லப்பட்டிருக்கு. அது தெரியுமா உனக்கு?’ சிக்கந்தரை தனது தர்க்கத்தால் ஸ்தம்பிக்க வைத்ததாக அவர் நம்பியிருக்க வேண்டும். சொல்லிவிட்டுப் புன்னகைத்தார். ‘குரான்ல அவர் இயேசு இல்ல. ஈஸா... ஈஸாமஸீஹ்... ஆண்டவனுடைய திருத்தூதர்கள் ஒரு லட்சத்து இருபத்தஞ்சாயிரம் பேர்ல அவரும் ஒருத்தர். அவருக்கு ஆண்டவன் ‘இன்ஜில்’ங்கிற வேதத்தைக் கொடுத்தான். அவர் கைப்பட்டால் குஷ்டரோகிகள் சுகம்பெறவும் குருடர்கள் பார்வை பெறவும் இறந்தவர்கள் உயிர்பெறவுமே கூடிய விசேஷ சக்தியைக் கொடுத்தான். பிறக்கும்போது எல்லாரும் சைத்தானால் தீண்டப்பட்டவங்க தான். ஆனால் ஈஸாவும் அவருடைய தாயாரும் தான் சைத்தானால தொடவே முடியாதவங்க. ஈஸாவ இந்தச் சமூகம் புரிஞ்சுக்கல. அதனால அவரை சிலுவையில் அறைஞ்சு கொல்லத் திட்டமிட்டாங்க.

சரியான நேரத்துல அந்த சிலுவையில இருந்து ஈஸாவ ஆண்டவன் தன்னிடம் எடுத்துக்கிட்டான். சிலுவையில உயிர்விட்டவர் ஈஸா இல்ல. அவருக்கு பதிலா ஆண்டவன் அனுப்பின வேறொரு ஆள். ஈஸா உயிர்த்தெழவும் இல்ல. ஏன்னா அவர் சாகல. ஈஸா மறுபடியும் இந்த பூமிக்கு வருவார். ஒரு அநீதியாளனுடைய ஆட்சியை எதிர்த்துப் போராடி அந்த ஆட்சியை முடிவுக்கும் கொண்டு வருவார்...' எப்படிப் பேசினான்னே தெரியவில்லை. பேசிவிட்டு நடந்தான். ஐம்பதுக்கு மேற்பட்ட வயதுள்ளவர் திகைத்து நின்றார், மற்றவர்களும் தான்.

சாமுவேலோ, அவனுடைய அப்பா ஜோசப் சாரோ, தங்கை இருதயராணியோ எவராவது தன்னைப் பின் தொடர்கின்றனரா என திரும்பித் திரும்பிப் பார்த்துக் கொண்டே நடந்தான். எவரும் வரவில்லை. ஆனால், குச்சிக்காலி தோட்டத்துப் பக்கம் புளியமரத்தடியில் சவரியம்மாள் பாட்டி ஆக்ரோஷமாகத் தன்னை எதிர்பார்த்துக் காத்திருக்கிற மாதிரி இருந்தது. இவன் தார்ச்சாலையைக் கைவிட்டு குச்சிக்காலி தோட்டத்துப் பக்கம் குறுக்குவழியில் வீட்டுக்குப் போகத் தீர்மானித்து நடந்து கொண்டிருந்தான். முதல் நாள் பெய்த மழையில் செம்மண் பூமி குழைந்து கிடந்தது. இவன் சேற்றிலொரு காலும் மேட்டிலொரு காலுமாகப் பாட்டா செருப்புடன் நடந்தான். மனதில் சவரியம்மாளின் சரஞ்சரமான வார்த்தைகள். ஏ அப்பா... அதிகம் படித்திருக்காத ஒரு மூதாட்டியிடமிருந்து இந்த மன்றாட்டுகள் மட்டும் வார்த்தை பிசகாமல் உச்சரிப்பு பிறழாமல் எத்தனை துல்லியமாக வந்து விழுந்தன. 'என் கடவுளே, சூறாவளியில் புழுதியென, காற்றில் பதரென அவர்களை ஆக்கியருளும். நெருப்பு காட்டை எரிப்பது போல தீக்கனல் மலைகளைச் சுட்டெரிப்பது போல...' சவரியம்மாள் பேசப்பேச வார்த்தைகள் அவனைப் பொசுக்கினாலும் அந்தப் பிரயோகம் அவனை ரசிக்கவே வைத்தது. இன்னொருமுறை கூட அதை கேட்கத் தயாராகவே இருந்தான்.

ஸ்னோலின் ஏதோ பெரிய நகைச்சுவையைக் கேட்டுவிட்டதுபோல சிரித்தாள். மிஷன் ஆலமரத்தெரு வீட்டிலிருந்த அவளுடைய தோற்றம் முன்பு அவன் மருத்துவக் கல்லூரிச் சாலையில், மேம்பாலம் பஸ் நிறுத்தத்தில், பள்ளிக்கூட வெளியில், ரயில் தண்டவாளத்தை ஒட்டிய மண் சாலையில் பார்த்ததைவிடவும் மாறுதலாக இருந்தது. அவளணிந்திருந்த ஆடை அது மிடியா மேக்ஸியா, ஸ்கர்ட்டா அவனால் இனங்காண முடியவில்லை. அழகு. முகத்துக்கு வழக்கமான ஒப்பனையில்லை. ஆனால் பளிச்சென்றிருந்தது. சிகையை

ஜடை என்று சிறைப்பிடிக்காமல் தளர்த்திவிட்டிருந்தாள். அவை காற்றில் அலை புரள அவள் அங்குமிங்கும் அந்த வீட்டினுள் நடமாடியது. ஒரு ஓவியம் ஜீவன் பெற்று அசைவதைப் போலிருந்தது. வீட்டை இதைவிட எவரும் சுத்தமாகவோ அழகுபடுத்தியோ வைக்க முடியாது. சுவரில் விவிலியத்தின் வாசகங்கள். நிறைய ஜன்னல்கள் கொண்ட பழைமை மாறாத வீடு. சில இடங்களை இரும்புக்கு பதிலாக மூங்கில் கழிகளால் அமைத்திருந்தார்கள். பர்மா தேக்கும் ஆங்காங்கே தென்பட்டது. வீட்டுக் கூரை கள்ளிக்கோட்டை ஓடுகளால் வேயப்பட்டிருந்தது. ஒரு பக்கச்சுவரில் தொடர்பில்லாமல் பழைய கோரைப்பாய் தொங்கியது கூட அழகாகவே இருந்தது. வாசலில் லவ்பேர்ட்ஸ் மாதிரி ஏதேனும் பறவைகளை வளர்ப்பாளாக இருக்கும். அவற்றின் கொஞ்சல் ஒலி இடைவெளியின்றி கேட்டபடி இருந்தது.

“எங்க பாட்டியுமே கூட சவரியம்மாள் மாதிரிதான். மத விஷயங்கள்ல ரொம்ப கறார். தொன்னூறு வயசுல இறந்துட்டாங்க. அவங்க சாகுற வரைக்கும் என்னை மடியில அமர்த்தி எதுனா பைபிள் கதைங்கள சொல்லிக்கிட்டே இருப்பாங்க. ஏனோ தெரியல அவங்களுக்கு முஸ்லிம்ன்னா பிடிக்காது. அவங்க உயிரோட இருந்தவரைக்கும் இந்த வீட்டுக்குள்ள ஒரு முஸ்லிம் கூட வந்ததில்ல. ஆனா அப்பாவுக்கு ஜாபர்கான்னு உயிர் சிநேகிதர் ஒருத்தர். மெட்ராஸ்காரரர். ரெண்டு பேரும் காலேஜ்மேட்ஸ். அப்பா மெட்ராஸ்க்குப் போனா அவர் வீட்லதான் தங்குவார்.

ஜாபரகான அங்கிள் தஞ்சாவூர் வந்தா அப்பா அவர லாட்ஜில்தான் தங்கவைப்பார். நான்கூட அங்கிள அப்பாவோட லாட்ஜ்க்கு போய்த்தான் பார்ப்பேன். ரொம்ப அன்பானவர், ஒரு ஆச்சரியமான விஷயம்; அப்பாவும் ஜாபர்கான் அங்கிளும் ஒரே நாள்ல ஒரு மணிநேர வித்தியாசத்துல ஹார்ட் அட்டாக் வந்து இறந்தாங்க. அப்பா இறந்த தகவல போன்மூலமா அங்கிளுக்கு நான்தான் சொன்னேன். அடுத்த ஒரு மணிநேரத்துல அங்கிள் இறந்த செய்தி எங்களுக்கு வந்தது. பாட்டிட்ட சொன்னேன். பாட்டிக்கு அதெல்லாம் பெரிய விஷயமாவே படல.

‘ப்ச்ச்’னு ஒரு சலிப்பத்தான் காட்னாங்க...’ சிக்கந்தர் அவள் பேசியதை கவனமாகக் கேட்டிருந்தான்.

‘அது ஒருவிதமான ஜெலஸிங்க... கிறிஸ்தவத்துக்குப் பெறகு அதிலிருந்தும் ஜூடாஸிலிருந்தும் சில விஷயங்கள கிரஹிச்சுக்கிட்டு இஸ்லாம் வந்தது இல்லையா... மொஹம்மது வந்து அந்த சர்க்கிள்ல சில புது விஷயங்கள் பண்ணார் இல்லையா. ஜீஸஸ்க்கு மாற்றா

மொஹம்மதுவ முன்வைக்கும்போது கிறிஸ்தவங்களுக்கு, ரொம்ப மரபான கிறிஸ்தவங்களுக்கு அது ஒருவிதமான எரிச்சலத்தானே ஏற்படுத்தும். அது இயல்புதானே. அந்த அடிப்படையில இருந்துதான் சவரியம்மாளா இருக்கட்டும் ஸ்னோலினோட பாட்டியாகட்டும் எல்லா கெழவிங்களும் பேசுவாங்க...' சொல்லிவிட்டு, சவரியம்மாளிடம் பல ஆண்டுகளுக்கு முன் வாங்கிக் கட்டிக்கொண்டது போல ஸ்னோலினிடமும் பெற்றுக் கொண்டுதான் வீட்டுக்குப் போய்ச் சேருவோமோ என்னும் பயம் தொற்றிக்கொள்ள அவளைப் பார்த்தான்.

ஸ்னோலின் அவன் பேசியதைக் குறித்த சலனமே இல்லாமல் உள்ளேபோய் ஐந்தே நிமிடத்தில் ஒரு நீளமான கிளாஸில் பழச்சாறு கொண்டு வந்து அவனிடம் நீட்டினாள்.

'பரவாயில்லையே... முதிர்ச்சியான பெண்தான் போலிருக்கிறது' என்று எண்ணியவாறே அதை வாங்கிப் பருகத்தொடங்கினான். சாத்துக்குடிப் பழச்சாறு. ஐஸ் கலந்திருந்த சாறு உள்ளிறங்கியதும் இன்னும் கொஞ்சம் பேசலாம் போலிருந்தது அவனுக்கு. ஏற்கனவே பேசியதற்கானதைப் பெற்றுக்கொண்டு, திரும்பப் பேசுவோமென்று அமைதி காத்தான்.

ஸ்னோலின் அழுத்தமாக இருக்கிறாளெனச் சொல்லிவிட முடியாத அளவுக்கு முகத்தில் மாறாத புன்னகையுடன் அவனுக்கு எதிரே வந்து அமர்ந்தாள். முகத்தில் காட்டும் புன்னகை பல சமயங்களில் தற்காப்பு ஆயுதம். அதைக்கொண்டு எதுவும் கணிக்கமுடியாது. சிக்கந்தருக்கு இது எப்போதும் கைகூடுவதில்லை. அந்தந்த நேரத்துக்குத் தக்க சூழலுக்கேற்ற முகப்பாவனைகள் தான் அவனுக்கு வாய்க்கிறது. பல நேரங்களில் தீவிரமான முகப்பாவனைகளுங்கூட. அவள் அவனையே புன்னகை மாறாமல் பார்த்துக் கொண்டிருந்தாள்.

ஸ்னோலின் பத்து வயது முதல் இதுபோன்ற தவணைக் கடைக்காரர்களைப் பார்த்துக் கொண்டு சிலபோது அவர்களிடம் ஏதேனுமொரு பொருளைப் பெற்று தவணை கட்டிக்கொண்டு அதை முடித்துப் பிறகு தொடர்ந்துமிருக்கிறாள். தவணைக் கடை எனச் சொல்லிக்கொண்டு வருகிறவர்களில் பலரும் கரூர் அல்லது அவ்வூரை ஒட்டியபகுதியைச் சேர்ந்தவர்களாகவே இருந்தனர். பெரும்பகுதியினர் தமிழ் முஸ்லிம்களாக, சிலர் கவுண்டர் சமூகத்தினராக இருந்தனர். எவரிடமும் வணிகத்தைக் கடந்து அவளுக்குச் சிறு உரையாடல் கூட இருந்ததில்லை. அவர்களும் கூட தவணையைக் கடந்து எதுவும் பேசத் தகுதியில்லாதவர்களாக

அல்லது தயாராக இல்லாதவர்களாகவே இருந்தனர். எவரும் அவளிடம் ஒரு குவளை தண்ணீர் கேட்டு அருந்தியதில்லை.

முதல்முறையாக சிக்கந்தர் சிநேக பாவத்துடன் அணுகினான் என்றெல்லாம் அவள் பொய் சொல்லத் தயாரில்லை. இதுவரை அவள் சந்தித்த எல்லா தவணைக்காரர்களைக் காட்டிலும் நம்பிக்கையற்றவனாக, தன்னைக் காசு விஷயத்தில் சந்தேகித்துப் பின் தொடர்பவனாகவே இருந்தான் என்பதுதான் உண்மை. ஆனால் அவனுடைய பதற்றத்தை, காசு போய்விடுமோ; இவள் ஏமாற்றி விடுவாளோங்கிற பயத்தை இவளுக்கு ரசிக்கத் தோன்றியதுதான் விந்தை. முதல் தவணையை மட்டும் கட்டிவிட்டு இரண்டாவது தவணைக்காக அவனை அலையவிட்டதெல்லாம் திட்டமிட்டு அவள் நடத்திய நாடகங்கள். இவற்றை நாடகம் என்றே அவனால் புரிந்துகொள்ள முடியவில்லை; இன்றுவரை.

இரண்டாவது தவணைக்காக அவனை ஸ்னோலின் ஆறு தடவை அலைவுற வைத்தாள். முதல்தடவை அவன் வரும் நேரம் பார்த்து அவள் பள்ளிக்கூட கழிவறைக்குள் போய் அமர்ந்துகொண்டாள். அரைமணி கழித்து அவள் பள்ளிக்கூடத்தின் மொட்டை மாடிக்கு வந்து பார்த்தபோது சிக்கந்தர் போய்விட்டிருந்தான். இரண்டாவது தடவை அவள் பள்ளிக்கு விடுப்புப் போட்டாள். மூன்றாவது தடவை தவணைக்கார்டில் குறிந்திருந்த எண்ணுக்கு தொடர்ந்து மிஸ்டுகால் கொடுத்தபடி இருந்தாள். அங்கிருந்து வந்த மறு அழைப்பை வேண்டுமென்றே துண்டித்துவிட்டாள். நான்காவது தடவை பஸ் நிறுத்தத்தில் ஒரு நிமிடம் அவன் முன்தோன்றி, உடனே பஸ்ஸில் ஏறிப் போய்விட்டாள். ஐந்தாவது தடவை 'இன்னும் சம்பளம் போடலங்க' என்று பொய் சொன்னாள். ஆறாவது தடவை தன் சக ஆசிரியை ஒருத்திக்குத் தன்னுடைய காட்டன் புடவையைத் தந்து கட்டவைத்து ரயில்வே ட்ராக்கை ஒட்டி அவளே போல நடக்கவைத்து விளையாட்டுக் காட்டினாள். ஏழாவது தடவை அவனுக்காகக் காத்திருந்தது போல நடித்து முழுப் பணத்தையும் அவன் கையில் திணித்து அதிர்ச்சிகொள்ள வைத்தாள்.

இது எல்லாமே அவள் தன் சிறுபிராயத்தில் பக்கத்துவீட்டு மெக்தலின் ஆன்ட்டியிடமிருந்து கற்றுக்கொண்டது. தவணைக்கடைக்காரர்களுக்கு அப்போதெல்லாம் மிதிவண்டிதான் வாகனம். இப்போதுபோல இரு சக்கர வாகனங்கள் கிடையாது. தவணைக்காரர் செய்யது பாய் எங்கோ வல்லத்திலிருந்தோ செங்கிப்பட்டியிலிருந்தோ சைக்கிள்

மிதித்துக்கொண்டு பாவம் மிஷன் தெரு வந்து சேருவார். மெக்தலின் ஆன்ட்டி செய்யது பாயிடம் பால்குக்கரோ, நாற்காலியோ, குடையோ ஏதாவதொரு பொருள் வாங்கியிருப்பாள். முதல் தவணை கட்டியதுடன் அவள் தன்னுடைய ஆட்டத்தை ஆரம்பித்து விடுவாள்; அதாவது டிமிக்கி கொடுக்கிற ஆட்டத்தை. செய்யது பாய் வரும் நேரத்தில் வீட்டுக்குள் இருந்தவாறே ஸ்னோலினிடம் சொல்லி கதவுக்குப் பூட்டுப்போட்டு விடுவாள். செய்யது பாய் வீடு பூட்டியிருப்பதைப் பார்த்து ஏமாந்து பக்கத்தில் ஸ்னோலின் வீட்டை எட்டிப்பார்த்து 'எங்கேம்மா போனாங்க இவங்க' என்று கேட்டால் ஸ்னோலின் சொல்லுவாள்

'அவங்க திருக்காட்டுப்பள்ளி போயிருக்காங்க... திரும்பி வர நாலு நாள் ஆகும்'

'அப்டின்னு உன்னை சொல்லச் சொன்னாங்களா?' செய்யது பாய் வினயமாகக் கேட்பார்.

'ஆமாங்க பாய்'ன்னு வெள்ளந்தியாக ஸ்னோலின் சொல்லுவாள்.

மெக்தலின் ஆன்ட்டி தவணைக்காரரை ஏமாற்றுவதற்கு ஒரு காரணம் கூறுவாள்; 'ந்தா இந்த சாமான் கீழவாசல் நடராஜாவுல நூத்தி இருபத்தஞ்சே ரூவா. கொஞ்சங் கூட ஈவு இரக்கமில்லாம கம்னாட்டி முன்னூறு ரூவாய்க்கிப் போடுது. வட்டி வாங்கறது பாவமாம் இவங்க மதத்துல. இப்டி அநியாயமா வெல வச்சு குடுக்கறது மட்டும் பாவம் இல்லையாமா? அதுக்குத்தான் வேணுக்கின்னே ரெண்டு தடவ அலையவுட்டு இழுத்தடிச்சு குடுக்கறது...'

ஸ்னோலினுக்கு மெக்தலின் ஆன்ட்டி மாதிரி தவணைக்காரரைப் பலிவாங்குகிற எண்ணமெல்லாம் இல்லைன்னாலும் அதென்னவோ சிக்கந்தரைத் தவிக்கவிட்டு அதை மறைந்திருந்து பார்ப்பதில் ஒரு ஆனந்தமிருக்கவே செய்தது. பொதுவாகவே பெண்களின் சைக்கலாஜி அது. காதலன் முதல் கடன்காரன் வரை இந்த உளவியலுக்குப் பலிகடாக்கள். ஸ்னோலினுக்கு சிக்கந்தர் காதலனா? கடன்காரனா?

தான் பேசிய விசயத்துக்கு பதில் கிடைக்குமென்று காத்திருந்த சிக்கந்தர் ஏமாந்து போனான். ஸ்னோலின் தன் பாட்டுக்கு வீட்டுக்குள்ளேயே சின்னச் சின்ன வேலைகளைப் பார்ப்பதும், சிக்கந்தரிடம் வந்து வலிய ஒரு புன்னகையைச் சிந்துவதுமாக இருந்தாள். 'இதற்கு என்ன அர்த்தம்? எழுந்து போகச்

சொல்கிறாளோ?' குழப்பமாக இருந்தது. அவளுக்காக வாங்கி வந்திருந்த இன்டக்ஸன் ஸ்டவ்வை வெளியில் வண்டியிலேயே மாட்டி வைத்திருந்தது நினைவுக்கு வர, எழுந்து வெளியில் சென்றான். அவள் பதறிப்போய் 'ஏன்? என்னாச்சு?' என்றாள்.

'ஒரு நிமிஷம்' என்றவன் பட்டர்ஃபிளை ஸ்டவ் பெட்டியுடன் உள்ளே வந்து ஏதோ பரிசுப்பொருளைக் கொடுப்பவனைப் போன்ற பாணியில் அவளுடைய கையில் கொடுத்தான்; கூடவே அதற்கான பில்லையும். செல்பி எடுக்காத குறைதான்.

'ஓ... பியூட்டிஃபுல்...' என்று பெற்றுக்கொண்டவள் உடன் ஐநூறு ரூபாய் நோட்டை நீட்டி 'அட்வான்ஸ்' என்றாள்.

'இவ்ளோ எதுக்கு? ஒரு இருநூறோ நூத்தைம்பதோ கொடுத்தாப் போதாதா?'

'இருக்கட்டும் வைங்க. திடீர்னு நா ஓடிப்போயிட்டா என்ன செய்வீங்க?'

'யார் கூட?' கேட்டுவிட்டு நாக்கைக் கடித்துக் கொண்டான். வாய்... வாய்... வாய்... இந்த வாயை வைத்துக்கொண்டு சும்மா இருக்க முடியவில்லையே. ச்சீ... நம்மைப் பற்றி என்ன நினைப்பாள்? தவணைக்காரன் புத்தி இவ்வளவுதானே என்று மட்டமாக நினைத்துக் கொள்வாளோ?

ஆனால் ஸ்னோலின் சற்றும் யோசிக்காமல் 'உங்க கூடத்தான்' என்று கூறிவிட்டு உள்ளே சென்றாள்

சிக்கந்தருக்கு வியர்த்துக் கொட்டிவிட்டது. அவளுடைய பதிலால் அவன் அதிகம் தாக்குண்டிருந்தான். விளையாட்டுக்கு சொல்லியிருப்பாள் என்று ஒரு மனம் நினைத்தது. இல்லை. நிஜத்துக்கே சொல்லியிருந்தால்? அவன் பதற்றத்தில் அருகில் மூடி வைத்திருந்த பைபிளை எடுத்துப் பிரித்தான். மலைப் பொழிவின் ஓர் அதிகாரத்தில் 'ஒரு பெண்ணை இச்சையோடு நோக்கும் எவரும் தம் உள்ளத்தால் அவருடன் ஏற்கனவே விபச்சாரம் செய்தாயிற்று. உங்கள் வலக்கண் உங்களைப் பாவத்தில் விழச்செய்தால் அதைப் பிடுங்கி எறிந்துவிடுங்கள். உங்கள் உடல் முழுவதும் நரகத்திற்குச் செல்வதைவிட உங்கள் உறுப்புகளில் ஒன்றை நீங்கள் இழப்பதே நல்லது' என்பதாக இயேசு சொல்லியிருந்தார். அவன் சட்டென்று பைபிளை மூடிவைத்தான்.

பதற்றம் அதிகமாயிற்று. நமக்கு வலக்கண்ணோ வலக்கையோ இல்லை. வாய்... வாய்... வாய்க்கு வலம் இடம் என்றெல்லாம்

இல்லை. இருக்கிற வாய் ஒன்றேதான். நாக்கைத்தான் நாம் நறுக்கிக் கொள்ளவேண்டும். பிறகு அது நமக்கில்லை. கிறிஸ்தவர்களுக்கு. நாம் தான் கிறிஸ்தவனில்லையே... சமாதானம். பேண்ட் பாக்கெட்டிலிருந்து கைக்குட்டையை எடுத்து வியர்வையை அழுத்தித் துடைத்துக் கொண்டான்.

"ஏன் இப்டி வேர்க்குது. ஃபேன் ஓடுதே?" எனக் கேட்டபடி வந்தாள். ஒரு அசட்டுப் புன்னகையைப் பதிலாகத் தந்தான். சற்றுமுன் நடந்த உரையாடல்? ம்ஹூம். அதற்கான எதிர்வினையையே காணோம். எதற்குமே இவளிடம் எதிர்வினை இருக்காதோ?

இருந்தாற்போல திடீரென 'இந்த வீடு உங்களுக்கு கிப்ட்; கொடுப்பினை...' என்றான் மேலுங்கீழுமாகப் பார்த்தபடி.

'சரபோஜி மன்னர் காலத்துல திருப்பணிக்காக கிறிஸ்தவர்களுக்கு ஒதுக்கன இடம் இந்த மிஷன் தெரு. இங்கே இருக்கிற எந்த இடமும் யாருக்கும் சொந்தமில்லை. எல்லாமே சர்ச்சுக்கு சொந்தமானது. வீடு கட்டி வாழ்ற வரைக்கும் வாழலாம். ஒரு துண்டு நிலத்தக் கூட யாரும் விக்க முடியாது... இந்த வீடுங்கூட அப்படித்தான்...' ஸ்னோலின் சொன்னதும்,

'ஓ அப்டியா? வீடுன்னா வாழ்றதுக்குத் தானே... விக்கிறதுக்கு இல்லையே... அதெல்லாம் யாராவது கையாலாகாதவங்க செய்யிறது...' என்றான் ஏதோ அர்த்தம் பொதிந்தது போல. ஸ்னோலின் அதற்கும்கூட சிரித்து வைத்தாள்.

"சரிங்க கௌம்புறேன்... நேரம் ஆயிட்டு..." என்று எழுந்தான்.

"மின்னே இங்க... பக்கத்துல ப்ரகாஷ்ன்னு ஒருத்தர் இருந்தார். ஸ்டோரி டெல்லர்... பாட்டிகூட வந்து எப்பவும் பேசிக்கிட்டே இருப்பார். அவர் இருந்திருந்தா உங்களுக்கு அறிமுகப்படுத்தியிருப்பேன். இறந்துட்டார்..." என்றாள் ஸ்னோலின். அவள் குரலில் தொனித்த வருத்தத்தைக் கொண்டு ப்ரகாஷின் முக்கியத்துவத்தைப் புரிந்து கொண்டான்.

நிறைய பூச்செடிகளை வாசலில் வளர்த்துப் பராமரித்து வந்தாள் ஸ்னோலின். அதிகமும் விதம் விதமான வண்ணங்களில் ரோஜாக்கள். ரோஜாச்செடி வளர்ந்திருந்த தொட்டிகளில் உடைந்த முட்டை ஓடுகளும் சாணமும் உரத்துக்காக இடப்பட்டிருந்தது. ரோஜாச்செடிகளுடன் பார்க்கையில் அவையும் அழகாகவே தோன்றின. லவ் பேர்ட்ஸ் கூண்டுகளை ஒரு நிமிடம் நின்று வேடிக்கை பார்த்தான். வெட்கமே இல்லாமல்

மெய்மறந்து அவை ஒன்றுடன் ஒன்று கொஞ்சிக்குலாவிக் கொண்டிருந்தன.

வண்டியை எடுத்தான். வாசலில் நின்று ஸ்னோலின் கையை அசைத்தாள்.

8

'கரந்தையில புதுசா ஒரு லைன் போட்டு அதுக்கேத்த மாதிரியான ஆள் தயார் பண்ணனும்' என்றான் அன்வர் காலைச்சாப்பாட்டின்போது. மீசை ஓரளவு வளர்ந்திருந்தது. அந்த தைரியத்தில் ஜன்னலை எட்டிப் பார்க்கவும், சனஞ்சாதிகளுடன் பேசவும் துணிந்திருந்தான். மீசையை மழித்திருந்த ஒருவாரம் அவன் கொள்முதலுக்கும் போகவில்லை; கடை ஆட்களுடன் முகங்கொடுத்தும் பேசவில்லை. கோபித்துக் கொண்ட நாகூராரைச் சமாதானப்படுத்த ரகசியமாக அவருக்கு ஐயாயிரம் பற்று கொடுத்திருந்தான். மாதம் ஐநூறு வீதம் பத்து மாதத்தில் கழிக்க ஏற்பாடு. நாகூராருக்கு கந்தூரிக்குப் போக முடியாததில் பெரிய வருத்தமிருந்தாலும் ரம்ஜான் காலத்தில் மட்டுமே கிடைக்கக்கூடிய பற்றுத்தொகை எதிர்பாராத சந்தர்ப்பத்தில் கிடைத்ததில் சந்தோஷம். ஆனால் குடும்பமில்லாத ஒருத்தர் தொகையை வாங்கி என்னதான் செய்வார்? வழக்கம்போல அவருடைய ட்ரங்க் பெட்டிக்குள்தான் அதுவும் அடங்கும்.

'கரந்தைக்குப் பேரு கருந்தட்டான்குடி. ஒரு காலத்துல அது பிரபலமான ஊரு. இப்பவுந்தான்'னார் நாகூரார்.

'லோக்கல்ல ஒரு ஆள் பிடிக்கணும் நாகூரார். நம்ம ஊர் ஆளுங்க செட் ஆகாது.

பழகுன ஆளா இருக்கணும். அப்படியே கொடிமரத்து மூலை, பள்ளி அக்ரஹாரம் வரைக்கும் போகணும்...' மஞ்சச்சோற்றை கத்தரிக்காய் கடைசலில் பிசைந்து கொண்டே அன்வர் சொன்னதைக் காதில் வாங்கிக்கொண்ட நாகூரார் 'பாப்பாத்தி மகன் வகாப்புட்ட வேண்ணா சொல்லி வைக்கவா'ன்னு கேட்டார்.

'யாரு மேற்படியான்ட்டவா' ஜன்னலைச் சாடை காட்டிக் கேட்டான் அன்வர்.

நாகூரார் அதற்கு தலையாட்டிவிட்டு 'நல்ல வெடிப்பான ஆளா சொல்லுவான். ஆனா கமிஷன் கேட்பான். அவனுக்கு கரந்தை ஏரியால நல்ல பழக்கம். மின்ன பள்ளி அக்ரஹாரத்துக்கும் போயி மீன் வெட்டிக்கிட்டு இருந்தவந்தானே. இப்போத்தான் கொஞ்ச நாளாபோறதில்ல...'ன்னார்.

'சரி கமிஷன் கேட்டா குடுத்துத் தொலைக்கலாம். லோக்கல் ஆளுங்குறதால பொய் பித்தலாட்டம் இருக்கக்கூடாது. முன்ன நம்மள்ட்ட என்.கே.ரோடு லைன் பார்த்த சேகர் பயலாட்டம் அவனா ஒரு லைன் போட்டு வசூல் பண்ணிட்டிருக்கக் கூடாது. அப்டி எதுனாச்சும் செஞ்சான்னு தெரிஞ்சா ரவி அண்ணன்ட்ட சொல்லி தாய்லி கையக்கால போட்ருவம் ஆமா..' அன்வர் சற்றுக்காரம் தூக்கலாகப் பேசியதில் பெரியவரின் சாயலை உணர்ந்தார் நாகூரார். மனுஷாள் எல்லோரும் எல்லா நேரத்திலும் ஒன்றுபோல இருப்பதில்லை. மீசையை மழித்துக்கொண்டபோது ஒடுங்கியிருந்தவன் அது துளிர்த்ததும் வெடிக்கிறான். அன்வரை சாதாரணமாக எடைபோட்டுவிடக் கூடாதென்று நாகூராருக்குத் தெரியும்.

கல்லுக்குளம் சேகரை நம்பி நாஞ்சிக்கோட்டை லைனை ஒப்படைத்து, அவன் செய்த துரோகத்தை அறிய வந்தபோது, பெரியவரைக்கூட ஆலோசிக்காமல் அவனைப் போட ஒரு கூலிப்படையை ரகசியமாகத் தயார் செய்தவன் அன்வர். பிறகு பெரியவர் வந்து அதைக் கலைத்தார். 'பம்பாயில் என்ன வேண்ணாலும் ஆடலாம். நம்மைக் கேட்பாரில்லை. இது நம்ம மண். தமிழ்நாடு. இங்கே ரொம்ப ரொம்ப அடக்கி வாசிக்கணும். அதே சமயம் எவனுக்கும் அடங்கிப் போகணுங்குற அவசியமில்ல. சேகரை எப்படித் தட்டணுமோ தட்டலாம். அவசரப்படாத. விட்டுப் புடிக்கலாம்...'ன்னார். அன்வருக்கு பெரியர் இப்படி அகிம்சையாகப் பேசியது பிடிக்கவில்லை. ஏன் இவர் பதுங்குகிறார் என்பதும் புரியவில்லை.

கூலிப்படையைக் கட்டுவதற்கு சிரமப்பட்டிருந்தான். ஆறுபேர். அறுவருமே பதினெட்டு வயதுக்குள். இரண்டுமுறை ஒத்திகையும் பார்த்தாகி இருந்தது. மேரீஸ் கார்னரா, அருள் தியேட்டர் முக்கா, எங்கே எப்போது என்பதைத் தீர்மானிப்பதுதான் பாக்கிவேலையாக இருக்கையில் பெரியவரின் எதிர்பாராத வருகை அக்காரியத்தைக் குலைத்துவிட்டது. அதிராமபட்டினத்திலிருந்து அப்படியே ஊருக்குப் போவதாகச் சொன்னவர் திடீரென்று தஞ்சாவூருக்கு வந்து மூன்று நாட்கள் தங்கிவிட்டார். அவருக்கும் விஷயம் கசிந்திருக்காதா

பின்னே ? எத்தனை ஒற்றர்களை எந்தெந்த ஊர்களில் எல்லாம் வைத்திருப்பவர்.

திட்டத்தைக் கைவிட்ட பிறகும் பொடியன்கள் தவணைக்காரர் வீட்டுக்கு வந்துபோய்க் கொண்டிருந்தனர். ராவுத்தாபாளையத்தில் இதைப் பலரும் கண்காணிக்காமலில்லை. 'தவண வூட்டுக்கு இந்தப் பயலுவ எதுக்கு வரணும்'ன்னு சிலருக்கு கேள்வி இருக்கவே செய்தது. பையன்கள் அன்வரை வந்து பார்த்து, 'சேகர மணிமண்டபத்துப் பக்கம் பார்த்தம் பாய்; குழந்தை யேசு கோவில் பக்கம் பார்த்தம் பாய்; ஓல்டவுஸிங் யூனிட் பக்கம் வண்டியில போனாம் பாய்..'ன்னு அவ்வப்போது துப்புக்கொடுத்து நூறு இருநூறு செலவுக்கு காசு வாங்கிப் போனார்கள். அன்வருக்கும் திட்டம் கைவிடப்பட்ட ஏமாற்றமிருந்ததால், அதன் பொருட்டு சேகர் பற்றிய தகவல்களை அவ்வப்போது அறிந்துகொள்ளும் ஆர்வமிருந்தது. அதற்கு பசங்களின் வருகை ஏதுவாகவும் இருந்தது.

ரவி அண்ணன் முன்னிலையில் வைத்துத்தான் பஞ்சாயத்து நடந்தது. ரவிக்கு சேகர் கட்டுப்பட்டவன். லைனை தனக்கு சாதகமாகப் பயன்படுத்திக் கொண்டதை பகிரங்கமாக அந்நாளில் ஒப்புக்கொண்டான். பிறகு நாஞ்சிக்கோட்டை லைனில் தான் இனி வியாபாரம் செய்யப்போவதில்லை என ஒப்புக்கொண்டு எழுதி கையெழுத்திட்டுத் தந்து கணக்கு விபரம் ஒப்படைத்தான். முப்பத்தேழாயிரம் ரூபாய்க்குப் பக்கம் புள்ளிகளி ம் வசூல் செய்து அதை நிர்வாகத்திடம் தராமல் ஏமாற்றியிருந்தான். 'இனிமே நீ நாஞ்சிக்கோட்ட லைன் பக்கம் தவண வியாபாரத்துக்குன்னு வரப்புடாது. வந்தேன்னா சங்கதி வேற'ன்னு ரவி அண்ணன் சேகரிடம் எச்சரித்தார்.

'எனக்கு பொழப்பு இதுதான்னே. எங்கேன்னா நா வியாபாரம் பண்ணித்தான்னே ஆகணும்...'ன்னான் அப்போது சேகர்.

'அப்டியாடா... தஞ்சாவூர்ல வேற ஏரியாவே இல்லியாடா ஒனக்கு?'ன்னு ரவி கேட்க,

'நா எங்கேன்னா லைன் போட்டாக்கா பாய் அந்த லைனுக்கு வரக்கூடாதுன்னே'ன்னான்.

'அதெப்பர்ரா தம்பி பாய் கட போட்டு பாஞ்சுவர்சமாச்சுடா... அப்பறம் இந்த அமேசான் கிமேசான்லாம் வந்து சனம் எல்லாரும் செல்போன்லயே தேவையான பொருள புக் பண்ணிட்டு அவனுவளும் டோர் டெலிவரி வந்து தர்ரானுவ.

போதா கொறைக்கி கடைங்கல்ல இ.எம்.ஐ சிஸ்டம். பஜாஜ் கோத்ரெஜ் சாம்சங்குன்னு அம்புட்டுப் பயலுவலும் பேங்க் பாஸ் புக்க பார்த்துட்டு லோன் தர்ராானுவடா. தொழிலயே கெடுத்துப்புட்டானுவல்ல... ஒனக்குத் தெரியாதா என்ன. ஒண்ணு அந்தப் பக்கம் எங்கனா ஒதுங்கிப் போயி நீ தொழில் பண்ணு. இல்ல இந்தத் தொழிலையே விட்டுட்டு வடக்கட டீக்கட போடு...'ன்னு ரவி அண்ணன் சொல்லவும் சேகருக்கு எகிறிவிட்டது.

"அண்ணே தவணை யேவாரம் பாயிங்களுக்கு மட்டுந்தான்னு எழுதியா குடுத்திருக்கு. நா தவண யேவாரந்தா பண்ணுவன். என்னப் போயி டீக்கட போடு வடக்கட போடுங்கிறீக. நா இந்த மண்ணுல பொறந்து வளந்த பயண்ணே. இவனுவல்லாம் வந்தேறிங்க. எங்கியோ கரூர்ல இருந்து வந்துட்டு அதிகாரம் பண்றானுவோ..."ன்னான். நல்ல வேளையாக ரவிஅண்ணன் கோபப்படவில்லை.

'டே தம்பீ... கரூர் என்ன பாகிஸ்தான்லயா இருக்கு... ந்தா வண்டி ஏறுனா மூணு மணிநேரத்துல போயிர்லாம். எல்லாரும் தமிழாளுங்க தான்டா தம்பீ... பாய் என்ன கர்நாடகாலயிருந்து வந்துருக்காரா ஆந்திராவில இருந்து வந்துருக்காரா? அவரும் தமிழ்நாட்டுல பொறந்து வளந்தவரு தான்டா. நம்ம பக்கம்லாம் கம்மி. ஈரோடு கோயமுத்தூர் பக்கம்லாம் போயிப்பாரு. வீதி வீதிக்கி சந்து சந்துக்கு இந்திக்காரனுவ திரியறானுவ. அவனுவள நீ வெரட்ட முடியுமா... போடா... போடா... போயி ஆகற வேலையப் பாரு. போ... போ...'ன்னார்.

சேகர் அன்வரை ஒரு முறைப்பு முறைத்துவிட்டு 'சரிண்ணே நா வாரன்...'னு வெளியேறினான். அன்வருக்கு அவன் கடைசியாகப் பார்த்த பார்வை உறுத்தியது. ரவி அண்ணனிடம் சொன்னான்.

'த்தா பாயீ... நீ உம் வேலையப் பாரு. இவன்லாம் சப்ப மேட்ரு நமக்கு' என்றார் அவர் அலட்சியமாக.

ரவி அண்ணன் தைரியம் தந்திருந்தாலும், அன்வருக்கு சேகரின் அந்த கடைசிப்பார்வை திரும்பத் திரும்ப நினைவுக்கு வந்து அலர்ஜியைத் தந்தது. பல இரவுகளை அரைகுறைத் தூக்கத்தில் கழித்தவன் கொள்முதலுக்குப் போகையில் ஒரு ஆளைத் துணைக்கு வைத்துக்கொண்டது அப்போதுதான். முபாரக்கோ ஆஷிக்கோ லைன் வசூல் கெட்டாலும் பரவாயில்லை; மறுநாள் பார்த்துக் கொள்ளலாமென அவனுடன் கொள்முதலுக்கு

திருச்சிவரை போய்த்திரும்பினர். சாலையில் நடக்கையில் எவரும் தன்னைப் பின்தொடர்கின்றனரா, அடையாளந் தெரியாத நபர்கள் எவரும் எந்த மூலையிலிருந்தேனும் உற்றுக் கவனிக்கின்றனரா என்றெல்லாம் பார்த்துக் கொண்டான்.

பிறகொருநாள் நள்ளிரவில் அறிமுகமில்லாத எண்ணிலிருந்து அவனுக்கு போன் அழைப்பு வரவும், ஏற்கனவே தன்னிடமிருந்த சேகர் எண்களுடன் அந்த எண்ணை ஒப்பிட்டுப் பார்த்தான். விடிந்ததும் அந்த எண்ணுக்கு மீண்டும் மீண்டும் அழைப்பு விடுத்தான். 'நீங்கள் தொடர்புகொள்பவர் தற்சமயம் வேறொருவருடன் தொடர்பில் உள்ளார்' 'நீங்கள் தொடர்புகொள்ளும் எண் ஸ்விட்ச் ஆப் செய்யப்பட்டுள்ளது...' என்றெல்லாம் கேட்டதே தவிர எவனும் எடுத்தபாடில்லை. தன்னிடமிருந்த ஆயிரம் எண்கள், ஆஷிக் முபாரக் சிக்கந்தர் நாகூரார் எல்லாருடைய போனிலிருந்த எண்கள் அத்தனையும் ஒப்பிட்டுப்பார்த்தாயிற்று. தீர்வு கிடைக்கவில்லை. ஆனால் அந்த எண் தஞ்சாவூரைச் சேர்ந்தது என்பது மட்டும் உறுதியாயிற்று.

முபாரக் மூலமாக வகாப்புக்கு தகவல் போய் வகாப்பு தான் பொடியன்களைத் தொடர்புகொண்டு அன்வரைச் சந்திக்க ஏற்பாடு செய்தான். இந்த வகையில் வகாப்புக்கு கொடுக்கப்பட்ட புரோக்கரேஜ் ரூபாய் இரண்டாயிரம். வகாப்பு இதுபோன்ற உபரி வேலைகள் பார்த்து சம்பாதிப்பதில் கில்லாடி. அவனுக்கு எல்லா மட்டத்திலும் ஆட்கள் இருந்தனர். 'கருவாட்டுக் கடையிலிருந்து கலெக்டர் ஆஃபீஸ் வரைக்கும் இந்தக் கொடுவா வகாப்பு பேர் பிரபலம்'ங்கிறதுதான் அவனுடைய வசனம். தவிர ஒரு காலகட்டத்தில அந்த மாதிரி பொடியன்களுடன் நெருக்கமான தொடர்பிலிருந்தவன். 'களத்தில்' இறங்கியதில்லை என்றாலும், ஸ்கெட்ச் போட்டு, ட்ரையல் பார்ப்பது வரை எல்லாவற்றிலும் அவனுடைய மூளை உழைப்பு இருந்திருக்கிறது. பாப்பாத்தியம்மா அப்போதெல்லாம் மகனை நினைத்து துயரப்பட்டிருக்கிறாள். 'என் வயிற்றில் வந்து இப்படிப் பிறந்தானே'ன்னு புலம்பி அவன் திருந்துவதற்காக அவள் செய்யாத நேர்ச்சைகள் இல்லை. நாகூருக்கும் ஏர்வாடிக்கும் அவனை இழுத்துக்கொண்டு திரிந்தாள். கையிலும் காலிலும் கழுத்திலும் இடுப்பிலும் அவனுக்கு ஏகப்பட்ட 'தடுப்புகள்' அத்தனையும் ஓதிப்பார்த்து கட்டப்பட்ட கருப்புக்கயிறுகள்.

பாப்பாத்தியம்மா தர்காக்களின் பேரில் நம்பிக்கை கொண்டவள். வலியுல்லாக்களின் துணை தனக்கு எப்போதும் உண்டு என்று சொல்லிக்கொள்வாள். பழைய மாரியம்மன்

கோவில் தெருவிலுள்ள 'பாப்பாத்தியம்மன் தர்கா'வைச் சேர்ந்த வம்சாவளி அவள். அந்த தர்காவில் அடங்கியுள்ளவர்கள் இருவர். ஒருவர் இஸ்லாம் மதத்துக்கு மாறிய பிராமணப் பெண். மற்றொருவர் அந்தப் பிராமணப் பெண்ணை இஸ்லாம் வழிப்படுத்திய அவுலியா. பாப்பாத்தியம்மா பாப்பாத்தியம்மனின் வழி வந்தவள் என்பதால் மாமிசம் சாப்பிடுவதில்லை. மகன் வகாப்புக்கும் மகள் மரியம்முக்கும் 'கவுச்சி' இல்லாமல் ஒருவாய் சோறு இறங்காது. பாப்பாத்தி அழகாக தெளிவாக தஞ்சாவூர் முஸ்லிம்களின் அசைவ சமையல் கலை அறிந்தவள். சமைப்பாளே தவிர ஒருபோதும் சாப்பிடுவதில்லை. அவளுக்கு கண்டியூர் பிரியாணியும் செய்யத் தெரியும். நடுக்கடை புலவு சோறும் தெரியும். அசல் பிராமணாள் சாப்பாட்டிலும் அசத்துவாள். இத்தனையறிந்தும் அவளுக்கு அன்றாட உணவு தயிர்சாதமும் ஊறுகாயும். எப்போதாவது வத்தக்குழம்பு சுட்ட அப்பளம்; ரசம் பருப்புத் துவையல்.

'பிராமண அவுலியா'க்களைப் பற்றி பாப்பாத்தியம்மா நிறைய 'சரித்திரம்' கூறுவாள். மதுரை தெற்குவெளி வீதியில் உள்ள 'மீனா நூர்தீன் வலி தர்கா'வில் அடங்கியுள்ளவர் ஐநூறு வருஷங்களுக்கு முன் வாழ்ந்த தமிழிசைப்புலவர் மீனாட்சி சுந்தரம் அய்யர் என்றும், அவர் இஸ்லாத்தைத் தழுவி மீனா நூர்தீன் ஆகி அவுலியாவாகவும் ஆனார் என்பது மட்டுமல்ல. நாகப்பட்டினத்திற்கும், வேளாங்கண்ணிக்கும் இடையிலுள்ள 'பாப்பா கோயில் தர்கா'வுங் கூட இதே மாதிரி பிராமணப் பெண்ணொருத்தி ஹபீஸ் அம்மான்னு பெயர் வச்சுகிட்டு இஸ்லாத்துக்கு மாறி ஸூஃபி அளவுக்கு உயர்ந்த சரித்திரங் கொண்டதுன்னும் கூறுவாள். கேட்க ஆச்சரியமாக இருக்கும் எவர்க்கும். ஆனால் பாப்பாத்தியம்மா சொல்வது நூற்றுக்கு நூறு உண்மை என்றே அந்த தர்காவைப் பற்றி அறிந்தவர் ஒப்புதல்.

தஞ்சாவூரிலிருந்து மதுரைக்குச் செல்லும்வழியில் திருமயத்திற்கும் திருப்பத்தூருக்கும் இடையிலுள்ள 'காட்டுபாவா பள்ளிவாசல்' வரலாறு என்னவென்றால்; செய்யது பக்ருதீன் அவுலியா ஏழு பிராமணப் பெண்களையும் இரண்டு பிராமணச் சிறார்களையும் காப்பாற்றும் போராட்டத்தில் உயிர்விட்டதாகும். அந்த மகான் அடக்கம் செய்யப்பட்டுள்ள இடந்தான் காட்டுபாவா பள்ளிவாசல். தர்கா வளாகத்திற்குள்ளேயே தொழுகை செய்யும் பள்ளிவாசலும் இருக்கு. புதுக்கோட்டை தொண்டைமான் மன்னனும் அவனுடைய வாரிசுகளும், ராமநாதபுரம் மன்னன் கிழவன் சேதுபதியும் இந்த தர்காவிற்கு உதவிகள் செஞ்சாங்க. இது அத்தனையும் சொல்லிவிட்டு 'இன்னும் ஏன்.. இதே தஞ்சாவூர்ல மெடிக்கல் காலேஜூக்குள்ள அடங்கியிருக்கிற பக்கீர்சாயபு,

கள்வர்கள்ட்டயிருந்து பிராமணத்தி ஒருத்தியைக் காப்பாத்தப் போராடி உயிரை விட்டவர்தான்...'னும் சொல்லும்போது எல்லோரும் அவளை வியந்துதான் பார்ப்பார்கள்.

பாப்பாத்தியம்மா இந்த சரிதமெல்லாங் கூறி தன்னை பிராமணத்தி என நிறுவ முயற்சிப்பது வகாப்புக்கு கொஞ்சங்கூட பிடிக்காது. 'நீ என்னவோ அத ஒசந்த ஜாதின்னு நெனச்சுட்டுப் பேசுறம்மா... அது எத்தனையோ பேர ஒடுக்குன ஜாதி'ம்பான் வகாப்பு. தாய்க்கும் மகனுக்கும் பெரிய தர்க்கம் நடக்கும். 'நீ இஸ்லாத்துக்கு வந்ததுக்கப்புறம் என்ன ஜாதி பேசுற...'ம்பான் வகாப்பு.

"அடப்போடா... ஜாதிங்கறது உலகம் அழியற வரைக்கும் இருக்கும். நாயகம் ரசூலுல்லாவக்கூட 'குறைஷி குலம்'ன்னு பெருமையா சொல்லிக்கிறதில்லையா?'ன்னு அவன் வாயை அடக்குவாள் பாப்பாத்தியம்மா.

பொடியன்கள் ஆறுபேரையும் பார்த்தபோது ஒரு மாதிரி கலவரமானதே தவிர அன்வருக்கு நம்பிக்கை வரவில்லை. அறுவரில் மூன்று பேருக்கு மீசையே முளைத்திருக்கவில்லை. எல்லோரும் கைலிகட்டி கரடுமுரடாகத் தலைமயிரை வளர்த்திருந்தனர். அது ஒன்றைத் தவிர்த்து பார்வைக்குப் பாலகர்களாகவே தெரிந்தனர். இவன்களா கொலை செய்யப் போகிறான்கள் என்று ஆச்சரியப்பட்டான். எல்லோரும் ப்ளஸ்டூ பெயிலானவர்கள். 'என்னப்பா காரணம். நீங்கல்லாம் இப்டி மாறனதுக்கு'ன்னு கேள்வி கேட்டால் 'பாய், அதெல்லாம் கேட்டு டைம்வேஸ்ட் பண்ணாதீங்க. நீங்க கேட்டதுனால நாங்க திருந்திடப் போறதில்ல. ஆள் யாரு என்ன விவரம்ன்னு சொல்லுங்க. நாங்க அதுக்கேத்தாப்ல ஸ்கெட்ச் போடணும்'ன்னான் ஒருத்தன். இடையில் முபாரக் குறுக்கிட்டு, அவர்கள் கூட்டாகச் சேர்ந்து சமீபத்தில் செய்த 'சாகசம்' ஒன்றைக் கூற, 'அடப்பாவி... அத இவனுங்களா செஞ்சது'ன்னு அன்வர் திடுக்கிட்டான்.

'எப்டி வெளியில வந்தானுங்க'ன்னு ஆச்சரியமாகக் கேட்டான். 'ஆயுள் கெடைக்குமேடா... அப்றம் எப்படி?'ன்னான்.

'எல்லாத்தையும் அதிசயமா கேட்குற இந்தாளு பம்பாயில ஏதேதோ செஞ்சான்னு சொல்றான். அது எப்டி'ன்னு முபாரக் அன்வரை நினைத்துக் குழம்ப 'நடக்கிறதெல்லாம் நல்லதுக்குன்னு படலே — நம்ம யேவாரம் பண்ண வந்தமா, ரௌடித்தனம் பண்றதுக்கு வந்தமா'ன்னு ஒரு பக்கம் நாகூரார் புலம்பியபடி இருந்தார்.

'ஸ்கெட்ச் போட்றதுக்கு மின்ன மருந்தடிக்கணும்'ன்னான் ஒருத்தன்.

'வாங்கிக் குடுத்துத் தொலை'ன்னு ஐநூறு ரூபாயை முபாரக்கிடம் கொடுத்தான் அன்வர். ஆறு பேரையும் இழுத்துக்கொண்டு நடந்த முபாரக்கிடம் 'ஏப்பா... அவங்களுக்கு மட்டும் வாங்கிக் குடுத்தமா வந்தமான்னு இருக்கணும்'ன்னான்.

'சரி சரி'ன்னு புன்னகையுடன் தலையை ஆட்டினான் முபாரக். முபாரக்கைப் பற்றி அன்வருக்குத் தெரியும்; 'வாசம் பிடிக்காமல் இவன் வரப்போவதில்லை'ன்னு. கிர்ர்ர்ருன்னு சுதி ஏற்றிக்கொண்டு வந்தவர்களில் ஒருத்தன் அந்தப் பக்கம் எதேச்சையாக வந்த நாகூராரிடம் 'சமையல் பாய்... ஆளுக்கொரு ஆப் பாயில் போட்டுத் தருவீங்களா'ன்னு கேட்டுவிட, சிவபெருமானைப் போல நெற்றிக் கண் திறந்து அவனை எரித்துவிடப் பார்த்தார் நாகூரார். அன்றைக்கு இரவே மனம் பொறுக்காமல் மொட்டை மாடிக்குப் போய் பெரியவருக்கு போனைப் போட்டு, நடப்பதையெல்லாம் ஆதங்கத்துடன் புட்டுப்புட்டு வைத்தார். இப்படியாக திட்டத்தை முறியடித்தது நாகூராரின் கைங்கர்யம் என்பது அன்வருக்கும் தெரியும்.

'அந்த மயிராண்டி ஆப் பாயில கடையில தின்னுட்டு வந்துருந்தான்னா இந்நேரம் காரியம் நடந்திருக்கும்'ன்னு ஆப்பாயில் கேட்டவனை மனதுக்குள் திட்டினான்.

கரந்தையில் தொடங்கவுள்ள புதுலைனுக்கு ஆள் கேட்டபோதுதான் வகாப்புக்கு, தவணை வீட்டிலிருந்து நம்ம வீட்டைப் பார்க்க ஒரு ஜன்னல் வசதி இருக்குங்கற விஷயமே தெரிந்தது.

'அடடே ரொம்ப வசதியாப் போச்சே ஒங்களுக்கு...' ன்னு நெல்லி மரத்தடியிலிருந்து நின்று ஜன்னலைப் பார்த்து நாகூராரிடம் கேட்டான். அவருக்கு 'இவன் ஜாடையாகப் பேசுகிறானோ'ங்கிற சந்தேகம். ஜன்னலில் நின்று ஆளுக்காள் மாறிமாறி கள்ளப்பார்வையை வீசியிருந்த குற்ற உணர்வு. 'என்ன... என்ன வசதி'ன்னு வகாப்பிடம் திருப்பிக் கேட்டுக் குனிந்துகொண்டார். அடுத்த நிமிடம் மீன் கவுச்சியுடன் அவர்தோளைத் தொட்டதொரு முரட்டுக்கரம். 'அல்லாவே ரப்பே...'ன்னு அலறி திரும்பிப் பார்த்தவர் வீட்டினுள் தனக்குப் பின்னால் சிரித்தபடி நின்ற வகாப்பைப் பார்த்து வெலவெலத்துப் போனார். 'வெளியில் நெல்லி மரத்தடியில் நின்று பேசிக் கொண்டிருந்தவன் எப்படி உள்ளே வந்தான்?

சாதாரணமாக இப்படி எல்லாம் வீட்டுக்குள் வரும் வழக்கமில்லாதவனாயிற்றே'ன்னு தனக்குத்தானே கேட்டுக் கொண்டவர் வியர்த்துப் போனதால் தோளில் கிடந்த துண்டை எடுத்துத் துடைத்துக் கொண்டார். அவர் மேனி மெலிதாக நடுங்கியது.

'என்ன பாய் குப்புன்னு வேர்த்துக்கெடக்கு...' வகாப்பு கிண்டலாகக் கேட்டான்.

'அது... இல்ல... சமைச்சிட்டிருந்தேனா. அதுதான்...'னார்.

'என்ன சமையல் பாய்?

'ம்... பாவக்கா கொழம்பு... பாவக்கா வறுவல்...'

'என்ன பாய் எல்லாத்துக்கும் சுகரா? கசப்பா சமைச்சிருக்கீங்க...'

'இல்லையே... இங்கே யாருக்கும் சுகர் இல்லை...'

'பக்கத்துல தானே மீன் மார்கெட் இருக்கு. பணத்தையும் பையையும் எடுத்துட்டு வாங்க... நல்ல மொரட்டு விராலா வெட்டித்தர்ரேன்'னவன் நகர்ந்து ஜன்னலுக்குப் பக்கமாக வந்து நின்று தன் வீட்டைப் பார்வையிட்டான். நாகூராருக்கு மறுபடியும் வியர்க்கத் தொடங்கியது.

'அட... இங்கிருந்து பார்த்தா நம்ம வீடு வாசல் மரம் செடி கொடி பாத்ரூம் எல்லாம் க்ளீனா தெரியுது.. இல்ல பாய்...'ன்னான்.

'ஆமா... க்ளீனா தெரியும்தான்'னவர் நெற்றியையும் கழுத்தையும் துடைத்துக் கொண்டார். வகாப்பு தனக்கேயான தனித்துவ நடைபோட்டு தவணைக்காரவூட்டைச் சுற்றிப்பார்த்தான்.

'நல்ல வசதியாத்தாம்பா வாழ்றானுவ'ன்னவன் தாழிட்டிருந்த ஒரு அறையின் கதவை நீக்கிப்பார்த்து 'ஆ'ன்னு சத்தமிட்டு ஸ்தம்பித்தான். அது கொள்முதல் செய்த சாமான்களெல்லாம் அடுக்கி வைக்கப்பட்டிருந்த அறை. குக்கர்கள், ஸ்டவ்வுகள், மிக்ஸிகள், கிரைண்டர், நாற்காலிகள், டேபிள்கள், சீலிங்பேன்கள், டேபிள் ஃபேன்கள் லொட்டு லொசுக்குன்னு ஏகப்பட்ட சாமான்களுடன் ஒரு மினி டிபார்ட்மென்டல் ஸ்டோரா அங்கிருந்தது.

"ஆமா... நீங்கல்லாம் எந்த ஊரு?" சாமான்கள் மீதிருந்த பார்வையை நீக்காமல் வகாப்பு கேட்டான்.

‘எனக்கு அய்யம்பேட்டை’ன்னார் நாகூரார்.

“அதுதாந் தெரியிமே பாய்... அய்யம்பேட்ட பேச்சு வாசம். இந்தப் பசங்கல்லாம் எந்த ஊரு?”

“கரூர்... கரூர் பக்கத்து கிராமங்க...”

“ஆமா... இந்த கரூர்க்காரப் பசங்களுக்கெல்லாம் இந்த தவணக்கடை தான் தொழிலா?”

“இல்ல... பல தொழில் பண்றாங்க... அதுல இதுவும் ஒண்ணு...”

“குட்டி போடுற தொழிலும் உண்டுதானே?” வகாப்பு கண்சிமிட்ட நாகூரார்

“அல்லாவே... ரப்பே...”ன்னார்.

“பாய்... தப்பா நெனச்சுக்காதீங்க. கந்து வட்டித் தொழிலும் தானேன்னு கேட்டேன்...”

நாகூரார் நிம்மதிப் பெருமூச்சுவிட்டபடி “அதெல்லாம் இல்ல தம்பீ. சாமான் தவணைக்கி குடுத்து வசூல் பண்றதோட செரி...”ன்னார்.

“அதெல்லாம் நடக்கும் பாய். நமக்குத் தெரியாதா. நானே கரூர்க்காரர்ட்ட வாங்கிருக்கேன்...”

“மத்தவங்க செய்வாங்க தம்பீ. நம்ம கடையில அதெல்லாமில்ல”

“சரி பாய் இந்த சாமாஞ்செட்டெல்லாம் எங்கே வாங்குவீங்க... கீழவாசல்லயா?”

“அந்த விவரம் நமக்குத் தெரியாது தம்பீ...”

“நல்ல கொளுத்த லாவம்ல்ல... தஞ்சாவூர்ல எங்கெல்லாம் குடுத்து வாங்கறீங்க?”

‘இவன் விட்டால் அடிமடியிலேயே கைவைப்பான்போல’ன்னு நினைத்தவர் சற்றே முகத்தை இறுக்கமாகக் காட்டிக்கொண்டு “அதெல்லாம் மேனேஜர்ட்டத்தாங் கேட்கணும்...”ன்னார்.

“மேனேஜரா? யாரந்த வெளுப்பா அம்மத் தழும்பு மூஞ்சிக்காரரா?”ன்னான்.

‘அம்மைத் தழும்பு மூஞ்சியா... இவன் யாரச் சொல்றான்’னு யோசித்தவர், சட்டென்று அன்வரின் முகத்தை ஞாபகத்தில் நிறுத்தி... ‘ஓ... அன்வர் முகத்தில் பரு விழுந்த தழும்புகளிருக்கும்.

அவனுக்குத்தான் முகப்பருவைக் கிள்ளி விடுவது ஒரு பழக்கமாயிற்றே'ன்னு நினைத்து "ஆமா... அவருதான்"னு வாசலை நோக்கி நடைபோட்டார். வாசலை நோக்கி நாம் நடந்தால் இவனும் வருவான். பொழுதாகுது. அன்வர் வருவதற்குள் இவனை வெளியேற்ற வேண்டும். இல்லையேல் ஏன் வந்தான் எதற்காக வந்தான்னு ஆயிரம் கேள்விகளால் துளைத்தெடுப்பான். 'அவனாகத்தாம்ப்பா வந்தான். நான் அழைக்கலை'ன்னு சொன்னால் நம்பவா போகிறான்னு மனதுக்குள் புலம்பியவர் திரும்பிப் பார்த்தார். வகாப்பு மறுபடியும் ஜன்னலின் பக்கம் நின்று பார்வையிட்டான். 'விடமாட்டாம் போல இருக்கே'ன்னு நினைத்தவர் 'என்ன தம்பீ'ன்னார்.

"ஏம் பாய்... ஜன்னல்ல நின்னு பொம்பளப் பிள்ளைங்க குளிக்கிறதையெல்லாம் எதும் பாக்குறீங்களா?"ன்னு ஒரு கேள்வியைப் போட்டான்.

"அல்லாவே... ரப்பே..."ன்ன நாகூரார் நெஞ்சைப் பிடித்துக் கொண்டு உட்கார்ந்து காதுகளைப் பொத்திக்கொண்டார். வகாப்பு மேற்கொண்டு எதுவும் பேசாமல் வேட்டையாடி முடித்த மிருகம்போல சாவகாசமாக வெளியேறினான். வகாப்பு வெளியேறியதைப் பார்த்தபடி அன்வரும் முபாரக்கும் உள்ளே நுழைந்தனர். வெளியே சாமான்கள் ஏற்றிக்கொண்டு மெட்டடர்வேன் வந்து நின்றது.

வகாப்பு எதற்காக வந்து செல்கிறான்னு அன்வர் கேட்காமலேயே 'நான்தான் கரந்தை லைனுக்கு ஆள் வேணும்ன்னு வரச்சொல்லி பேசிட்டிருந்தேன்'னார் நாகூரார்.

9

தவணைக்காரரர் வீட்டு ஜன்னல் இரண்டு தினங்களாக அடைபட்டிருப்பதன் காரணம் புரியாத மரியம் அன்றைக்கு அரைமணி முன்னதாகவே கடைக்குப் புறப்பட்டாள். ரெட்ட மஸ்தானிடம் அவளுக்கொரு வேண்டுதல் இருந்தது. வேண்டுதலை எழுதிச் சுருட்டிக் கயிறு சேர்த்துக் கையோடு வைத்திருந்தாள். அதைத் தந்தையும் மகனுமான இரண்டு அவுலியாக்களின் சந்நதியில் கட்டிய பிறகுதான் மனம் நிம்மதிகொண்டது.

எகோஜி என்கிற மராட்டிய மன்னன் தஞ்சாவூரை ஆண்ட 17—ஆம் நூற்றாண்டுக் காலத்தில் தளபதி அலீம்கான் என்பவருடன் பீஜப்பூரிலிருந்து தஞ்சாவூருக்கு வந்து சேர்ந்தவர் மகான் சையது ஷா முகம்மது சகாப் காதிரி. அவருடைய மகன் சையது ஷா தோஸ்த் முகம்மது காதிரி.

1900— வருஷம் தஞ்சாவூரில் புது ஆறு வெட்டப்பட்டது. ஆற்றின் மேல் பாலம் கட்ட வேண்டி சுற்றியிருந்த காட்டை அழிக்கத் தொடங்கினார்கள். அது பெரிய வேலை. நூற்றுக்கணக்கிலானவர்கள் மும்முரமாக அந்த வேலையில் ஈடுபட்டிருந்தனர். அப்போதெல்லாம் புல்டோசரோ பொக்லைனோ கிடையாது. நவீன கருவிகள் அறிமுகமாகியிருக்கவில்லை.

மனித உழைப்பே மகத்துவமான காலம். பெரிய வனமாகட்டும் சாதாரணப் புதராகட்டும் அழிமானம் எல்லாவற்றுக்கும் கடப்பாரையும் கோடரிகளும் மண்வெட்டிகளும் அரிவாள்களுந்தான்.

கருப்பன் ஆழ வேர் விட்டிருந்த ஓர் மரத்தை வெட்டப் பிரயத்தனப்பட்டான். வெகுநேரம் போராடி அம்மரத்தை வீழ்த்தினான். வெட்டிக்கொண்டிருந்த போதே உள்ளிருந்து ஒரு விசனமான குரல் அவனுடைய செவிகளுக்குக் கேட்டது. சுற்றிலும் பார்த்தான். அவரவர் அவரவர் வேலையிலிருந்தனர். கேட்கும் குரல் தெளிவில்லாமல் ஒலித்தது. சக பணியாளர்களில் ஒருவனை அழைத்து அந்தக் குரலைக் கேட்கவைத்தான் கருப்பன். வந்தவனுக்கும் குரல் கேட்டதே தவிர அதன்பொருள் புரியவில்லை. போய்விட்டான். குரல் கேட்பதை இன்னொருவன் உறுதி செய்ததன் மூலம் அது தனக்கு மட்டுமான அசரீரியாகவோ, அல்லது மனப்பிரம்மையாகவோ இருக்க வாய்ப்பில்லை என்று முடிவு செய்தான் கருப்பன். ஆனால் விசனமான தொனியில் குரல் கேட்டபடி இருந்தது. வேவு பார்க்கும் விழிகளுடன் கங்காணி வேறு சுற்றிக் கொண்டிருந்தான். சரி இருக்கட்டும் என்று கோடரியை எடுத்து வேரின் மேல் ஒரு போடு போட்டான். ஆழத்திலிருந்து குபுக்கென ரத்தம் பீறிட்டது. ரத்தத்தைக் கண்ட கருப்பன் தலைசுற்றி மயக்கமுற்றுத் தரையில் சரிந்தான். அக்கம் பக்கமிருந்தவர்கள் கருப்பனை நோக்கி ஓடிவந்தனர். வெட்டப்பட்ட மரத்தினுடைய வேரிலிருந்து ரத்தம் பீறிடுவது அவர்களுக்கு வியப்பாகவும் பீதியாகவுமிருந்தது. எவருக்கும் எதுவும் புரியவில்லை. வேலை நிறுத்தப்பட்டது. நீண்ட நேர விசாரணைக்குப் பிறகுதான் அது மகான்கள் இருவர்

புதைக்கப்பட்ட இடம் என்பது தெரியவந்தது. பாலத்தின் சாலை வேறு பக்கமாக திருப்பப்பட்டது. மகான்களின் சமாதிக்கு அரசாங்கம் இடம் ஒதுக்கியது. இதுதான் ரெட்டமஸ்தான் தர்கா உருவான வரலாறு.

ரெட்டமஸ்தானை தரிசிக்க எவரும் வரலாம். ஜாதி, மத, இன; குல, கோத்திரங்கள் அவர்களுக்குக் கிடையாது. தங்களை நாடி வருபவர்க்கு அவர்தம் நாட்டமறிந்து காரிய சித்தியுண்டாக்குவார்கள். அவர்களுடைய தலைமாட்டு ஜன்னலில் நூற்றுக்கணக்கிலான கன்னிப்பெண்களின் கோரிக்கைகள் எழுதப்பட்டு அவர்தம் கடைக்கண் பார்வைக்காகக் காத்திருக்கின்றன. அவற்றிலொன்றாக மரியமுல் ஆசியாவுடையதும் இன்றைக்குச் சேர்ந்து கொண்டது. ஒவ்வொரு வியாழக்கிழமை இரவிலும் பாத்திஹா ஓதப்பட்டு சர்க்கரையும், சந்தனமும் வழங்கப்படுகிறது. ஆண்டுதோறும் உரூஸ் எனப்படும் கந்தூரி நிகழ்வும் நடைபெறுகிறது. ரெட்டமஸ்தான் இந்த தவ்ஹீது குழப்பவாதிகளின் காலத்திலும் தஞ்சாவூர் நகரத்தின் மத்தியில் கம்பீரமாக சமாதி கொண்டிருக்கிறார்கள்.

மரியம் கடைக்குள் நுழைந்தபோது, சுடிதார் செக்சனில் நாசர் தலைகவிழ்ந்து அமர்ந்திருந்தான். 'என்ன ஆச்சு இதுக்கு...' என்னும் கேள்வியுடன் அவள் தன் செக்சனுக்குள் நுழைந்து மீண்டும் அவனைப் பார்த்தபோது அப்போதும் சலனமின்றியே இருந்தான். வழக்கமாக அவள் கடைக்குள் நுழைந்தால் மலர்ந்த முகங்கொண்டு தலையை ஆட்டி வரவேற்பது அவன் வழக்கம். நைட்டி செக்சனில் நின்ற பத்மாவிடம் நாசரைக் காட்டி 'என்னாச்சு?'ன்னு ஜாடையில் கேட்டாள். பத்மா தனக்கெதுவும் தெரியாதுங்கிற மாதிரி சைகை செய்து மிடி செக்சன் பக்கமாகக் கையைக் காட்டினாள். காதர் மிகத்தீவிரமாக வேலை பார்க்கிற பாவனையிலிருந்தான். அது பாவனை என்று அப்பட்டமாகத் தெரிந்தது. ஏனெனில் ஒவ்வொரு நாளும் மரியமின் வருகைக்கு நாசருடன் காதரும் சேர்ந்து 'உள்ளேன் அம்மா' போடுவான். திரும்பி நின்று வேலை பார்த்தாலும் அவனுக்கு முதுகிலே கண்கள் முளைத்திருக்கும்.

அவளுடைய வருகை தாமதித்தால் கைக்கடிகாரத்தைப் பார்த்தபடி நகத்தைக் கடித்துக் கொண்டிருக்கும் அவனது தோற்றம் அவளுக்கு மிகப் பரிச்சயம். இன்றைக்கோ மரியம் வந்து பத்து நிமிடங்களுக்கு மேலாகியும் அவன் திரும்பவில்லை. பொறுத்துப் பார்த்து 'போங்கடா வெண்ணெய்ங்களா'ன்னு தன் வேலையில் ஈடுபடத் தொடங்கினாள். செக்சனைத் தட்டிமுடித்து

ஃபிராக்குகளை ரகம் வாரியாக ஸ்டாக் எடுத்தாள். எந்தெந்த சைஸ்கள் தேவையிருக்கிறதென்று குறித்துக் கொண்டாள். லோட்டஸ், ரோஸ், பியூட்டி மூன்று ரகங்களிலுமே தேவையிருந்தது. இப்படி வாராவாரம் அலுப்பைப் பார்க்காமல் ஸ்டாக் எடுத்து தேவையைக் குறித்துக் கொண்டுபோய் கேஷியரிடம் சேர்ப்பாள். இதுபோல எல்லா செக்சனிலும் நடக்கிறதா என்றால் இல்லை. மரியம்முக்கு அவளுடைய அம்மா பாப்பாத்தி கொடுத்த டிப்ஸ்களில் இந்த 'வீக்லி ஸ்டாக் டேக்கிங்'கும் ஒன்று.

மாடியில் ஜென்ட்ஸ் செக்சனில் அன்றைக்கு நல்ல கூட்டமிருந்தது. வந்தவர் எல்லோரும் புதுமுகங்களாகவே தெரிந்தனர். கடை வளாகத்தில் கார்களும் வேன்களும் நிறைந்திருந்ததைக் கொண்டு, இவர்கள் பெரிய கோவிலுக்கு வந்த சுற்றுலாப் பயணிகள் என கணிக்க முடிந்தது. ஆறேழு பெரிய பில்கள். டி சர்ட், காட்டன் பேண்ட், ஜீன்ஸ், காட்டன் சர்ட்டுகள், குழந்தைகளுக்கான பாபாசூட், ஜிப்பா, குர்தா, சபாரி ரகங்கள், ராணி மேலிருந்து சுமந்து வந்து பில்கவுண்ட்டரில் வைக்க, கணக்கப்பிள்ளை பில்களைப் போட்டுத் தள்ளினார். மாடியிலுள்ள ஜென்ட் செக்சனுக்கு அக்பரும் சலீமும், ஒத்தாசைக்கு இந்த ராணி.

ராணியின் முழுப்பெயர் இந்துராணி. இந்துராணின்னு முழுப்பெயருடன் தன்னை அழைப்பதுதான் அவளுக்குப் பிடிக்கும். ஆனால் அது 'பாய்கடை' என்பதாலோ என்னவோ அவளை இந்து ராணின்னு அழைக்கத் திராணி இல்லாமல் இந்துவைக் கழற்றிவிட்டு வெறும் 'ராணி' என்றழைத்தனர். அவளும் போனால் போகிறது என்று விட்டுவிட்டாள். நாசர் மட்டும் எதும் தேவையின் பொருட்டு 'இந்திரா' என்றழைப்பான். அருகில் அவள் வந்ததும் பாடுவான்.

'ராணி மகாராணி ராஜ்ஜியத்தின் ராணி
வேகவேகமாக வந்த நாகரீக ராணி...'

அந்தக் காலத்தில் சரஸ்வதி சபதமோ என்னவோ... சிவாஜிகணேசனும் கே.ஆர்.விஜயாவும் ஜோடி போட்டு நடித்து ஏ.பி.நாகராஜன் இயக்கிய படம். 'உங்களுக்கென்ன வயசு ஒரு அறுபத்தஞ்சு இருக்குமா? தாத்தா காலத்துப் பாட்டுப்பாடி பொண்ணுங்கள கிண்டல் பண்றீங்க...'ன்னு ராணி கேட்பாள். செக்சனில் கிடக்கும் தூசி தட்டியால் அவளை அடிக்க ஓங்குவான் நாசர். அவள் பழிப்புக் காட்டியபடி செக்சனுக்குப் போக

படியேறுவாள்.இப்படி சின்னச்சின்ன விளையாட்டுகள் கடையில் நடக்கும்தான். காலை முதல் இரவு வரை ஒரு கூரையின் கீழ் ஒடுங்கிக் கிடப்பவர்களுக்குள் இதுவுங்கூட இல்லையென்றால் அங்கே வெறுமைதான் கோலோச்சும். ஆனால் ஜென்ட்ஸ் செக்சனில் இருக்கும் ராணி உள்ளிட்ட மூவருக்குள் 'ஏதோ' நடப்பதான தோணல் காதருக்கு எப்பவுமே உண்டு. காரணம் அந்த செக்சன் இவன் கண்ணுக்குப் படாமல் மேலே இருக்கிறது. முதலாளிக்கு மூட்டுவலி, படி ஏற முடிவதில்லை. மொத்தம் பதினெட்டுப் படிகள், சபரிமலை சாஸ்தாவுக்குப் போல. காதர், பாட்டுக் கூடப் பாடிக்காட்டுவான். ஜென்ட்ஸ் செக்சனுக்குப் படியேறும்பபோது.

ஒண்ணாந் திருப்படி சரணம் பொன்னய்யப்பா
சாமி பொன்னய்யப்பா...
அய்யனே பொன்னய்யப்பா...

இப்படியே பதினெட்டுப் படிக்கும் பாடிக்கொண்டே ஏறுவான். அது கேட்டு மேலும் கீழுமுள்ள செக்சன்களில் சிரிப்பொலி அடங்க நீண்ட நேரமாகும். ஒருமுறை 'பத்தாம் திருப்படி சரணம் பொன்னய்யப்பா'ன்னு அவன் பத்தாம்படி ஏறும்போது, முதலாளி பின்பாட்டுப் பாடினார். 'இவன செருப்பாலடி அய்யப்பா...' காதர் அசடு வழிந்து கீழே இறங்கி மிடி செக்சனுக்கு ஓடிவந்து ஒடுங்கிக் கொள்ள, செக்சன்களில் சத்தமில்லாத சிரிப்பு.

ராணி, டி.பி.கோயில் தெருவிலிருந்து கடைக்கு வருகிறாள். டி.பி.கோயில் தெரு என்றாள் தொப்புள் பிள்ளையார் கோவில் தெரு. தொப்புள் என்கிற முக்கிய பாகம் தமிழர்களைப் பொறுத்தவரை கவர்ச்சிகரமானதில்லையா. எனவே அது சுருக்கமாக டி.பி.கோவில்தெரு. தொப்பாரங் கட்டி பிள்ளையார் கோவில்தான் தொப்புள் பிள்ளையார் கோவிலாகி டி.பி. கோவிலானது. பழைய பஸ் நிலையத்திலிருந்து தெற்கலங்கம் வந்து, வலப்பக்கம் திரும்பினால் தொப்பாரங்கட்டிப் பிள்ளையார் சற்றே உயரத்திலிருப்பார். படியேறி அவரைத் தரிசித்துவிட்டு நேரே போனால் தெற்குவீதி. தெற்குவீதியில் வலமோ இடமோ திரும்பாமல் பத்துக்காலடி வைத்து வலப்பக்கம் திரும்பினால் காபி பேலஸ். அங்கு செட்தோசை என்று மொந்தமாக இரண்டு தோசைகள் தருவார்கள்; சட்னி சாம்பாருடன் தோசையைத் தின்றுமுடித்து காபியும் ஸ்ட்ராங்காக சற்றே கசப்பு தூக்கலாக உள்ளே இறங்குமானால் அது தரும் தெம்பில் பத்து மைல் கூட நடக்கலாம்.

ராணி தொடர்ந்தாற்போல நான்கு நாட்கள் கடைக்கு வராமலிருந்த சமயத்தில் 'என்ன ஆயிற்று' என்று விசாரிக்க முதலாளி காதரைத்தான் அனுப்பினார். வாஸ்தவத்தில் அவன் பழைய பஸ் ஸ்டான்டு தாண்டி வேறெங்கும் போனதில்லை. அன்று தெற்கலங்கத்தில் நடக்கும்போது தான் நகைக்கடைகளையும், புண்ணியமூர்த்தியையும், திருவள்ளுவர் தியேட்டரையும், ஈவ்னிங் மார்கெட்டையும் கண்டான். எவரிடத்தும் 'தொப்புள் பிள்ளையார்கோவில் எது'ன்னு கேட்கவேறு கூச்சமாக இருந்தது. வாயில் தொப்புள்ங்கிற பெயரை உச்சரித்தாலே சில நடிகைகள்தான் நினைவுக்கு வந்தனர். அது அவனுடைய மனஇயல்பு.

சந்து திரும்பும்போதே அதிர்ஷ்டவசமாக பதினைந்தடிக்கு முன்னே ராணி காய்கறி நிரம்பிய ஒரு வயர் கூடையுடன் நடந்து கொண்டிருக்க, அவள்தானான்னு உறுதி செய்து கொண்டபின் 'ராணி' என்றழைத்தான். திரும்பிப் பார்த்துச் சிரித்தவள் 'ஏய் சரணம் பொன்னய்யப்பா... எங்கே இவ்வளவு தூரம்'ன்னு ஆச்சரியப்பட்டாள்.

'நீ வாட்டுக்கு நாலஞ்சு நாள் லீவப் போட்டுட்ட.. ஜென்ட்ஸ் செக்சனுக்கு வர்ர கஸ்டமர்லாம் ராணி எங்கே ராணி எங்கேன்னு கேட்டு, ராணி இருந்தாத்தான் நாங்க ட்ரெஸ் வாங்குவோம்னு ரிட்டன் ஆகுறாங்க... பாஸ் பார்த்துட்டு, நீ என்னதான் ஆனேன்னு விசாரிச்சு வரச்சொன்னார்..'ன்னு கேலிப் புன்னகையுடன் சொன்னான்.

'டேய்... ரொம்ப ஓட்டாத. அப்பறம் நீ மரியம்ட்ட வழிஞ்சதை எல்லாம் செல்போன்ல போட்டோ எடுத்து வச்சிருக்கேன். ரிலீஸ் பண்ண வேண்டியிருக்கும் ஆமா...'ன்னு பதிலுக்கு ராணி சொல்லவும்,

'நிஜமாவே எடுத்திருப்பாளோ'ங்கிற சந்தேகத்தில் அடங்கிப்போனான்.

'வாடா பக்கத்துலதான் காபி பேலஸ் இருக்கு'ன்னு அவள்தான் அங்கே அழைத்துப்போய், செட்தோசை காப்பி வாங்கித்தந்தாள். பில்லுக்குப் பணமும் அவள்தான் கொடுத்தாள்.

'நாளைக்கி வந்துருவேன்னு சொல்லு பாஸ்ட்ட' என்றாளே தவிர, லீவு போட்டதற்கு காரணம் எதுவும் சொல்லவில்லை. அது அவனுக்குத் தேவையுமில்லை. வயிறு நிரம்பியிருந்தது.

'நாளைக்கு நீ கட்டாயம் வந்துரு ராணி' என்று விடைபெற்றான்.

ராணி ஒரு விதவை என்றால் யாரும் நம்பமாட்டார்கள். கடையில் சேரும் முன்பே அவளுக்கு கல்யாணமாகிவிட்டது. அவள் கணவன் நகராட்சியில் பியூனாக வேலை பார்த்தான். நிரந்தர உத்தியோகம்தான். ஆனால் குடிகாரன். அடிக்கடி பாண்டிச்சேரிக்கும் காரைக்காலுக்கும் நண்பர்களோடு போய் குடித்து வருவான். மாமா மகன் என்பதால் ராணி அவனைக் கட்டிக்கொள்ள சம்மதித்தாள். மற்றபடி அவனுடைய பழக்கவழக்கமெல்லாம் அவளறிந்தது தான். யார்தான் குடிக்காமல் இருக்கிறார்கள்; திருத்திவிடலாம் என்று நினைத்தாள். அவ்வகை முதிர்ச்சி அவளுக்கிருந்தது. அவளுடைய அப்பாவும் குடிகாரர்தான். அம்மா, அப்பாவிடம் நடந்து கொண்டதும், பதிலுக்கு அப்பா, அம்மாவுக்குச் செய்ததும் அவளுடைய ஞாபகத்தில் ஒரு தொகுப்பாக இருந்தது. நேரம் கிடைத்தபோதெல்லாம் அதை மனத்தில் ஓட்டிப் பார்த்திருக்கிறாள். எனவே ஒரு பக்குவம் தனக்கு இருப்பதாக நம்பினாள்.

ராணியின் கணவன் குடிகாரர்களில் தனிரகம். அப்படி சமாதானத்துக்குச் சொல்லிக் கொள்ளலாமே தவிர அதுவும் குடிகாரர்களின் இயல்புதான். இரண்டு நாட்கள் அவளுடன் சந்தோஷமாக இருப்பான். சினிமாவுக்குப் போவதென்ன ஓட்டலுக்குப் போவதென்ன. அடடா வாழ்க்கை நாம் எதிர்பாராத அளவுக்கு நல்லவிதமாகப் போகிறதேன்னு அவள் நினைக்கும்போதே மூன்றாவது நாள் நரகமாக மாறிவிடும். இரவுகளில் எவராவது சுயநினைவு தவறிப்போன அவனை ஆட்டோவில் கொண்டுவந்து வாசலில் தள்ளிவிட்டுப் போவார்கள். கல்யாணமாகி ஆறு மாதங்கள் இப்படியாகக் கழிந்தது. ஏழாவது மாதம் ராணி கருவுற்ற தகவலைக் கேட்டுவிட்டு எனக்கெல்லாம் குழந்தை பிறக்கும்னு நம்பிக்கையே இல்லைன்னு சந்தோஷமாக அலுவலகம் சென்றவன் வீடு திரும்பவில்லை. நண்பர்கள் இருவருடன் காரைக்காலுக்குப் போய் அறை எடுத்துத் தங்கினான். வழக்கத்தைக் காட்டிலும் உற்சாகமாக இருந்தானாம். நண்பர்கள் காரணம் கேட்டதற்கு, தான் தந்தையாகப் போவதை சந்தோஷமாக சொல்லிவிட்டு, 'எனக்கெல்லாம் குழந்தை பிறக்கும்ன்னு நம்பிக்கையே இல்லை... ஆண்டவன் கொடுப்பினை' என்றானாம். நண்பர்கள் வாழ்த்துச் சொல்லியிருக்கிறார்கள். இதைக் கொண்டாட மேலும் மது அருந்துவதெனத் தீர்மானித்து மதுவில் நள்ளிரவு வரை குளித்திருக்கிறார்கள். விடிந்து நண்பர்கள் இருவரும் பார்க்கையில் அவன் தூக்கில் தொங்கியிருக்கிறான் நாக்குத்தள்ளி.

நண்பர்களைச் சந்தேகித்த போலீஸ் அவர்கள் இருவரையும் துருவித்துருவி விசாரிக்க, 'எனக்கெல்லாம் குழந்தை பிறக்கும்னு நம்பிக்கையே இல்லை'ன்னு அவன் ஒருதடவை சொன்னதை நினைவு வைத்திருந்து 'அடிக்கடி அதையே திருப்பித் திருப்பிச் சொன்னான் சார்'ன்னு அவர்கள் இட்டுக்கட்டிச் சொல்லி தப்பித்துக் கொள்ள, பிரேதப் பரிசோதனையில் அது தற்கொலைதான் என்று தெரிந்தது. காரணம் மனைவியின் நடத்தையில் சந்தேகம் எனப் பகிரங்கப்படுத்தி ஒரு வழியாக போலீஸ் ராணியைப் பிறர் பார்வையில் கேவலமானவளாக்கி கதையை முடித்தது.

மரபணு சோதனை அது இதுன்லாம் பண்ணி தன்னைக் குற்றமற்றவள் பத்தினின்னு நிரூபிக்கப் பல வாய்ப்புகளிருந்தும் 'பரவாயில்லை நான் தேவடியாவாவே இருந்துட்டுப் போறேன் போ... நானென்ன சீதாதேவியா... சாதாரணப் பொம்மனாட்டி... இப்போ கம்மனாட்டி...'ன்னு கத்திக் கூப்பாடுபோட்டு இருபது நாள் கருவைக் கலைத்துக் கொண்டாள். ஒருமாதம் போல அந்தத் தொப்புள் பிள்ளையார் கோவில் தெரு அவள் பெயரை அலசோ அலசுன்னு அலசிக் குடித்தது. பிறகு இன்னொரு சுவாரசியமான கதை கிடைக்கவும் இந்துராணி பெயரை மறந்தது.

ரெடிமேட் கடை முதலாளிக்கு இதுபோல வாழ்க்கையில் துயருற்று சோகத்தழும்புகளுடன் உழலும் பெண்களைப் பிடிக்கும். அவருடைய ரசனை அப்படி. அப்படியான பெண்களை வேலைக்கு அமர்த்திக் கொள்ளவே விரும்புவார். இது அவருடைய நல்லியல்பா இல்லையா என்றெல்லாம் ஆராயத் தேவையில்லை. ஐந்து பெண்கள் கடையில் வேலைக்கு நிற்கிறார்கள் என்றால் அவர்களுடைய வாழ்க்கைச் சரிதமே அவருக்கு அத்துபடியாக இருக்கும். சரக்குகளை ரகம் பிரிக்கையில், விலையையும், அசல் விலையை சீக்ரெட் கோடில் ஸ்டிக்கரில் எழுதி துணிகளில் ஒட்டும்போதும் ஒவ்வொருத்தியிடமும் விசாரணையற்ற தன்மையில் கிசுகிசுத்த குரலில் கேட்பார். அதில் பரிவும் வாஞ்சையுமிருப்பதாகப் பாவம் அவர்கள் நினைத்துக் கொள்வர். இந்த ஐந்து பெண்களைப் போல இருபத்தைந்து வருட ரெடிமேட் வியாபார அனுபவத்தில் அவர் குறைந்தது ஆயிரம் பெண்களையாவது வேலைக்குச் சேர்த்து வெளியில் தள்ளியிருப்பார்; அல்லது அவர்களாக வெளியேறியிருப்பார்கள். எல்லோரிடமும் அதே கிசுகிசுத்த குரல்தான்; பரிவுதான்; வாஞ்சைதான்.

"என்ன ஓந்தம்பி உதயம் மளிகைக் கடைக்குத்தான் வேலைக்குப் போறானா?"

“என்ன ஓங்கப்பா இன்னம் மருந்தடிச்சிட்டுத்தான் நைட்ல வீட்டுக்கு வர்ராரா?”

“யாகப்பா தியேட்டர்க்குப் பக்கம் யாரோ சொந்தக்காரவுங்க வீடு இருக்குண்ணியே, அது யாரு... சித்தப்பாவா?”

“ஓங்க அம்மா கன்சீவ் ஆயிருச்சுன்ன. என்னாச்சு. கலச்சாச்சா... பெத்துக்கப் போவுதா... ஏன் ஓங்கப்பானால கைய கால வச்சுட்டு சும்மா இருக்க முடியாதாமா... வயசுப்புள்ளைய வீட்ல வச்சுருக்கோங்குற அறிவு மயிரில்லையா?”

“ஓங்கம்மாவுக்கு இன்னுமா பீரியட் வர்ரது நிக்கல?”

“என்ன திடீர்னு சதப்போட்டுருக்க... வீட்ல மாப்ள கீப்ள பாக்கறாங்களா என்ன? இடுப்புல்லாம் பிதுங்கிக் கெடக்கு...”

“ஸ்பாஞ்ச் வச்ச பிரேஸியர்தான் போடுவியா? ஓனக்கெல்லாம் எதுக்கு பிரேஸியர்?”

ஆள் பார்த்து நேக்குப் பார்த்து அவரவர் தன்மைக்கும் குண இயல்புக்குமேற்ப இந்த விசாரிப்புகள் இருக்கும். முதலாளிக்குத் தெரியும் அவர்களுடைய சைக்காலஜி. எந்த மாதிரியான கேள்விக்கும் சிரித்து வைப்பவர்கள் உண்டு. சிரிப்பு மட்டுமே. பதில் இருக்காது. சிலர் ஒற்றைவரியில் பதில் தருவதுண்டு. எவளாவது ஒருத்திதான் முகம் சுழிப்பாள். அபூர்வமாக, கோபப்பட்டு.

“என்ன ஓனக்கு மூக்குக்கு மேல கோவம் வருது. காரம் கம்மியா சாப்டு. இப்டி கோவப்பட்டேன்னா சீக்கிரமே பிளட் பிரஷ்ஷர் வந்துரும். வீணா டாக்டர்க்கு செலவு பண்ணனும்...” இப்டி அடுத்த வசனத்தைப் போட்டுப்பார்ப்பார்.

‘அய்யிய்யோ... ஓனருக்கு கோவம் வந்துருச்சு போல. அதுதா இப்டிப் பேசறாரு. வேலைய விட்டு நிப்பாட்டிட்டார்ன்னா..’ன்னு ஒரு சிலர் தணிந்து அசடு வழிந்தால், “ம்... இப்பத்தான் அழகா இருக்கு.. சாதாரணமாவே நீ அழகுதான். கோவப்படும்போது மட்டுந்தா மூஞ்சி புர்ர்ர்ருன்னு ஆயிடுது...”ம்பார் அவ்வளவுதான். ஓனரே அழகின்னுட்டாரா. அந்தப் பார்ட்டி ஒரு வாரத்துக்கு தலைகால் புரியாமல் ஆடும். கேஷியர் கூப்பிட்டால் காதில் விழாது. நாசர் கூப்பிட்டால் அலட்சியம். வாடிக்கையாளரிடம் ‘எடுத்தா எடு... இல்லேன்னா போய்ட்டே இரு’ங்குற மாதிரி அலட்சியமான உரையாடல். இந்த பலூன் வீக்கத்தை அடுத்த ரவுண்டில் முதலாளியே ஊசி வைத்து உடைப்பார்.

“ம்... இப்பத்தான் அழகா இருக்கு... சாதாரணமாவே நீ அழகுதான்...”ங்குற வசனத்தை அவர் அந்த ரவுண்டில் வேறொருத்தியிடம் சொல்லும்போதுதான், அதைக்கேட்கிற இவள் ‘குச்சிக்காரி மகன்... இதையே எல்லார்ட்டயும் சொல்றானே... கம்னாட்டி...’ன்னு மனதுக்குள் திட்டி, மறுபடியும் நார்மலுக்கு வருவாள்.

‘நாசர் மரியம்மிடம் வழிகிறான்... அவளென்னவோ கிறுக்கியாட்டம் நாசரை கல்யாணம் பண்ணிக்கப் போறேங்கிறாள்’ங்கிற விஷயத்தை ‘மிடி’ காதர் ஒரு சரியான நேரத்தில் கேஷியர் ரபீக்கிடம் ஊதிவிட ‘அப்படியா சங்கதி’ன்னு கொதித்துப் போன ரபீக், அதை முதலாளியின் காதில் எப்படியாவது போடணுமேன்னு சந்தர்ப்பத்தை எதிர்பார்த்துக் காத்திருந்தான். வாய்க்கவேயில்லை. பிறகுதான் பாக்கெட்டில் இந்தக் கழுதை எதுக்கு கெடக்குன்னு செல்போனை எடுத்துப் பேசினான்.

வந்தார் முதலாளி. ‘மொட்ட மாடிக்குப் போகணும்’ன்னார். ‘மிடி’ காதருக்கு விஷயம் புரிந்து, கைகாலெல்லாம் உதறலெடுத்தது. அக்பரும், சலீமும் செக்சனை விட்டுக் கீழே இறங்கி வந்தனர். கடையில் அவர்களிருவரும் தான் பலசாலிகள். பெருந்தீனிக்காரரர்கள். தினசரி காலையில் சுண்டக்கடலை ஊறவைத்துத் தின்று தண்டால் எடுக்கிறார்கள். எட்டுக்கிலோ எடையுள்ள தம்புல்ஸ் அடிக்கிறார்கள். படுத்துக்கொண்டே வெயிட்லிப்ட் தூக்குகிறார்கள். முதலாளியும் அவர்களின் தேவையறிந்து ஊக்கப்படுத்துகிறார். ‘இன்னம் என்னென்ன இன்ஸ்ட்ரமென்ட்ஸ் வேணுமோ எல்லாம் வாங்கிக்கங்க. மாடில ஒரு மினி ஜிம்மே வச்சுக்குட்டாலும் சரித்தான்’ எந்த முதலாளி இப்படி எல்லாம் சொல்லுவார்ன்னு அக்பருக்கும் சலீமுக்கும் எஜமான விசுவாசம் கூடியது. முதலாளி இப்படி எல்லாம் சலுகைகள் கொடுப்பதில் காரணமில்லாமல் இல்லை. அசந்தர்ப்பமாக கடையில் சின்ன சச்சரவு எழுந்தால்கூட இருவரும் கீழே இறங்கி வந்துவிடுவார்கள். கடை வரலாற்றில் எத்தனையோ சம்பவங்கள்.

ஒரு தீபாவளி சீசனின்போது கடையில் எக்கச்சக்கமான கூட்டம். ஒவ்வொரு செக்சனிலும் அனல் பறந்தது. ஏற்கனவே உள்ள பணியாளர்களுடன் தீபாவளி சீசனுக்கென்று விசேஷமாகத் தருவிக்கப்பட்ட ஆட்களும் சேர்ந்து கொண்டு வியாபாரம் பார்த்தனர். அப்படியும் கூட்டத்தைக் கலைக்க முடியவில்லை. வாங்கிய பத்துப்பேர் வெளியேறினால் நாற்பது

பேர் புதிதாக உள்ளேறுவார்கள். சாதாரண நாட்களைப்போல பீஸ்களை ஒவ்வொன்றாக எடுத்துப்போட்டு காட்டவெல்லாம் தேவையில்லை. செக்சனில் ஒரு பீஸ் கூட இருக்காது. எல்லாம் கவுண்டரின் மீது மலைபோல் குவிந்து கிடக்கும். தேவைப்படுகிறவர்கள் அதிலிருந்து தேர்ந்து கொள்ளலாம். பிறகு கூட்டம் ஓயும்போது மடித்து செக்சனில் ஏற்றுவார்கள்.

துணிகளை மடிப்பதுதான் ரெடிமேட் கடையைப் பொறுத்தவரை பெரியவேலை. சீசனில் கவுண்ட்டருக்குக் கீழே அமர்ந்து பத்துப்பேர் மடித்துக் கொண்டே இருப்பார்கள். கம்ப்யூட்டர் அறிமுகமாகி இராத காலத்தில் கணக்குப் பிள்ளையுடன் இன்னும் இருவர் பில் போடுவார்கள். அதைக்கொண்டு போய் கேஷ் கவுண்ட்டரில் வைக்க மூவர், கல்லாவுக்கு அடிஷனலாக இன்னொரு கேஷியர். மெயின் கேஷியர் பில்லுக்கான பணத்தை வாங்கி கல்லாவில் போடுவார். அடிஷனல் கேஷியர் பணத்தை எண்ணிப் பண்டல் போடுவார். பேக்கிங் செக்சனுக்கு மூன்று கேரியர் பாய்ஸ். துணிகளை வாங்கி பில் சரிபார்த்து காகிதப்பையில் திணித்து கேரிபேக் போட்டு கஸ்டமர் கையில் ஒப்படைப்பது அவர்கள் பணி. இதுபோக நாலு கேரியர் பையன்கள் அங்குமிங்குமாக ஓடியாடிக் கொண்டிருப்பான்கள். சீசனில் டீயும் வடையும் இஷ்டம் போல சாப்பிட்டுக்கொள்ளலாம். தடையேயில்லை. காரணம் செக்சன் ஆட்கள் சாப்பாட்டுக்கென்று வெளியேறினால் திரும்பி வர அரைமணியாகும். அந்த அரைமணிநேரத்தில் அவர் ஆறேழு கஸ்டமர்ஸ் 'அட்டென்ட்' பண்ணி, பத்தாயிரத்துக்கு மேல் வியாபாரம் பார்ப்பார். பசின்னு எவனும் செக்சனைவிட்டு வெளியேறக்கூடாது. அதற்காகவே சரமாரியாக வடையும் போண்டாவும் பஜ்ஜியும் டீயும் வந்துகொண்டே இருக்கும். அடுத்தடுத்து ரெண்டு வடை சாப்பிட்டு,ரெண்டு டீயும் குடித்தால் சேல்ஸ்மேனுக்கு பசி பறந்துபோய்விடும். முதலாளிக்கு கல்லா நிறையும். கொஞ்சம் நாட்களில் அல்சர் வந்து சேல்ஸ்மேன் ஆனந்தமாக அவஸ்தைப்படலாம். சோத்தை விடுங்க. சீசனில் சேல்ஸ்மேனால் மூத்திரம் பெய்யப் போகமுடியுமா? மூத்திரத்தைப் பத்துப் பனிரெண்டு மணிநேரம் ஒருவன் அடக்கி வைப்பது லேசுப்பட்ட காரியமா? சீசன் முடிந்த சில நாட்களில் முதலாளி மனைவியை அழைத்துக்கொண்டு அஜ்மீர் டூர் போய்விடுவார். மூத்திரத்தை அடக்கி அடக்கி கிட்னியில் ஸ்டோன் ஃபார்மாகி சேல்ஸ்மேன் படுக்கையில் கிடந்து வலியில் புரள்வான்.

'ஜிந்தா'ன்னு ஒருத்தன், எரமநாயக்கன்பட்டியிலிருந்து ஒரு சீசனுக்கு வந்தான். ஆள் பார்க்க தாட்டியாக இருந்தான் தொப்பையுங் கிப்பையுமாய். அவனை மிடி செக்சனில் காதருடன்

நிப்பாட்டினார்கள். அவனுக்கொரு பிரச்சனை; அடிக்கடி தாகம் எடுக்குமாம். தன் பிராப்ளத்தை செக்சன் சீப் காதரிடம் நயந்து சொன்னான். 'அதனாலென்ன தண்ணி எளனி கூல்ட்ரிங்ஸ் டீ காபி ஹார்லிக்ஸ் பூஸ்ட் எதுவேண்ணாலும் கேரியர் பையனக் கூப்ட்டு வாங்கிக்குடி. டேய் கேரியர்... ஜிந்தாவுக்கு ஒரு பூஸ்ட் வாங்கிக்குடு'ன்னான் காதர்.

'பூஸ்ட்டெல்லாம் வேணாங்க. கூலிங்கா ரெண்டு லிட்டர் வாட்டர் பாட்டில் ரெண்டெண்ணம் போதும்ங்க. பொழுதோட வரக்கிம் சமாளிச்சுக்குவனுங்க...' என்றான் அவன். காதர் அதையே ஆணையிட்டான்; வந்தது; எடுத்து வுட்டான் கடகடன்னு. ரெண்டுலிட்டர் பாட்டிலில் ஒரெண்ணம் காலி. காதர் மிரண்டு போய் அவனைப் பார்த்தான். 'கிராமத்துல கள்ளு, நீசத்தண்ணில்லாங் குடிச்சுப் பழகுன வகுறுங்க. டம்ளர் சொம்புலயெல்லாம் தண்ணி குடிச்சா கட்டும்படி ஆகறதில்லைங்க'ன்னான். காதர் 'அதுசரி'ன்னுட்டு, ஃபிராக் செக்சனில் கூட்டம் தள்ளிச்சாயவே அங்கே நகர்ந்தான். அரைமணி கழித்து ஜிந்தாவிடமிருந்து அவனுக்கு ஒரு கோரிக்கை வந்தது. காதரைப்பாத்து அவன் ஒருவிரல் காட்டினான்.

'என்ன இவன் அண்ணா மாதிரி ஒரு விரல் காட்டுகிறானே' என நினைத்தவன். 'புரியல... என்ன'ன்னு சைகையிலேயே கேட்டான். அவன் மீண்டும் ஒரு விரல் காட்டி, தன் அவஸ்தையைப் பலவிதமான சைகைகளால் தெரியப்படுத்தினான். மூத்திரத்தால் ஆத்திரப்படுகிறானெனப் புரிந்துகொண்ட காதர், கேஷ் கவுண்ட்டரைப் பார்த்தான். ரபீக்கின் முகமே தெரியவில்லை. அவனைச் சுற்றி அவ்வளவு கூட்டம். முதலாளி கேஷ் கவுண்ட்டருக்கு நேர் எதிரே ஜென்ட்ஸ் செக்சன் ஏறும் படிக்கட்டருகில் நின்று ஏற்கனவே ஒண்ணுக்குப் போய்விட்டு இருபது நிமிஷம் கழித்து வந்த ஒரு சேல்ஸ்மேனை லெப்ட் அன்ட் ரைட் வாங்கிக் கொண்டிருந்தார். இது அதற்கு ஏற்ற நேரமல்ல என்று விளங்கிக் கொண்ட காதர் 'கொஞ்சம் பொறு' என்று ஜிந்தாவுக்கு ஜாடை காட்டினான்.

இதற்கிடையில் மற்றொரு இரண்டு லிட்டர் தண்ணீர் பாட்டிலில் பாதியைக் காலிசெய்திருந்த ஜிந்தா அந்தோ பரிதாபமாக செக்சனுக்குள் அங்கும் இங்குமாக நடக்க ஆரம்பித்திருந்தான். அவனால் வியாபாரம் செய்ய முடியவில்லை. எந்த கஸ்டமரையும் இயல்பாக அணுகமுடியவில்லை. அவனுடைய அவஸ்தையைத் தெரிந்துகொண்ட செக்சன் பெண்களுக்குச் சிரிப்பை அடக்கமுடியவில்லை. மூத்திரத்தை

வெளியேற்ற இயலாமல் அவனுடைய ஆணுறுப்பு வலிக்கத் தொடங்கியிருந்தது. மீண்டும் ஜிந்தா காதரை நோக்கி கையை அசைத்தான். அவன் கஸ்டமர்களிடம் தீவிரமாக உரையாடிக் கொண்டிருந்தான். வெகுநேரமாக இவனது தவிப்பைக் கவனித்த நாசர் 'என்னய்யா ஆச்சு ஒனக்கு?' எனக்கேட்க, இவன் தனது தேவையைக் கூற 'இப்ப வெளியில போனீன்னா, பாஸ் ஒன்னக் கடிச்சுத் துப்பிருவாரு. கொஞ்சம் நேரம் அடக்கிப்பாரும். முடியலன்னா இந்தா இதுல அடிச்சு விடும்'ன்னு ஒரு கைலி கவரையும் ரப்பர் பேண்டையும் அவன் கையில் திணித்துவிட்டு நகர்ந்தான்.

ஜிந்தா ஒரு மாதிரி குழம்பிவிட்டான் 'இது சாத்தியமா இவ்வளவு கூட்டம் நிக்கிது. பொம்பளப் பிள்ளைங்க வேற'ன்னு யோசித்தான். அப்போதும் நாசர்தான் அவனைக் காப்பாற்றியது. கவுண்ட்டரில் பலவாறாகச் சிதறிக்கிடந்த ரெடிமேட் பீஸ்களை எல்லாம் ஜிந்தா நின்றிருந்த இடத்தில் மலைபோல குவித்து 'ம் நடத்து காரியத்த... சீக்கிரம்... முடிச்சுட்டு ரப்பர் பேண்டப் போட்டு அப்பாஸ் மந்திரியக் கூப்ட்டு கையில குடுத்தனுப்பு. அவம் வெளியில போட்ருவான்'ன்னான். ஜிந்தாவுக்கு நாசரைக் கையெடுத்துக் கும்பிட வேணும் போலிருந்தது. ரெண்டே நிமிஷத்தில் பெய்து முடித்து ரப்பர் பேண்டும் போட்டிருந்தான். அவன் நினைத்த அளவு வெளியேறவில்லை என்பதில் வருத்தமிருந்தது. ஆனாலும் அவஸ்தையிலிருந்து மீண்டோமேன்னு பெருமூச்சுவிட்டபடி மீதி தண்ணீரைக் கையிலெடுத்தான். நாசர் ஓடி வந்து தண்ணீர் பாட்டிலைப் பறித்துக் கொண்டு 'இனிமே ஒனக்கு தீபாவளி முடிஞ்சுதான் தண்ணி' என்றான். கையோடு அப்பாஸை அழைத்து 'டேய் அவங்கிட்ட அத வாங்கிக் கொண்டு போயி குப்பத்தொட்டியில போடு'ன்னான். ஜிந்தா கொடுத்த பொட்டலத்தைப் பார்த்ததும் முகத்தைச் சுழித்தான் அப்பாஸ். ஏற்கனவே நாசர் இதுபோல ஒரு பொட்டலத்தைக் கொடுத்தனுப்பியிருந்தான்.

அப்பாஸ் மந்திரி இருவிரலால் அப்பொட்டலத்தைப் பிடித்துக்கொண்டே போகையில், ஜென்ட்ஸ் செக்சன் படிக்கட்டருகில் ஒரு ஸ்டூலைப் போட்டு களைப்பாக அமர்ந்திருந்த முதலாளி 'டேய் அப்பாசு... என்னடா அது'ன்னு கேட்டார். அப்பாஸ்க்கு வெலவெலத்து விட்டது. 'ஆகா மாட்டிக்கிட்டமே... என்ன சொல்லுவேன்'னு யோசித்தவன், பொட்டலத்தை ஒரு தடவை பார்த்து, உள்ளிருந்த திரவம் இளமஞ்சள் நிறத்திலிருக்கவே 'ஆரஞ்சு ஜூஸ் பாய்...'ன்னு சொல்லி வைத்தான்.

அதைக்கேட்ட முதலாளி ‘கூலிங்கா இருங்காடா’ன்னு சீரியஸாகக் கேட்டார்.

‘இதென்ன வம்பெழவாப் போச்சு’ன்னு நினைத்தவன் ‘கூலிங் இல்லைங்க பாய் அதனால தான் ரிட்டர்ன் கொண்டு போறேன்’னு சமாளித்தான். சற்றே யோசித்த முதலாளி ஒரு பரிச்சயமான நண்பரை ‘வாங்க வாங்க’ன்னு வரவேற்றபின்,

‘சரி... கூலிங் இல்லைன்னா பரவால்ல. அதை ஒரு கிளாஃஸ்ல ஊத்திக் கொண்டு வாடா’ ன்னார். அப்பாஸ் நின்ற வாக்கில் முழியோ முழின்னு முழித்தான்.

‘என்ன சொல்லித் தப்பிப்பேன்... இப்டித் தவிக்க விட்டுட்டானுவளே’ன்னு ஜிந்தாவையும், நாசரையும் மனதுக்குள் திட்டினான். முதலாளி மிகுந்த களைப்பிலிருந்தார். நாக்கு வறண்டு போயிருந்தது.

‘கிளாஸ்ல ஊத்திக் கொண்டு வாடாங்குறோம். கேட்டுட்டு மசையனாட்டம் நிக்கிறானே இந்தப் பய’ன்னு அவருக்குக் கோபம் பொங்கியது. ‘ஏன்டா குத்துக்கல்லாட்டம் நின்னு தொலையிற... போயி கிளாஸ்ல ஊத்திக் கொண்டுட்டு வாடா’ன்னு சற்றே உரக்கக் கத்தினார். அவரின் உச்சஸ்தாயி கேட்டு கடையே திரும்பிப் பார்த்தது.

நல்ல வேளையாக நாசர் வந்தான். இல்லையேல் அப்பாஸ் பாடு திண்டாட்டம்தான். ‘அந்த ஜூஸ் செரியில்லீங்க பாய்... ரொம்பப் புளிக்கிது. அதுதான் திருப்பிவிட்டேன். ஒங்களுக்கு வேண்ணா ஃப்ரெஷ்ஷா வேற ஜூஸ் போட்டு எடுத்துட்டு வரச்சொல்லலாம். டேய்... பாய்க்கு நல்லா ஒரு சாத்துக்குடி ஜூஸ் ஐஸ்போட்டு எடுத்துட்டு வா...”ன்னான். இருபத்தஞ்சு வருஷமா குப்பை கொட்டுகிறவனில்லையா. அனுபவம். முதலாளி முகத்தை அஷ்டகோணலாக்கிக்கொண்டு

‘புளிக்குதா? அப்ப சாத்துக்குடி ஜூஸே வேணாம். கிர்ணிப் பழமிருந்தா போட்டுக் குடுக்கச் சொல்லி வாங்கிட்டு வாடா. ஐஸ் போட்டு...”ன்னார்.

‘ஏங்க பாய், சாத்துக்குடி கேட்டீங்க. அப்போ இதையே வேண்ணாலும் குடிங்க. டேய் ஒரு கிளாஸ்ல..’ன்னு நாசர் சொல்லவும், அப்பாஸ்க்கு மறுபடியும் எரிச்சலானது.

‘அய்யோ... கையில ஒருத்தனோட மூத்தரத்த வச்சுக்குட்டு நம்மள அல்லாட விட்றானுகளே... பேசாம இதையே கிளாஸ்ல

ஊத்தி முதலாளிட்ட குடுத்தா...'ங்குற ரீதியில் யோசிக்க ஆரம்பித்தான்.

'அய்யய்யே... புளிக்கிதுங்குற... இதை எவங்குடிப்பான்? இப்பவே பல்லெல்லாம் கடுக்குது. கிர்ணி இருந்தா வாங்கிட்டு வா... வேற எதும் வேணாம்...'ன்னார் முதலாளி.

'அப்டியே ரெண்டா எடுத்துட்டு வாடா கிர்ணிய... நமக்கும் சேர்த்து'ன்னான் நாசர்.

'வக்காலி சந்தடி சாக்குல இவனுக்கும் கிர்ணி ஜூஸா. ரெண்டென்ன மூனு ஜூஸ் போடச்சொல்லி நம்ம அங்கயே ஒன்ன அருந்திட்டு வந்துறவேண்டியதுதான்'னு பிளானோடு அந்த இடத்தைவிட்டு நகர்ந்தான் அப்பாஸ். தீபாவளி சீசனில் வாப்பா கடையில் எவன் எதத்தின்னாலும் எதக் குடிச்சாலும் கணக்கு வழக்கு இல்ல. தீபாவளி முடிந்ததும் ஒரு மாத பில்லை இருபதாயிரம் இருபத்தி ரெண்டாயிரம்ன்னு கொண்டு வந்து நீட்டுவார் வாப்பா.

பில்லை வாங்கி மேலுங் கீழுமாய் ஒரு பார்வை பார்த்துவிட்டு முதலாளி 'எந்தா வாப்பா... இப்டி பில்லை மலையாளத்துல எழுதிக்கொண்டு வந்தா தமிழம்மார் நங்களுக்கு எப்டி மனசிலாகும்'ன்னு பாலக்காட்டு மாதவன்நாயரின் மலையாளத்தில் கேட்பார்.

"ஹிஹி... அது... அதெய்... எனிக்கி தமிலில எழுதான் அறியில்லா. மொதலாளீ..." என்று குழைவார் வாப்பா.

'அப்போ... தெலுங்கிலோ கன்னடத்திலோ எழுதலாம்ல... சரி... வர்த்தானம் பறையேன்டா... இது எந்தா எந்தாங்குற டீடெய்லு மொதல்ல... ஆத்யத்தில இருந்து எனிக்கி வாசிச்சுக் காட்டுங்க.'

'அக்டோபர் பந்தாரெண்டாந் தியதி முன்னூறு வடா. நூறு பஜ்ஜி... நூற்றியிருவத்தாரெண்ணம் போண்டா, அய்ஞ்நூறு சாயா... முப்பத்தேழு கோஃப்பி, நாலு பூஸ்ட், சாத்துக்குடி ஜூஸ் எட்டு, கிர்ணி ஜூஸ் ரெண்டு...' வாப்பா சொல்லி முடிப்பதற்குள் முதலாளிக்குத் தலைசுற்ற ஆரம்பித்தது.

'என்னடா இவனுக... மனுஷங்களா யானை மாதிரி ஜென்மங்களாடா... இவ்ளோ தின்னு இவ்ளோ குடிச்சிருக்கானுங்க... ச்சே...' முதலாளி கேஷியர் ரபீக்கைப் பார்த்துக் கேட்க, அவன் தலையைக் குனிந்தவாறு.

‘சீசன்ல ஆளுங்க ஜாஸ்தில்ல பாய். எழுபதுபேரு. எழுபது பேரும் ஆளுக்கு ஏழு டீ குடிச்சாக் கூட ஏழேழு நாப்பத்தொம்பது. நானூத்தித் தொன்னூறு டீ ஆயிருதுங்கல்ல பாய்... வர்ர கஸ்டமர்சும் சில பேர் குடிக்கிறாங்க...’ன்னு நியாயத்தைச் சொல்ல,

‘டேய்... ஒன்ட்ட நான் கணக்கு கேக்கல. அது எனக்குத் தெரியிம். இப்டி கன்ட்ரோல் இல்லாம தின்னுருக்கானுங்கன்னா அதுக்கு பதிலச் சொல்லுவியா... பெரிய்ய கணக்கு போட்ராராம். இங்க பார். அடுத்த தீவாளிக்கெல்லாம் வாப்பா கடையிங் கெடையாது. தாப்பா கடையிங் கெடையாது... சமையலாள்ட்ட சொல்லி நம்மளே டீ போட்றோம்... நம்மளே வட சுட்றோம்..’ன்னு கடுப்படித்தார் முதலாளி.

‘மொதலாளி... நிங்ஙள் என்டெ கச்சோடம் தகர்த்தல்லே’ன்னு மனதுக்குள் பொசுங்கிய வாப்பா ‘ஒக்டோபர் பதிமூனாந்தியதி நானூறு வடா...’ன்னு பில்லைத் தொடர்ந்து வாசிக்க ‘மதிமதி... வாசிக்க வேண்டா... ரபீக்கு இந்தாளு பில்ல செட்டில் பண்ணீரு. இருவதாயிரம்னா அஞ்சு அஞ்சா நாலு பேமன்ட் வாங்கிக்கச் சொல்லுன்னுட்டு மூலச் சூட்டுடன் எழுந்து வெளியில் சென்றார்.

அந்த சீசனில் கடையில் கூட்டம் ஜேஜே என்றிருந்தது. தீபாவளிக்கு ரெண்டுநாள் இருக்கும்போது உச்சகட்ட விற்பனை. சென்னையில் தி.நகர் ரங்கனாதன் தெருக்கு இணையாகத் தஞ்சாவூர் காந்திஜி சாலை ஜனவெள்ளத்தில் திணறியது. அப்போது கடைக்குள் ஆண்களும் பெண்களுமாக எட்டு ஒன்பது பேர் கொண்ட கும்பல் நுழைந்தது. ஆண்களில் இருவர் பிரேசியர் செக்சனுக்குப் போய், அங்கிருந்த பெண்ணிடம் ‘என்னென்ன சைஸ்லல்லாம் பிரா இருக்குது’ன்னு கேட்க ‘எல்லா சைஸ்லயும் இருக்கு’ன்னு அவள் சொல்ல, ‘நமக்கு நமீதா சைஸ்லயும் இவனுக்கு ஷகிலா சைஸ்லயும் வேணும் தரமுடியுமா’ன்னு இருவரில் ஒருவன் நாக்குழற... ‘மருந்தடிச்சிட்டு வந்துருக்கறாவனுந்தே... நாசரண்ணனக் கூப்புடுந்தே’ன்னு அவள் பக்கத்திலிருந்தவளிடம் காதைக் கடித்தாள்.

இருவரும் சேர்ந்தாற்போல ‘என்ன மருந்தடிச்சிட்டு வந்துருக்கரமா... எவனவன் நாசரு... பெரிய பருப்பா அவேம்... வரச்சொல்லுடி பாக்கலாம். ங்கொய்ய ஒலுக்க... குச்சிக்காரம் மவேம் அவனத் தூக்கி பந்தாடிருவம்... பாயி கடை தாண்டி இது... எங்கடி அவன் ஓனர் பாயி. டேய்... பாயிங்கல்லாம் இங்க எதுக்குடா கட வைக்கிறீங்க... பாகிஸ்தானுக்கு ஓடிப்போங்கடா...’ன்னு கவுண்ட்டரில் கிடந்த துணிகளை கீழே தள்ளி மிதித்து... எச்சிலைத்

துப்பி... பார்த்தால் அத்தனை ஜனம் குழுமியிருந்த கடையில் ஒரு ஆளைக் காணோம். எல்லோரும் இந்த இருவருக்கும் அஞ்சி வாசலுக்குப் போய் நின்றிருந்தனர். அந்தநேரத்தில் மேலிருந்து கடகடவென்று படியிறங்கிவந்த அக்பரும் சலீமும் எதுவுமே பேசாமல் ஆளுக்கு ஒருவனை அலாக்காகத் தூக்கிக்கொண்டு போய் காந்திஜி சிலை மெயின்ரோட்டில் போட்டனர். கீழே விழுந்து புரண்ட இருவரையும் தீபாவளிக் கூட்டம் மிதித்து இடித்துக் கடந்து சென்று கொண்டிருந்தது. இருவரும் எழ முடியாமல் அங்கேயே கிடந்தனர். வாசலில் நின்றிருந்த வாடிக்கையாளர்கள் மீண்டும் கடைக்குள் செல்ல, வியாபாரம் ஒரு சிறிய இடைவெளிக்குப் பிறகு களை கட்டியது.

அக்பரும் சலீமும் அதேபோலதான் அன்றைக்கு முதலாளியை ஆளுக்கொரு பக்கம் தூக்கிப்போட்டு மாடிக்குக் கொண்டு சென்றனர். முதலாளிக்கு மூட்டு வலி. படியேறத் திணறுவார். ‘லிப்ட்டு போட்ற வரைக்கிம் என்ன நீங்க சொமந்து தாண்டா ஆகணும்’ம்பார். மாடிக்கு வந்து இறங்கி மர நாற்காலியில் அமர்ந்து கொண்ட அவர் சலீமை அருகில் அழைத்து ‘நாசர நான் கூப்ட்டேன்னு சொல்லு. கஸ்டமர் அட்டெண்ட் பண்ணிட்டிருந்தான்னா தொந்தரவு செய்யவேணாம். முடிஞ்சப் பிறகு வரச்சொல்லு’ன்னு மெல்லிய குரலில் சொன்னார். முதலாளி நல்ல தடிமன். சாதாரணமாக நூற்றுப் பதினைந்து கிலோ இருப்பார். நூற்றுப் பதினைந்து கிலோவை இருபத்தி ஏழு படிகள் ஏறிச்சுமந்து வந்ததால் அக்பருக்கும் சலீமுக்கும் மூச்சிறைத்தது. சற்றே இளைப்பாறிக்கொண்ட அவர்கள் பிறகு கீழிறங்கிச் சென்றனர்.

முதலாளி நினைத்திருந்தால், நாசரை கீழே கடையில் வைத்தே விசாரிக்கலாம். எல்லார் முன்பும் விசாரிக்கிற மாதிரியான விஷயமில்லை. பிறகானால் நாசர், கடை ஆட்களிலேயே சீனியர். இருபத்தைந்து வருஷங்கள் வேறெங்கும் அடி பிறழாமல் இங்கேயே கிடப்பவன். கடையின் வளர்ச்சியில் அவனுடைய உழைப்பும் இருந்தது. நிறையப்பேர்களை கடையின் நிரந்தர வாடிக்கையாளர்களாக்கியிருக்கிறான். முதலாளிக்கு அவன் மேல் மரியாதை இருந்தது. அவர் கொள்முதலுக்கு மும்பை, கல்கத்தா, பெங்களூர் என்று போகையில் நாசரையும் அழைத்துக்கொண்டு போவது வழக்கம். ஒரு ரகத்துக்கு விலை மதிப்பிடும்போது அவனது ஆலோசனையைக் கேட்டுக் கொள்கிறார். எல்லாம் சரி. ஆனால் இப்போது அவன்மேல் வந்திருக்கும் புகார் முதலாளியை எரிச்சலுக்குள்ளாக்கிவிட்டிருந்தது.

சலீம் வந்து முதலாளி மாடிக்கு அழைப்பதாகச் சொன்னபோது நாசர் ஒரு கஸ்டமரை வெற்றிகரமாக 'அட்டென்ட்' பண்ணிய சந்தோஷத்தில் திளைத்திருந்தான். 'கொள்முதலுக்கு பெங்களூர் போகணும் ரெடியாயிரு'ன்னு சொல்வாராயிருக்கும். காலையில் 'சில்ரன்ஸ் அயிட்டம்' ஸ்டாக் கேட்டு வாங்கியிருந்தார். அதை நாசர் கவனித்திருந்தான். இனி வரப்போவது மழைக்காலமாதலால் ஸ்வெட்டர், ரெயின்கோட், மங்கிகேப், அம்பர்லா போன்ற ரகங்களும் தேவையிருக்கும். இவை அனைத்தையும் பெங்களூர் சென்று கொள்முதல் செய்வதே அவர் வழக்கம். அவருடைய எல்லா பெங்களூர் பயணத்தின்போதும் நாசர் உடனிருந்திருக்கிறான். பெங்களூர் பயணம் நாசருக்கும் பிடித்தமானது. ஒருவித உற்சாகத் துள்ளலுடன் மாடிப்படியேறினான்.

எந்த நேரமும் மழை வந்துவிடும் போலிருந்தது. மொட்டை மாடியில் பழைய மர நாற்காலியில் ஆழ்ந்த சிந்தனையுடன் முதலாளி அமர்ந்திருந்தார். அவருக்கருகில் வடகம் பிழிந்து காய்ந்து கொண்டிருந்தது. மொட்டை மாடி சுற்றுச்சுவர் மேல் ஒரு காகம் அமர்ந்து கீழிருந்த வடகத்தையே வெறித்தபடி இருந்தது. நாசர் வடகம் காய்ந்து கொண்டிருந்த துணியைச் சுருட்டி அருகிலிருந்த கூரையின் கீழ் போட்டான். மொட்டை மாடியிலிருந்து பார்த்தால் ரயிலடியும் கோர்ட் ரோடும் ஆத்தங்கரைப்பள்ளியும் காந்திஜி சாலையின் இயக்கமும் ரெட்டமஸ்தான் தர்காவும் தெளிவாகத் தெரியும்.

அப்போது வானில் கருமேகங்கள் சூழ்ந்திருந்தன. மழைக்கு முன்பான சில்லென்ற காற்று வீசியது. 'மழ வரும் போல இருக்கே பாய்' நாசர் தான் பேச்சைத் தொடங்கினான்.

'வரட்டும்' என்று எழுந்தவர் நீண்ட மாடியில் நடந்து முடிவுக்குப்போனார். நாசர் அவரைப் பின் தொடர்ந்தான். சுற்றுச்சுவரில் கையூன்றி சாலையில் வாகனங்கள் செல்வதைக் கவனித்தவர் 'நாசர், நீ மரியம் கூட பேசுவியா'ன்னு அவனுடைய முகத்தைப் பார்க்காமல் கேட்டார்.

'இது என்ன கேள்வி' என்றிருந்தது அவனுக்கு. அவன் எதிர்பார்த்து வந்ததெல்லாம் பாஸ் நம்முடன் பெங்களூர் பயணம் பற்றியும் கொள்முதல் பற்றியும் பேசப்போகிறார் என்று. அவனுக்குப் புரியவில்லை 'எது மரியமா' என்றான் பதிலாக.

முதலாளி இப்போது அவனுடைய முகத்தை எதிர்கொண்டு 'ஆமாம்'ன்னு தலையை அசைத்தார்.

'ம்... பேசுவேனே'ன்னான்.

'என்ன பேசுவே'.

'பக்கத்துக்குப் பக்கம் செக்சன்ல நிக்கும்போது எல்லாரும் என்ன பேசுவாங்களோ அதுதான் பேசுவேன்.'

'வேற மாதிரி பேசி இருக்கியா?"

'வேற மாதிரின்னா?'

'என்ன எதுவுமே தெரியாத மாதிரி பேசுற. கடையில மரியம்மயும் ஒன்னயும் பத்திதாம்ப்பா பேச்சு...'

'என்ன பேச்சு?'

'என்னெ நீ வெளிப்படையா கேட்க வைக்காத'

'வெளிப்படையாத்தான் கேளுங்களேன். அல்லாவுக்குப் பொதுவா நீங்க கேட்குற விவரம் எனக்கு எதுவும் புரியல...'

'மரியம் ஏதோ ஒன்னத்தான் கல்யாணம் பண்ணிக்கப்போறேன்னு சொல்லுச்சாமே..'

நாசருக்குத் தலையை வலிக்க ஆரம்பித்தது. தூறலும் தொடங்க இருவரும் ஒரு கூரையின் கீழ் ஒதுங்கினர். மழை வேகமாகப் பெய்யத் தொடங்கியது. நாசரிடமிருந்து பதில் எதுவும் வரவில்லை. அவனுக்கு என்ன பேசுவதென்றே புரியவில்லை.

'வேண்டாம் நாசர... நீ பாப்பாத்திய விரும்புனது தெரியும். அந்தக் கதை வேற மாதிரி போயிருச்சு. இது அவளோட மகள். சின்ன வயசு. அறியாப் பிள்ளை. வெள்ளந்தியா எல்லார்ட்டயும் பழகும்போல. உனக்கு கல்யாணமாகி ஒரு பொண்ணிருந்தா அது மரியம் மாதிரிதான் இருக்கும். நீ அவள தப்பா ஹேண்டில் பண்ண முயற்சி செய்யாத. அவளே அப்டி எதும் பேசுனாலும் நீ ஒதுங்கிக்கனும். அதுதான் ஒனக்கும் நல்லது கடைக்கும் நல்லது. அவங்கம்மா பாப்பாத்தி என்னெ நம்பித்தான் மரியம்ம கடைக்கி அனுப்பியிருக்கா. வேற யாருமாயிருந்தா நான் இந்தப் பிரச்சனைய டீல் பண்ற விதமே வேற. நீயா இருக்கறதால இவ்வளவு பொறுமையா பேசுறேன். நாசர் நீ இப்ப ஊருக்குப் போறதுதான் நல்லது. போயிடு. நான் திரும்ப அழைக்கிற வரைக்கும் நீ ஊர்லயே இரு. நீ ஊருக்கு கௌம்புறத தவிர்த்து நான் வேறெதும் ஒங்கிட்ட எதிர்பார்க்கல. இன்னொரு விஷயம் மரியம்மோட தம்பி வகாப்ப பத்தி நீ

கேள்விப்பட்ருப்ப. மார்கெட்ல மீன் வெட்றவன். கொடுவா வகாப்புன்னு அவனுக்குப் பட்டபேரு. கூலிப்படையில உள்ள ஆளுன்னு சொல்லிக்கிறாங்க...' சொல்லிவிட்டுப் படியிறங்க ஆயத்தமானார்.

மழைவிட்டிருந்தது. தூவானம் விடவில்லை. தஞ்சாவூருக்கான மழை அவ்வளவுதான். பல நாட்கள் மேகங்கள் திரண்டு, மழைக்கான முன்னோட்டங்கள் காட்டி பிறகு எங்கோ திசை மாறிச்சென்று மழை ஏமாற்றியிருக்கிறது. பொறுமைசாலிகள் தஞ்சாவூர்க்காரர்கள். உஷ்ணத்தில் வாழப்பழகிக்கொண்டனர். காவிரிப்படுகை விவசாயிகள் தான் பாவம். விதை நெல்லை கோட்டையில் வைத்துக்கொண்டு வானத்தையும் பூமியையும் பார்த்துக்கொண்டு அவர்களின் காலம் கழிகிறது வெறுமனே.

'இருங்க பாய்... அக்பரையும் சலீமையும் வரச்சொல்றேன்... அவசரப்பட்டு எறங்காதீங்க...' நாசர் சொன்னதைப் பொருட்படுத்தாமல் நாலுபடி இறங்கியவர் திரும்பிப்பார்த்து,

'ஏறுறதுதான் சிரமம்... எறங்குறது சுலபம்...'ன்னு சொன்னார் சிரித்தபடி. நாசருக்கு இதில் ஏதும் உள்குத்து இருக்குமோன்னு யோசனை எழுந்தது.

முதலாளி எதிர்பார்க்கவே இல்லை. நாசர் பத்தே நிமிடத்தில் பெட்டியை எடுத்துக்கொண்டு அவர்முன் ஆஜரானான். மரியம்முக்கு 'என்ன இது திடீர்னு கெளம்பிருச்சு. என்னதான் நடந்தது மாடியில'ன்னு குழப்பமாக இருந்தது. 'எதும் மனசுல வச்சுக்காத நாசர். நா போன் பண்றேன்'னு சொல்லி அவனுடைய பாக்கெட்டில் ஒரு கவரைத் திணித்தார் முதலாளி.

வழக்கமாக ரம்ஜானுக்கோ பக்ரீத்துக்கோ தீபாவளி முடிந்த விடுப்பிலோ ஊருக்குச் செல்லும்போது அவனிடம் தென்படும் உற்சாகம் இந்தமுறை இல்லை. செக்சனை நோக்கிப் பொதுவாக கையை ஆட்டி 'வாரேன்' என்றான். மரியம்மை அவன் ஏறெடுத்தும் பார்க்கவில்லை. அவளுடைய கண்களில் ஏனோ நீர் கோர்த்தது.

'ரெட்ட மஸ்தான்ங்களே... என்னுடைய கோரிக்கையை நீங்க காதுகொடுத்துக் கேட்கலியா'ன்னு அவளின் மனம் கூப்பாடிட்டது.

இருபத்தைந்து வருஷ கால அனுபவம் கனத்த இதயத்துடன் காந்திஜி சாலையில் இறங்கி நடந்தது.

10

நாசர் திடீரென ஊருக்குக் கிளம்பிச் சென்றதன் மூலம் மரியம் மனதில் போட்டிருந்த திட்டம் தவிடுபொடியானது. இப்படியெல்லாம் ஒரு திருப்பம் நிகழுமென அவள் எதிர்பார்க்கவில்லை. தான் விளையாட்டாகச் சொன்ன ஒரு வார்த்தையைத் தவறாகப் புரிந்துகொண்டு 'மிடி' காதர், முதலாளி வரைக்கும் அதைக்கொண்டு செல்வானென நினைக்கவுமில்லை.

மரியம்மின் திட்டமே வேறாக இருந்தத. அவள் ரெட்டமஸ்தானிடம் கோரிக்கை வைத்ததும் அதுதான். மெல்ல மெல்லத் தன் அம்மாவின் மனதை மாற்றி, நாசரை அவள் ஏற்றுக்கொள்ள வைப்பதுதான். ஆனால் தொடக்கமே பெரும் சரிவைத் தந்துவிட்டது. 'மிடி' காதரிடம் மட்டும் அந்த உரையாடலைத் தவிர்த்திருந்தால் எல்லாம் சரியாகப் போயிருக்கும். அவன் இந்த அளவுக்கு நாசரின் மேல் வன்மம் கொண்டிருப்பான் என்பது மரியம்முக்குத் தெரியாமல் போயிற்று. நாசர் ஊருக்குப் போன பின்பு கடையில் எல்லாக் கண்களும் தன்னை வித்தியாசமாகப் பார்ப்பதை உணர்ந்தாள். எல்லாம் நிகழ்த்திவிட்டு 'மிடி' காதர் அப்புராணி போல செக்சனில் நின்றிருந்ததைப் பார்க்க ஆத்திரமாக வந்தது. தன் தம்பி வகாப்பிடமுள்ள கத்தியை எடுத்துவந்து இவன் கழுத்தை அறுத்தால்கூட கோபம் தணியாது போலிருந்தது. 'ச்சே... கேவலமான ஆண்கள்...'

அம்மாவிடம் நாசரைப் பற்றி ஒருவார்த்தை கூட பேசவில்லை... அதற்குள் முடிவுரை எழுதிவிட்டான் 'மிடி' காதர். நாசருடைய சுடிதார் செக்சனையும் இழுத்துப் போட்டுக் கொண்டு அவன்தான் பார்க்க வேண்டியிருந்தது. திணறினான். முதலாளி சுடிதாருக்கு வேறு ஆள் நிறுத்தவில்லை. வந்த வாடிக்கையாளர்களிற் பலர் நாசரைத்தான் கேட்டார்கள்.

'ஊருக்குப் போயிருக்கிறார்' என்றான் ஒரு வரியில்.

'நான்தான் போட்டுக்குடுத்து துரத்திவிட்டேன்'னு சொல்ல வக்கில்லை. மரியமும் மிடிசெக்சன் பக்கமோ சுடிதார் செக்சன் பக்கமோ ஏறெடுத்தும் பார்க்கவில்லை. பத்மாவுக்கு பீரியட், மூன்று நாட்களுக்கு வரமாட்டாள். அவளுடைய செக்சனையும் சேர்த்து மரியம்தான் பார்க்க வேண்டியிருந்தது. அகிலா மீண்டும் கடைக்கு வரப்போகிறாள் என்றொரு பேச்சு இருந்தது.

பீரியட் என்றதும் மரியம்முக்கு கடந்து சென்ற ஆடித்தள்ளுபடிக் காலம் நினைவுக்கு வந்தது. தள்ளுபடிக் காலமும் மற்றொரு தீபாவளி சீசன்தான். சில நேரங்களில் தீபாவளியை விடவும் கூட்டம் தள்ளிச் சாய்ந்துவிடும். கடந்த ஆடித்தள்ளுபடியின்போது மொத்தம் பதினைந்து பெண் பிள்ளைகள் நின்றனர். இவற்றுள் நிரந்தரம் நான்கு. ஏனைய பதினான்கும் தற்காலிகம். தள்ளுபடி முடிந்ததும் தற்காலிகங்கள் நீங்கி விடுவர். ஒருநாள் பதினைந்து பேரில் நால்வருக்கு ஒரே நேரத்தில் மாதவிடாய். சாதாரண நாட்களில் மாதவிடாய் கண்ட பெண்பிள்ளைகளுக்கு மூன்று நாட்கள் விடுப்புண்டு கடையில். சீசனில் அது இல்லை. எவ்வளவு ஒழுகினாலும் செக்சனில் நின்றுதான் தீரவேண்டும். கேஷியரிடம் அனுமதி பெற்று பாத்ரூமுக்குப் போய் துணியை மாற்றி வந்தாலும் கொஞ்சம் நேரத்தில் ஈரமாகிவிடும். அங்குமிங்கும் நகரமுடியாது. சிலையாக ஓரிடத்தில் நிற்பதென்பது தள்ளுபடி வியாபாரம் நடக்கின்ற ஜவுளிக்கடையில் சாத்தியமா.

விடாய் காலத்தில் ஏற்படுகின்ற கடுமையான வயிற்றுவலிக்கு நிவாரணம் ஏது? அப்படி அந்த தள்ளுபடி சீசனில் நான்கு பெண்களும் பட்டபாடு மரியம்முக்கு மறக்கமுடியாத ஒன்றாக இருந்தது. ஒருத்தி வலிவேதனை தாங்க முடியாமல் செக்சனுக்குள் தரையிலமர்ந்து கொண்டு துடித்தாள். மற்றொருத்தி ‘எனக்கு இந்த வேலையே வேண்டாம் வீட்டுக்குப் போறேன்’ என அடம்பிடித்தாள். பூக்காரத் தெருவிலிருந்து வருகிறவள் அவள். அவளுடைய அம்மா அன்றாடம் இத்தனை சேர்னு பூக்கட்டினால்தான் வீட்டில் அடுப்பெரியும். அப்பன் இறந்து விட்டிருந்தான். ஒரே பிள்ளை இவள்; ப்ளஸ்டூவில் நல்ல மார்க் எடுத்திருந்தும் கல்லூரிப் பக்கம் போகமுடியவில்லை. அம்மாவுடன் சேர்ந்து இவளும் பூக்கட்டுவாள். தீபாவளி, ஆடித்தள்ளுபடி சீசன்களுக்கு இதுபோல ரெடிமேட் கடைகளுக்கு வருவாள். அவள் வலிதாங்க முடியாமல் வீட்டுக்குப் போகிறேன்னு சொன்னதை மரியம் ஏற்றுக்கொள்ளவில்லை.

‘பைத்தியம் மாதிரி பேசாத, இருபத்தேழு நாள் வேலை செஞ்சிருக்க. இப்ப வெளியே போறேன்னா ஒரு பைசா தரமாட்டானுவ. இன்னும் மூணே நாள். நாளைக்கெல்லாம் ஒனக்கு வலி கொறைஞ்சிரும். இந்த மூணு நாளும் இருந்து சம்பளத்த வாங்கிட்டுப் போந்த. ஒழச்சிக் குடுத்துட்டு அத இவனுவளுக்கு விட்டுக் குடுத்துட்டுப் போணும்ன்னு தலையெழுத்தா...’ மரியம் சொன்னதற்கு சம்மதித்து நின்றாள். இதுபோன்ற அவளுடைய

தனிப்பட்ட சம்பாத்தியம் எல்லாம் ஒவ்வொரு கிராம் தங்கமாக நகைக்கடைகளில் சேமிக்கப்படுகிறது. இந்த ஒரு மாதத்திற்குரிய ஊதியத்தைப் பெற்றுக்கொண்டு கையில் அட்டையுடன் அவள் நேரே நகைக்கடைத் தவணைக் கட்டத்தான் செல்லவேண்டும். இரண்டல்லது இரண்டரை கிராம் என்றால் சும்மாவா. கைக்கு ஒரு மோதிரமாகலாம், காதுக்குத் தோடு ஆகலாம். எதற்காக நம் உதிரத்தைச் சிந்தி உழைத்து விட்டு முதலாளிமார்களின் அனாமத்துக் கணக்கில் அதை வரவு வைத்துவிட்டுப் போகவேண்டும். பூக்காரத் தெருப்பிள்ளை புரிந்து கொண்டாள்.

மரியம்முக்கு நாசரின் ஊர் காயல்பட்டினமெனத் தெரியுமே தவிர, அது எந்த இலக்கில் இருக்கிறதென்பது தெரியாது. அவனுடைய மொபைல் நம்பர் தெரியாது. போனவன் இனித் திரும்ப வருவான் என்பதற்கொரு உத்தரவாதமில்லை. எப்பவும் அவன் ஊருக்குப் போனால் கொஞ்சம்போல துணிகளை அவனுக்கென்று உள்ள இடத்தில் விட்டுச் செல்வான் என்றும் இம்முறை எந்தத் தடயத்தையும் விட்டுவைக்காமல் அள்ளிச் சென்றுவிட்டானென்றும் கேரியர் பையன் அப்பாஸ்மந்திரி மூலமாகத் துப்புக் கிடைத்தது அவளுக்கு. மீண்டும் அவள் ரெட்டமஸ்தானிடம் தான் கோரிக்கை வைத்தபடி இருந்தாள்.

'டேய் அப்பாஸ் மந்திரி... அந்த போர்ட எடுத்து வெளியில மாட்டலியாடா?' கேஷியர் ரபீக் கத்தினான். ரபீக்குக்கு நேர் எதிரில் தனது வழக்கமான இடத்தில் அமர்ந்திருந்த முதலாளிக்கு ரபீக்கின் கூச்சலைக் கேட்டதும் கோபம் வந்தது. ரபீக் மீது அல்ல அப்பாஸ் மீது. நைட்டி செக்சன் மூலையில் கிடந்த 'ஞாயிறு கடை உண்டு' போர்டைத் தூக்கிக் கொண்டு ஓடியவனை முதலாளி தடுத்து நிறுத்தி அவன் வலது காதைப்பிடித்துத் திருகினார்.

'ஏன்டா சைத்தானே... கட தெறந்து எவ்ளோ நேரமாச்சு. போர்ட ஏன்டா மாட்டல. சோம்பேறி... நல்லா திங்கிறேல்ல.. ம்... அதே மாதிரி வேலைல கவனம் வேணாம். மூதேவி...' காதைத் திருகிக்கொண்டே அவனைப் பார்த்துப் பல்லைக் கடித்தார். வலியால் துடித்தவன் வேண்டுமென்றே அந்தத் தகரப் போர்டைக் கீழே தவறவிட்டான். அது கணக்காக முதலாளியின் இடதுகால் மீது விழுந்தது.

'ஆ... அல்லாவே...'ன்னு அலறினார் முதலாளி. அவர் கை தானாக அப்பாஸின் காதை விடுவித்தது. வலியிலும் அவனுக்கு சிரிப்பு வந்தது. செருப்புக்காலுடன் இருந்திருந்தால்

கீரனூர் ஜாகிர்ராஜா ● 139

கூட முதலாளிக்கு அடி பலமாகப் பட்டிருக்காது. தலைவர் செருப்பைக் கழற்றிவிட்டு ஹாயாக அமர்ந்திருந்தார். அப்பாஸ் போர்டைத்தூக்கிக்கொண்டு ஓடியபோது செருப்பைப் போட்டுக் கொள்ளாமல் வெறுங்காலுடனே முன்னேறி வந்து அவனை எட்டிப் பிடித்தார். செருப்பை மாட்டுற நேரத்தில் அவன் தப்பிவிடக் கூடாதாம். அவர் வெறுங்கால்களுடன் வருவதை கவனித்த அந்த நிமிஷத்திலேயே அப்பாஸ் தீர்மானித்திருந்தான். அவர் காதைப் பிடித்துத் திருகுவார். நாம் வலியால் துடிப்போம். அதே வேகத்தில் போர்டைக் கீழே தவறவிடுகிறோம். அது முதலாளி கால்களைப் பதம் பார்க்கிறது. ஒரு நிமிஷப் பிளான்தான். அதை வெற்றிகரமாகவே நிறைவேற்றியிருந்தான்.

இதுபோன்ற உடனடிப் பழிவாங்கல்களினால்தான் அவன் தன் காயங்களை ஆற்றிக்கொள்கிறான். நமக்குத் தண்டனை கொடுப்பவர் முதலாளி, கேஷியர், செக்சன் சீப் என்றெல்லாம் அவன் பேதம் பார்ப்பதில்லை. பார்த்தால், தாட்சண்யம் காட்டினால் தன் காயங்களை ஆற்றிக்கொள்ள முடியாதென்று அவன் எப்படியோ அறிந்திருந்தான். உடனடிப் பழிவாங்கலுக்கு சந்தர்ப்பம் அமையாது போனால் அடுத்த வாய்ப்புக்காக காத்திருப்பான். ஆனால் துணிச்சல்காரன். ஊமைக்குசும்பனும் கூட. இவனுடைய சக கேரியர் பையன்கள் எல்லாம் அப்பாவிகள், ஊமைகள். அடித்தால் அடியை விதியே என்று ஏற்றுக்கொள்ளும் ரகம். அப்பாஸ் மந்திரி அப்படி இல்லை. அவனைப் பற்றி கடையில் சிலருக்குத் தெரியும். எனவே அவர்கள் அவனை மிக இலகுவாகவே அணுகுவார்கள்.

இந்த போர்டு மாட்டும் விவகாரம் அப்பாஸ்க்குப் பிடிக்காது. போர்டு மாட்டினால்தான் ஞாயிறு கடை உண்டுங்குற விஷயம் ஜனங்களுக்குத் தெரியுமா. இல்லாவிட்டால் தெரியாதா. அதுதான் வருஷம் பூராவும் கடையைத் திறந்து வைத்துத்தானே இருக்கிறார்கள். பிறகெதற்கு இந்த போர்டு. பொல்லாத போர்டு என்பது அப்பாஸ் தரப்பு நியாயம். அவனுக்கும் நெருக்கி பதினெட்டு வயதாகப் போகிறது. மைனர். பத்தாம் வகுப்பு நானூத்திச் சொச்சம் மார்க் எடுத்துப் பாஸ் பண்ணினான். ப்ளஸ் டூ போகனும், காலேஜ் போகணும், அரசாங்க உத்தியோகம் பார்க்கணும்; கை நிறைய சம்பாதிக்கணும்ன்னு அவனுக்கும் தான் ஆசை. அவனுடைய அத்தா அவனுடைய ஆசைகளை எல்லாம் நிராசையாக்கிவிட்டுப் போய்விட்டார். வெள்ளைச்சீலை கட்டிக்கொண்ட அம்மா இட்லி அவித்துத் தெருவில் விற்பதைக் காட்டிலும் வேறு பெரிதாக என்ன செய்துவிட முடியும்?

கணக்குப் பார்த்தால் அப்பனைத் தூக்கித் தின்ற பிள்ளைகளிற் பெரும்பாலோர்க்கு இந்த கதிதான். அதுதான் அப்பாஸ் மந்திரிக்கும். ஜவுளிக் கடையில் கேரியர் பையனாக வேலை பார்ப்பது ஈனப்பிழைப்பு. கேஷியரும் சேல்ஸ்மேன்களும் முதலாளியும் சதா சர்வகாலமும் விரட்டிக்கொண்டே இருப்பார்கள். பத்துநிமிஷம்போல ஓரிடத்தில் நிற்க முடியாது. கடிவாளமிட்ட குதிரை மாதிரி ஓடிக்கொண்டே இருக்கவேண்டும். லாரி ஆபீசுக்குப் போய் சரக்கு டெலிவரி எடுத்து அந்த கணக்கிற பண்டல்களைத் தள்ளுவண்டியிலேற்றித் தெற்கு அலங்கத்திலிருந்து தள்ளிக்கொண்டு வந்து கடையில் சேர்ப்பதற்குள் உயிர் போய்விடும். நாலுபேர் பார்க்க வண்டி தள்ளிக்கொண்டு பஜாரில் வரும்போது நாண்டுக்கிட்டுச் சாகலாமா என்றிருக்கும். இதுதான் விதியென்று சிலர் இதற்குள்ளேயே உறைந்து போவர். சிலர் ஏதேனுமொரு மார்க்கம் கிடைத்து தப்பித்துக் கொள்வர்.

அப்பாஸ் மந்திரிக்கு தனக்கு ஒரு சேல்ஸ்மேனுக்குரிய தகுதி உண்டு எனும் நம்பிக்கை உண்டு. எந்தச் செக்சனில் வேண்டுமானாலும் நின்று கஸ்டமரை ‘அட்டெண்ட்’ பண்ணுவான். குவாலிட்டி, சைஸ், ரேட் விபரங்கள் அறிவான். யாரிடம் எப்படிப் பேசவேண்டுமென்று தெரியும். ஒரு சேல்ஸ்மேனுக்கு இதைவிட வேறென்ன பிரமாதமான தகுதிகள் வேண்டும்? ஆனால் எந்த சேல்ஸ்மேனும் அவனை செக்சனுக்குள் அண்ட விட மாட்டார்கள். விரட்டுவார்கள். ஒருநாள் மிடி செக்சனில் காதர் இல்லாதபோது, இரண்டு பெண்கள் வந்து நின்று அவர்களாகவே செக்சனில் கையைவிட்டு பீஸ்களை கவுண்ட்டரில் எடுத்துப்போட்டுப் பார்த்துக் கொண்டிருந்தனர். இதை கவனித்த அப்பாஸ் மந்திரி செக்சனுக்குள் இறங்கி அவர்களுக்குத் தேவையானதைக் கொடுத்து பில்லும் போட்டு கேஷ் கவுண்ட்டரில் கொண்டுபோய் வைத்தான்.

‘ஏன்டா நீயா அட்டென்ட் பண்ணுன படுவா’ன்ன ரபீக், அப்போதுதான் கடைக்குள் வந்த ‘மிடி’ காதரைப் பார்த்து நக்கலாக ‘ஏப்பா மிடி காதரு... செக்சன்ல நிக்காம எங்க போன. பாரு சேல்ஸ்மேன் இல்லேன்னு கேரியர் பையன்லாம் செக்சன்ல எறங்கி சேல்ஸ் பண்ற நெலமைக்கி ஆயிப்போச்சு’ என்க ‘மிடி’ காதருக்கு சுர்ரென்று கோபம் வந்துவிட்டது. வேகமாகப் போய் செக்சனுக்குள் இறங்கியவன் அதே வேகத்தில் அப்பாஸை அழைத்து கன்னத்தில் ஓங்கி அறை விட்டான்.

‘கண்டாரஓலி மவனே... நான் இல்லாதப்ப செக்சனுக்கு வந்தே தொலச்சுக் கட்டிருவேன்’ன்னான. அப்பாஸ்

கன்னத்தைப் பற்றிக்கொண்டே ஓடிப்போய் பாத்ரூமுக்குள் கதவைத் தாழிட்டுக்கொண்டு அழுது தீர்த்தான். மிடி காதர் அறைந்ததைக்கூட பொருட்படுத்தவில்லை. அவன் வீசிய கெட்டவார்த்தை... நீண்ட நாட்களுக்கு அந்த வலி இருந்தது அவனுக்குள்.

'ஞாயிறு கடை உண்டு'ங்கிற போர்டைக் கண்டாலே அப்பாஸ்க்கு பற்றிக்கொண்டு வரும். உலகத்திலேயே மிகப்பெரிய கெட்டவார்த்தை எது என்று கேட்டால், அது 'ஞாயிறு கடை உண்டு'ங்கிற வார்த்தைதான் என்று சத்தியம் செய்வான். மிடி காதர் தன்மேல் பிரயோகித்த அந்த கெட்டவார்த்தையைவிடவும் மோசமான வார்த்தை என்பான். 'எந்தக் கண்டார ஓலி மகன் இந்தக் கெட்ட வார்த்தையைக் கண்டுபிடித்தது' என்று மனதுக்குள்ளேயே ஏசுவான். அந்தப்போர்டில் தூசி படிந்திருந்தைக் கண்டால் 'எடுத்துக்கொண்டு போய் கழுவிட்டு வந்து மாட்டுடா' என்பான் கேஷியர் ரபீக்.

'ஒஞ் சாமானத்துல கொண்டு வந்து மாட்டுறன்டா அந்தப் போர்ட'ன்னு உடனடி பதில் ஒன்று வைத்திருந்து அதை வாய்க்குள்ளேயே முனங்கிக் கொள்வான் அப்பாஸ்.

'மாட்டுங்கடா... ஞாயிறு கடை உண்டு... ஞாயிறு கடை உண்டுன்னு கடை முழுக்க மாட்டுங்கடா... காந்திஜி ரோடு முழுக்க மாட்டுங்கடா. பஸ்டாண்டு ரயிலடி பெரியகோயில் மேம்பாலம் அரண்மனை கீழவாசல் மணிமண்டபம் தொம்மங் குடிசை அங்குட்டு மாரியம்மன் கோயில் வரைக்கிமே கூட மாட்டுங்கடா. மெடிக்கல் காலேஜ்ல தமிழ் யுனிவர்சிடில எல்லாப் பக்கமும் மாட்டுங்கடா. ஞாயிறு கடை உண்டு ஞாயிறு கடை உண்டுன்னு கொடிப்பிடிச்சு கோஷம் போட்டுட்டுக்கூட போங்கடா. ஆரு வேணாங்குற. லேபர் ஆபீஸர் வீட்டுக்குப் போயி அவம் பொண்டாட்டி கொண்டையிலயிம் ...ண்டயிலயும் கூட மாட்டுங்கடா... ஞாயிறு கடை உண்டு, ஞாயிறு கடை உண்டுன்னு தெருவுல திரியுற நாயிங்க கழுத்துல கூட போர்டு மாட்டுங்கடா... கம்மனாட்டிப் பயலுவ... ஞாயிறாம்... கடை உண்டாம்...த்தூ...' யாருமில்லாத் தனிமையில் கேரியர் பையன்கள் மட்டும் ஒன்று கூடித் தங்கள் வயிற்றெரிச்சலைக் கொட்டித் தீர்த்துக்கொள்கிற சந்தர்ப்பத்தில் அப்பாஸ் மந்திரி ஒரு தனித்த சுருதியோடு இதைப் பேசிக்காட்டுவான். வயிறு வலிக்கச் சிரித்து மகிழ்வார்கள் மற்ற பையன்கள்.

ஞாயிறு கடை உண்டு போர்டின் மேல் வன்மம் கொண்டு எத்தனையோ தடவை அதன்மேல் காறி உமிழ்ந்திருக்கிறான்.

எட்டி எட்டி உதைத்திருக்கிறான். ஒருநாள் அந்தப் போர்டு நிஜமாகவே காணாமல் போனது. நிச்சயம் இதற்கும் அப்பாஸ் மந்திரிக்கும் தொடர்பில்லைதான்.

'எவன் செய்தான் இந்தக் காரியத்தை'ன்னு அவனுக்கே வியப்பாக இருந்தது. சக பையன்களிடம் கேட்டுப்பார்த்தான். 'நாங்கள் இல்லை...' என்று அவர்கள் குரானின் மீது சத்தியம் செய்வதாகக் கூறினார்கள். எல்லார் பார்வையும் அப்பாஸின் மீதே படர்ந்தது. அவனும் செய்யாத சத்தியமெல்லாம் செய்து ஓய்ந்தான். சரி இத்தோட இந்தப் போர்டு விவகாரத்த விட்டொழிச்சுருவாய்ங்க'ன்னு பார்த்தால் மறுநாளே ஒண்ணுக்கு ரெண்டு போர்டு எழுதிக்கொண்டு வந்தார் கடையின் ஆஸ்தான ஆர்டிஸ்ட் வர்ணதேவன். அவருடைய நிஜப்பெயர் செந்தில். மானோஜிப்பட்டிக்காரர். புனைவாய் அவனுக்கு அப்படியொரு பெயர். வர்ணதேவன் ஆர்ட்ஸ் என்பதுதான் கடைப்பெயரும். அது தெற்கு வீதியில் உள்ள ஒரு காம்ப்ளக்ஸின் உள்ளொடுங்கிய பாகத்தில் இருக்கிறது. அப்பாஸ் பலதடவை அங்கே சென்றிருக்கிறான். வர்ணதேவனுக்குச் சில நண்பர்கள். எல்லோரும் தினசரி அங்கு ஒன்று கூடுவர். குடிப்பார்கள். புகைப்பார்கள். செல்வா என்கிற கிட்டாரிஸ்ட் வந்து அருமையாகப் பாடுவார். தாடி வைத்து உயரமான சினிமாக்காரத் தோரணையுடன் சசி என்பவர் வருவார். அப்பாஸ்க்கு அவர்களுடன் இருக்கப் பிடிக்கும்.

'ஏண்ணே... இங்கியே எனக்கொரு வேல போட்டுக் குடுங்கண்ணே ஒங்களோடவே இருந்துடறேன்' என்பான்.

'பொர்ரா தம்பீ... பொர்ரா தம்பீ... ஒரு பார்ட்டிக்கிட்ட பேசிட்டிருக்கோம். அது ஓகே ஆயிடுச்சுன்னா சொல்றோம். நீ பெட்டியத் தூக்கிட்டு இங்கே வந்துரு'ம்பார் தாடிக்காரர்.

'செந்தில்... இந்தப் பயலுக்கு அப்டியே ப்ரஷ் புடிச்சு பழக்கிவிடுங்க. இன்ட்ரஸ்ட் இருக்கு இவனுக்கு'ம்பார் கிட்டாரிஸ்ட் செல்வா.

'அண்ணே... எல்லாம் டிஜிட்டல் பிளக்சுன்னு ஆயிப்போச்சு. இனிமே எவன்னே பிரஷ்ஷூ போர்டுன்னு கேக்கப் போறான்'னு தன் தொழில் நசிந்துபோன சோகத்தை சொல்லிவிட்டு, 'நீ டெய்லி இங்கே வந்து போடா தம்பீ... அப்சர்வ் பண்ணு'ம்பார் வர்ணதேவன்.

ஒருநாள் அவரிடம் அப்பாஸ் 'ஒங்கபேரு எனக்கு ரொம்பப் புடிச்சிருக்குண்ணே... வர்ணதேவன்'னான்.

‘அப்டியாடா தம்பீ’ன்னுட்டு அன்றையிலிருந்து அவனுக்கு திவ்யாவில் வடையும் டீயும் வாங்கித் தரத் தொடங்கினார் வர்ணம்தான் அவனுக்கு அரண்மனையைக் காட்டினார். மாடமாளிகை கூட கோபுரம் எல்லாம் பார்த்து வாய் பிளந்தான். வறண்டுபோன கொட்டாம்பட்டிக்காரன் அவனுக்கு இது எல்லாம் புதுசு.

முதலாளிக்கு ஜோதி மெடிக்கல்ஸிலிருந்து வந்து டிடி இஞ்செக்சன் போட்டார்கள். காலில் தார் மாதிரி எதையோ தடவி விட்டுப்போனான் மெடிக்கல்காரன். அது ஆஸ்பத்திரி நெடியைக் கடை எங்கும் பரப்பியது. துணி எடுக்க வந்தவர்கள் எல்லோரும் அந்த நெடியைத் தேடி இறுதியில் முதலாளியை வந்தடைந்து ‘என்ன சார் ஆச்சு’ன்னு காலைப் பார்த்தபடி நலம் விசாரிக்கவும் எரிச்சலாகி குறிப்பிட்ட நேரத்துக்கு முன்னதாகவே நொண்டி நொண்டிப்போய் காரில் ஏறி வீட்டுக்குப் போனார்.

சரியாக ஐந்து நாட்கள் கழித்து ஒரு சம்பவம் நடந்தது. மரியம் இரவு ஒன்பது மணிக்கு கடையை விட்டு வீட்டுக்குப் புறப்பட்டாள். போகிற வழியில் ரெட்டமஸ்தானுக்கு ஸலாம் சொல்லிப்போவது அவள் வழக்கம். அன்றும் அதை நிறைவேற்றிக் கொண்டு நகர்ந்தபோது நகரில் மற்றொரு பிரதானமான ரெடிமேட் கடைவாசலில் நாசர் நின்றிருந்ததைக் கண்டு ஆச்சரியமானாள். அவளுக்காகவே அவன் காத்திருந்த மாதிரி இருந்தது. இந்த ஐந்து நாட்களில் அவனுடைய தோற்றமே மாறிப்போய் இளமையாகத் தெரிந்தான். எப்போதும் ஒருவார தாடியில் காட்சி தருபவன் க்ளீன் ஷேவ் செய்து தலைக்கேசத்துக்கு சாயம் பூசியிருந்தான். அவன் அணிந்திருந்த ஆடைகளுமே வித்தியாசமாக இருந்தது. அரப்புக்கலர் டிஷர்ட் வெள்ளை ஜீன்ஸ் பேண்ட், கடையை விட்டுப் போகையிலிருந்த சோக வடுக்கள் எல்லாமே மாயமாகி புத்துணர்வோடிருந்தான். இது அவன் தானான்னு சற்றே உற்று கவனிக்கையில்.

‘என்ன மரியம்... அடையாளம் தெரியலியா?’ன்னு கேட்டான். அவனேதான்.

‘என்ன இங்கே... என்னால நம்பவே முடியல’ன்னாள்.

‘இந்தக் கடையில சேர்ந்துட்டேன்...’னு சொன்னான். அவளுக்கு அதிர்ச்சியாக இருந்தது.

‘என்ன இப்டி பண்ணிட்டீங்க. பாஸ்க்குத் தெரிஞ்சா ரொம்ப வருத்தப்படுவாரு’

‘படட்டும். என்னெ வருத்தப்பட வச்சார். பதிலுக்கு நான் செஞ்சேன். அப்றம் மரியம்... அந்தக் கடையில இருந்தா நம்ம ரெண்டு பேரையும் நிம்மதியா இருக்க விடமாட்டாரு’ நாசரின் கடைசி வார்த்தைகள் மரியம்மை யோசிக்க வைத்தது.

‘இது என்ன நெனச்சுட்டுப் பேசுது?’

‘மரியம்... அவர் என்னெ மாடிக்கு அழச்சு விஷயத்த சொன்னப்ப எனக்கு ஒண்ணுமே புரியல... ஆனா சந்தோஷமா இருந்தது. நீ எங்கிட்ட இதப்பத்தி ஒரு வார்த்த கூட பேசினதில்லை...’

மரியம்முக்குப் புரிந்துவிட்டது. ‘ஆஹா இது கோளாறாச்சே’ன்னு அவகாசமே தராமல் உடனடியாக உண்மையை அவனுக்குக் கடத்திவிட நினைத்தாள். காந்திஜி சாலையின் வழக்கமான வாகன இரைச்சல். மழை வருவதற்குண்டான அறிகுறிகள். மேகங்கருத்து குளிர்ந்த காற்று. ராஜப்பா பூங்கா பக்கத்தில் வண்டியை நிறுத்திவிட்டு கைலி கட்டிய இருவர் எதிரும் புதிருமாய் நின்று பேசிக்கொண்டிருந்தனர். அவர்களின் ஒருவனைப் பார்க்க வகாப்பு மாதிரியே இருந்தது.

‘நீ கூட இந்தக் கடைக்கு வந்துரலாம். அதே ஃபிராக் செக்சன்ல நின்னுக்க. நல்ல சம்பளம் தருவாங்க. நீ சரின்னு சொன்னா இப்பவே கூட ஓனர்ட்ட பேசுவேன்...’ நாசர் உற்சாகம் குறையாமல் பேசினான்.

‘அய்யோ... எந்தம்பீ...’ மரியம் பதறிப்போய் புறப்பட ஆயத்தமானாள்.

“எங்கே... எங்கே...” நாசர் அவளுக்கு மேல் பதற்றமாகி கடைக்குள் வேகமாக நுழைந்து ஏதோ ஒரு செக்சனுக்குள் மாயமாக மறைந்தான். தூறல் ஆரம்பித்தது.

11

கஜா புயல் அடித்து ஓய்ந்து ஒருவார காலத்திற்குள் சிக்கந்தர் தன்னுடைய தஞ்சாவூர் வாழ்க்கையில் ஒரு குட்டிப்புயலைச் சந்திக்க நேர்ந்தது. இவனுடைய நெருங்கிய சிநேகிதன் ரகமத்துல்லா எவ்வித முன்னறிவிப்புமின்றி தஞ்சாவூர் வந்திறங்கி, இவனுக்கு போன் செய்து ‘எங்கேடா இருக்கே மாப்ளே’ன்னான்.

சிக்கந்தரும் இயல்பாக ‘தஞ்சாவூர்ல...’ன் னுட்டான்.

‘நானும் தஞ்சாவூர் தான்டா வந்திருக்கேன்’

‘எதுக்கு?’

‘என்னடா மாப்ள இப்டிக் கேட்டுட்ட. ஒன்னப் பாக்கத்தான்டா வந்துருக்கேன்’

‘ஆகா… நமக்கின்னைக்கி சனி உச்சத்துல இருக்கும்போல. காலங்காத்தால போன்ல வாயக்குடுத்து. மாட்டிக்கிட்டமே… இந்த நாயி சம்மந்தமில்லாம எதுக்கு தஞ்சாவூர் வந்துருக்கு…’ன்னு யோசிக்கையிலேயே…

‘என்னடா சிக்கு… அமைதியாயிட்ட… என்னெ நீ எதிர்பார்க்கவே இல்லேல்ல… நானும் ஒனக்கு ஒரு ஷாக் குடுக்கணும்னுதான் போன்லாம் பண்ணல…’ன்னான்.

‘போன் பண்ணித்தொலச்சிருந்தீன்னா நான் காளகஸ்தியிலே இருக்கேன்னோ கடமலைக்குண்டுல இருக்கேன்னோ சொல்லித் தப்பிச்சிருப்பேனேடா…’

‘என்னாடா இன்னும் ஒன்னால நம்ப முடியலியா? பேசவே மாட்டேங்குற. சரி… நா இப்போ புது பஸ்டான்ட்ல இருக்கேன். ஒன்ட்ட டூவீலர் இருக்குல்ல.. வந்து என்னெ பிக்அப் பண்ணிக்கிறியா?’ ரகமத்துல்லாவின் குரலில் துள்ளல்.

‘டுவீலர் இருக்கு. அதுக்கு பெட்ரோல் ஒங்கப்பனா போடுவான். லிட்டர் எழுவது ரூவாடா. ஒவ்வொரு கிலோ மீட்டருக்கும் நான் கணக்கு சொல்லணும். பிக்அப் பண்ணணுமாம்ல இவர. இரு இரு ஒன்னெ பேக்அப் பண்றேன்..’ன்னு மனத்தில் புலம்பியவன். ‘சரி… விதி வலியது. எதிர்கொள்வோம்’ன்னு சமாதானமாகி

‘டேய்… ரகா… நீ என்ன பண்றே, அங்கிருந்து டவுன் பஸ் ஏறி ஓல்டு பஸ்டான்ட் வந்துரு… அங்க நான் ஒனக்காக வெயிட் பண்றேன்…’ன்னான்.

‘எந்த பஸ்லடா ஏறணும் மாப்ள…?’

‘ம்… அடிவாரத்துல இருந்து ஆயக்குடி போற பஸ்ல ஏறு. பாருடா அங்க… பழைய பேருந்து நிலையம்ன்னு போட்டு நிக்கும்பாரு. அதுல ஏறு… ஆமா நீ என்ன விஷயமா தஞ்சாவூருக்கு வந்திருக்க?’

‘எல்லாம் அங்க வந்து டீடெய்லா சொல்றன்டா…’

‘ஆமா… பெரிய்ய டெல்டா பிரதேசத்துல ஆயிரம் ஏக்கர் வயல் இருக்கு இவருக்கு. எப்டி பாசனம் பண்றதுன்னு வந்து டீடெய்லா பேசப்போறாரு… வா கம்னேட்டி ஒன்னெ

ராவுத்தாபாளையத்துல மாட்டுத்தோல் கொடோன்ல போட்டு அடைக்கிறேன்'னு கருவிக்கொண்டு 'வா...வா...' என்று போனை வைத்தான்.

'இந்த மாதிரி ராகுகாலம் நமக்கு வந்துறக்கூடான்னுதான் கவனமா ஊர்ல எவன்ட்டயும் புதுநம்பர் குடுக்கல. இந்த நாயி என் நம்பர எப்டிப் புடிச்சதுன்னு தெரியிலயே...'ன்னு தானாகப் புலம்பியபடி வாசல் திண்ணையில் அமர்ந்திருந்தவன் 'எதுக்கு வந்திருக்கான்; எத்தன நாள் இருப்பான்; எப்டி இவன இங்க தங்க வைக்கிறது; அன்வர் என்ன சொல்வானோ... ஆண்டவனே கையில காசிருந்தாக்கூட அங்குட்டு எங்கயாவது சிம்ப்பிளா ரூமப்போட்டுக் குடுத்துறலாம்...'ன்னு யோசித்தவாறு நாகூரார் கொண்டுவந்து வைத்த டீயைக்கூட குடிக்காமல், மரியம் கவனத்தை ஈர்க்கும்பொருட்டு அவள் வீட்டு வாசலில் அங்குமிங்கும் நடமாடுவதைக்கூட பொருட்படுத்தாமல்... தேமேன்னு கிடந்தான்.

முபாரக் அவனை சட்டை செய்யாமல் வெளியே போய்க் கொண்டிருந்தான். அதற்கு ஒரு காரணமிருந்தது. இவன் அவனுடைய லைனுக்குள் ஊடுருவிவிட்டான் என்பதுதான். ஸ்னோலினுக்கு ஸ்டவ் கொடுத்த விபரத்தை எப்படியோ மோப்பம் பிடித்து விட்டிருந்தான். மிஷன்தெரு, மானம்புச்சாவடி எல்லாம் முபாரக்கின் ஆளுகைக்குட்பட்டது. அதனால்தான் நேற்றிரவு அன்வரிடம் புகார் செய்து, இவனைப் பார்த்து 'எங்க ஏரியா; உள்ள வராதே' என்றான். இவனும் மிஷன் தெருவுக்குள் வந்ததற்கு தக்க காரணம் சொல்லிவிட்டு 'சரிப்பா'ன்னு ஒதுங்கிக் கொண்டான்.

ஆஷிக் வெளியில் வந்தான். 'கீழவாசல் வர்ரியாடா'ன்னு கேட்டான்.

'சனி வந்து எறங்கிருக்குடா'ன்னான் இவன். அவனுக்குப் புரியவில்லை. விஷயத்தைச் சொன்னான்.

'இதுக்கேன்டா இவ்ளோ டென்ஷனாகுற. சும்மா போய் அன்வர்ட்ட விவரத்தச் சொல்லு. புரிஞ்சுக்குவாப்ல. என்ன, வந்து ரெண்டு நாள் தங்குவான். அவ்ளோதான, வந்த வேலைய முடிச்சிட்டுப் போகப்போறான். அதெல்லாம் கெஸ்ட்டா வந்து பலபேர் தங்கிட்டுப் போயிருக்காங்க. கட ஆளுங்கன்னு இருந்தா அத்தியாவசியத்துக்கு அவங்கள சார்ந்தவங்க வந்துபோகத்தான் செய்வாங்க. அதுக்காக நம்ம அவங்களுக்கென்ன சங்கம் ஓட்டல்லயும் டெம்பிள் டவர்லயுமா ரூம் போட முடியும். இல்ல ஓரியண்டல் டவர்ல போட முடியுமா? வண்டி எடுத்துட்டு

வாடா. ஒம் ஃபிரண்டு வந்து காத்துட்டிருக்கப் போறாப்ல...' ஆஷிக் சாதாரணமாகச் சொன்னான். சிக்கந்தருக்கு பதற்றம் தணிந்தது.

'இர்ரா அன்வர்ட்ட ஒரு நிமிஷம் விஷயத்த சொல்லிட்டு வந்தர்ரேன்'னு உள்ளேபோய் ஐந்து நிமிடம் கழித்து வெளியில் வந்தான்.

'என்னாச்சு...'

'சொல்லிட்டேன்...'

'என்ன சொன்னாப்ல...?'

'சரின்னுட்டாப்ல...'

'வேற ஒண்ணுமே கேக்கலியா?'

'வர்ர ஆளு எந்த ஊரு.... முஸ்லிமா இந்துவான்னு கேட்டாப்ல...'

'ஏன்... இந்துவா இருந்தா உள்ளவிட மாட்டாப்லியாமா?'

'அப்டி சொல்லுல. நம்ம ஆளுங்க இதெல்லாம் கேப்பாங்க தான.'

'ஃப்ரெண்டுன்னும் உங்க ஊர்தான்னும் சொல்லிட்ட. அப்றம் என்ன இந்துவா முஸ்லிமா, கிறிஸ்தவனான்னுட்டு...' ஆஷிக்கின் கோபம் நியாயமாகப்பட்டது சிக்கந்தருக்கு.

'அன்வர் சம்மதிச்சதே பெரிய விஷயம்பா. இனி நாகூரார் கேள்வி கணக்கு இருக்கு...' என்றான் வண்டியிலேறியவாறு.

'அதெல்லாம் கேள்வியுமில்ல கணக்குமில்ல. நீ ரெம்ப இவனுங்கள்ட்ட பணியாத. குட்டக்குட்ட குனிஞ்சம்னா ரெம்ப எளக்காரமாப் போகும். வர்ர ஆளு சரியான ஆளுதானே, எதும் டார்ச்சர் குடுக்கமாட்டான்ல...'

'சேச்சே. நா பொழம்புனதெல்லாம் இங்கே தங்குறதுக்கு எதும் சொல்லுவானுங்களோன்னு தயங்கித்தான். மற்றபடி ஆள் நல்ல கேரக்டர். படிக்கிறான் மாப்ள. எம்.ஃபில்., முடிச்சிட்டான். போன தடவ நா ஊருக்குப் போயிருக்கறப்ப, பிஎச்.டி., பண்ணுன்டா மச்சி... கொஞ்சம் டிஃபரன்ட்டான தீஸிஸ் எடுக்கலாம்னு. தஞ்சாவூர் வந்தாலும் வருவேன்னான். 'சோழர்கால ஆட்சியில் பெண்களின் நிலை'ன்னோ என்னவோ தலைப்பு சொன்னான். எதுக்குடா இவன் வர்ரான்னு காலையிலிருந்து மண்டைய பிச்சுக்கிட்டிருந்தேன். இப்பத்தான்

ஞாபகம் வந்தது...' இருவரும் இரண்டு வண்டிகளில், ஆனால் பேசிக்கொண்டே இணையாகவும், கீழவாசலின் நெரிசல் காரணமாக சற்றே முன்னும் பின்னுமாகவும் பயணித்தனர்.

ஜூபிடர் தியேட்டரைத் தாண்டும்போது ஆஷிக்கின் வண்டி நேராகப் போகாமல் பர்மா பஜார் பக்கம் தடம்மாறியது. 'டேய் எங்க போற?'ன்னான் சிக்கந்தர்.

'ஒரு நிமிஷம் இப்டி நில்லு. இந்த செல்போன ரிப்பேர் பண்ணனும், குடுத்திட்டு வந்தர்ரேன்'னு முனைக் கடையருகே வண்டியை ஒய்த்து இறங்கினான். சிக்கந்தர் பெசன்ட் லாட்ஜ் அருகில் வண்டியை நிறுத்திவிட்டு உள்ளே எட்டிப் பார்த்தான். பெயர்தான் பெசன்ட் லாட்ஜே தவிர அது இப்போது ஆட்கள் வந்து தங்கிச்செல்லும் விடுதி அல்ல. தஞ்சாவூரில் பெரும்பாலான இலக்கிய நிகழ்வுகள், புத்தக வெளியீடுகள் எல்லாம் நடப்பது பெசன்ட்டில் தான். குறைந்த வாடகை; எளிமையான அரங்கங்கள்; நல்ல சூழல். அந்த நேரத்திலும்கூட ஏதோ ஒலிபெருக்கி சத்தம் கேட்டபடி இருந்தது. வெளியில் ஒரு பிளக்ஸ் வைத்திருந்தனர். கவியரங்கம். தஞ்சை இனியன், தஞ்சை அமலன், வல்லம் தாஜ்பால் என்று அதில் பெயர்களிருந்தன. 'எல்லாரும் இந்த ஊர்க்காரர்கள் போல'ன்னு நினைத்துக்கொண்டான். ஆஷிக் வந்தான். இருவரும் பழைய பஸ் நிலையம் நோக்கிப் பயணப்பட்டனர். முன்பெல்லாம் ஜூபிடர் தியேட்டரைத் தாண்டினால்தான் கூட்டம். ஆனந்தம் ஜவுளிக்கடை வந்த பிறகு கீழவாசல் முகப்பிலேயே ஜனவெள்ளம்.

பழைய பஸ்நிலையத்தில் பாவம்போல நின்றிருந்தான் ரகமத்துல்லா. சிக்கந்தரைப் பார்த்ததும் அவன் முகம் மலர்ந்தது. ஆஷிக்குடன் அறிமுகமாகிக் கொண்டான். இரண்டு செட் டிரஸ் வைக்கிறாற்போல சிறியதொரு பேக்தான் அவனுடைய தோளில் தொங்கியது. அதைக் கண்டதும் சிக்கந்தருக்குப் பெரிய நிம்மதியாக இருந்தது. 'பரவால்ல... டேராப் போடமாட்டான்'னு நம்பிக்கை பிறந்தது.

'டிபன் சாப்டீங்களா?' ஆஷிக்கின் சம்பிரதாயமான விசாரிப்பு.

'இன்னம் பல்லே வெளக்கல' பதில்.

'டேய் சிக்கு... வெங்கடா லாட்ஜ்ல காப்பி சாப்பிடுவமா?' ஆஷிக் கேட்டான்.

'ம்...'ன்னு பதில் வரவும், அண்ணாசிலையைக் கடந்து வண்டி சென்றது.

'காப்பியா?' ரகமத்துல்லா அதிர்ந்த மாதிரி கேட்கவும், சிக்கந்தர் அவனைப் பார்த்தான். 'இல்ல.... காப்பியோ டீயோ குடிச்சவுடனே எனக்கு வயித்தக் கலக்கிரும்'ன்னான். அதைக்கேட்டு சிக்கந்தருக்கு வயிற்றைக் கலக்கியது.

பாத்ரூம் — டாய்லெட் கிளீனிங் விஷயத்தில் நாகூர் பிச்சை ரொம்பக் கெடுபிடி. 'ஒண்ணுக்குப் போனால் நாலு தடவை தண்ணிய அடிச்சு ஊத்திவிடணும். மலம் கழித்தால் பிரஷ்போட்டு கழிப்பறைப் பீங்கானை சுத்தம் செய்யணும்'ன்னு கண்டிஷன் போடுவார். சில சமயங்களில் பாத்ரூமை விட்டு யார் வந்தாலும் உடனே உள்ளே போய் 'செக்' பண்ணுவார். சரியாகப் பராமரித்திருக்கா விட்டால் கதவைத் தாழிட்டுக்கொண்டு பினாயில், ஆசிட் விவகாரங்களுடன் அவரே சுத்தம் செய்யத் தொடங்கிவிடுவார். இதைப்பார்க்கிற எவருக்கும் அடுத்தமுறை கழிவறை விஷயத்தில் அலட்சியம்காட்ட மனம் வராது. ரகமத்துல்லாவிடம் இந்த கழிப்பறை விதிமுறைகளை எப்படிச் சொல்வது? காப்பியைக் குடித்த பிறகு பஸ்டாண்டுக்கே அழைத்துச் சென்று விடுவோமா? பெரியார் மணியம்மை பல்கலைக்கழகம் சார்பில் அற்புதமான பராமரிப்பு. இஷ்டம் போல தண்ணீர் வரத்து. ச்சே... நண்பனில்லையா... தவறாக நினைத்துக் கொண்டால்? சரி... அவனாயிற்று நாகூரார் ஆயிற்று.

காப்பி குடித்து முடித்திருந்தனர். வெளியில் வந்ததும் அண்ணாந்து பார்த்த ரகமத்துல்லா... 'இந்த எடத்துல முன்ன ஒரு ஆர்ச் இருந்ததுல்ல... காணோம்'ன்னான். சிக்கந்தருக்கே அப்படி ஒரு விஷயம் இருந்தது தெரியாது.

'ஏதோ ஒலர்ரான். இவன் எப்ப தஞ்சாவூருக்கு வந்தானாம்?' ஆனால் 'வளைவு ஒன்று இருந்தது உண்மை' என்றான் முபாரக்.

'நல்ல ஞாபக சக்தி ஒங்களுக்கு. அப்டி ஒரு ஆர்ச் இருந்தத தஞ்சாவூர்க்காரவுங்களே மறந்துட்டாங்க...'ன்னான். ரகமத்துல்லாவுக்கு சந்தோஷமாக இருந்தது. ஒருமுறை டூர் வந்திருந்தபோது இதேவெங்கடாலாட்ஜில் டிபன் சாப்பிட்டுவிட்டு நண்பர்களுடன் அந்த ஆர்ச்சைப் பார்த்திருந்தான்.

புறப்பட்டனர். 'ஏன்டா ஒரு போன் பண்ணிட்டு வந்துருக்கலாம்ல'

'பண்ணிருக்கலாம். தஞ்சாவூர்ல இருந்துட்டே நீ காளகஸ்தில இருக்கேன்; கடமலக்குண்டுல இருக்கேன்ல சொல்லியிருப்ப'

'டேய்... நீ வர்ரேன்னு சொல்லி நா எத்தன தடவ அந்த மாதிரி பண்ணிருக்கேன்...'

‘சும்மா தமாஷ்க்கு சொன்னேன்டா... இந்நேரம் நா எதுக்காக வந்துருப்பேன்னு யூகிச்சிருப்பியே’

‘இப்பத்தான் ஆஷிக்ட்ட சொல்லிட்டிருந்தேன். பிஎச்.டி. பண்றான்னு. தலைப்பு நீ முன்ன சொன்னியே அதேதானாடா?’

‘அதேதான்டா. டேய்... நீயும் படிச்சிருக்கலான்டா. இந்நேரம் எம்.ஏ. முடிச்சு எம்.பில் பண்ணி பிஎச்.டி.யும் ஆரம்பிச்சிருக்கலாம்...’

‘அய்யய்யோ... பிஎச்டி.யா? நா எந்த புரொபஸர்ட்ட என் தீஸிஸ எழுதி வாங்குறது. அவருக்கு எவ்வளவு பணம் குடுக்கறது. லெக்சரர்வேலை வாங்க இருபது லட்சம் முப்பது லட்சம்ன்னு குடுக்க நா எங்கடா போவேன்?’

‘எல்லாம் சரிதான். ஆனா ஒண்ணு. என்னோட தீஸிஸ எவனும் எழுதமாட்டான். நானே தான் எழுதுவேன்’

‘ஒத்துக்க மாட்டானுகளேப்பா...’

‘ஒத்துக்க வெப்போம்...’

‘சரி உன்னோட ப்ளான் என்ன சொல்லு’

‘நீ அலுத்துக்குற மாதிரி எதுவுமில்ல. ரெண்டு நாள் ரெண்டே நாள் உன்னோட இந்த ஊரச் சுத்திப் பாக்கணும். முக்கியமா பெரியகோயில்... கொஞ்சம் ராஜராஜனப் பத்தி டிஸ்கஸ் பண்ணனும். அவ்வளவுதான்...’

‘பண்ணலாம். நீ பஸ்ல வர்ர வழியில மரங்கல்லாம் விழுந்து கெடந்ததப் பாத்தியா?’

‘தஞ்சாவூர் வந்து எறங்கனதும் ஒன்ட்ட அதப்பத்திதான்டா பேசணும்னு நெனச்சேன். அப்பறமா அத விட்டுட்டு வேற என்னென்னவோ பேசிட்டிருந்துட்டோம். ரொம்ப பாதிப்புல்லடா இந்தப் பக்கம்?’

‘ம் ஹூம்.. பாதிப்பா.. பட்டுக்கோட்டைப் பக்கம்லாம் பல ஆயிரக்கணக்கான தென்னமர விவசாயிகளோட வாழ்வாதாரமே போச்சுடா. ஒருகோடி தென்னை மரங்கள் வேரோட சாஞ்சு ஒண்ணுக்குமில்லாமப் போச்சுடா...’

‘திண்டுக்கல் வரைக்கும் கஜா புயலோட பாதிப்பு இருந்திருக்கும் போல...’

‘ஒனக்கு என்ன தெரியும். புயலடித்த இரவு’ன்னு சின்ன வயசுல ஒரு கதை படிச்சம்ல... அத கஜா புயலடிச்ச ராத்திரி

அனுபவிச்சேன். நைட்டு பத்து மணிவரைக்கும் இங்க மழையுமில்ல காத்தும் இல்லடா. அதுக்குப் பெறகு ஆரம்பிச்சதே பாக்கணும்... ஊ... ஊ... ஊன்னு ஊழிக்காத்து. அப்பா பயங்கரம், மரங்கல்லாம் சடச்சடன்னு முறிஞ்சு விழுகுது. கரண்ட்டு கட். கேபிள் கட். ஒருவாரம் பக்கம் தஞ்சாவூரே இருண்டு கெடந்தது. புயலடிச்சு ஓஞ்ச மறுநாள் வெளிய வந்து கீழவாசல் வரைக்கும் நடந்துபோறேன். வீதியெல்லாம் ஏதோ போர்க்களம் மாதிரி இருந்தது. எங்க வீட்டுக் கொல்லையில நாலு தென்ன, பப்பாளி, கருவேப்பில, மருதாணின்னு நின்னுது. ஒண்ணுகூட தப்பிக்கல... பட்டுக்கோட்ட, பேராவூரணிப் பக்கம்லாம் ஒன்னர மாசம் கரண்ட் இல்லாம கஞ்சி தண்ணி இல்லாம அந்த ஜனங்க தவியா தவிச்சுட்டாங்க பாவம்...'

'இவ்வளவு நடந்துருக்கு பிஎம் ஏன்டா வரவே இல்ல?'

'தமிழ்நாட்டுக்காரனுங்க நமக்கு ஓட்டும்போட மாட்டானுக. வந்தா கறுப்பு பலூனவேற பறக்க விடுவானுக. எதுக்குன்னு இருந்துருப்பார்...'

'அது என்னடா கஜாபுயல். ரௌடிப்பயலுக பேர் மாதிரி. ஏம் மச்சி... இந்தப் புயலுக்கு பேர் வைக்கிறானுகளே அதுல்லாம் எந்த அர்த்தத்துல வைக்கிறானுக?'

'எதுனா ஒரு அர்த்தம் இல்லாம வைக்கமாட்டாங்க. கஜான்னா கஜேந்திரன். கஜேந்திரன்னா யானை. யானைக்கூட்டம் ஒரு தோட்டத்துக்குள்ள புகுந்தா எப்டி ரணகளப்படுத்துமோ... அந்த மாதிரின்னு நானா அர்த்தப்படுத்திக்கிட்டேன். யானைக்கூட்டம் புகுந்தாப்லதான் இங்க உள்ள அஞ்சாறு மாவட்டங்கள் அல்லோல கல்லோலப்பட்ருச்சு... சரி வீடு வந்தாச்சு. எறங்கி அன்வர்ன்னு ஒருத்தர் இருப்பாரு. அரவாக்குறிச்சிக்காரர்தான். அவருக்கொரு சலாம் சொல்லு. பாத்ரூம் வேலையமுடி. கௌம்பி பெரிய கோயில் போயிட்டே இருக்கலாம்... ஆமா... முபாரக் எங்கே? நம்ம கூட ஒருத்தர் வந்தாருல்ல ஒல்லியா செவப்பா...'

'அவரா... வர்ர வழியில ஒரு தியேட்டர் இருந்ததுல்ல. அங்கிருந்து ரைட் எடுத்துப் போயிட்டாரு...'

'ஓ... மொபைல் ரிப்பேர் பண்ண குடுத்தான். வாங்க போயிருப்பானா இருக்கும்..'

ரகமத்துல்லாவை மேலும் கீழுமாகப் பார்த்த நாகூரார் 'எந்த ஊரு'ன்னு கேட்டார். 'ஈசனத்தம்'ன்னான்.

‘புது லைனுக்கா? தஞ்சாவூர் பழக்கமிருக்கா? வண்டி ஓட்டுவியா? இதுக்கு மின்ன யார் கடையில இருந்தே...’ன்னு அவர் கேள்விகளை அடுக்க, ரகமத்துல்லா சிக்கந்தரைப் பார்த்து முழித்தான். அந்தநேரம் தன்னுடைய அறையை விட்டு வெளியில் வந்த அன்வர் ‘நாகூராரே. யாரு என்னான்னு தெரியறதுக்கு மின்ன முன்கர்நக்கீராட்டம் கேள்வி கணக்க ஆரம்பிச்சுருவீங்களே. அவரு சிக்கந்தரோட ஃப்ரெண்டு. நம்ம மொதலாளியோட பக்கத்து ஊர்க்காரர். மொதலாளிக்கி எந்த ஊரு?’

நாகூரார் ‘சூலப்புரம்’ன்னார்.

‘ம். இவர் ஈசநத்தம். ரெண்டு நாள் வேலையா வந்துருக்கார். நம்ம வீட்லதான் தங்குறார்...’ன்னான்.

‘தாரளமா தங்கட்டும். பாத்ரூம் மட்டும் க்ளீனா வச்சுக்குட்டா போதும்’ என்றவாறு நாகூரார் உள்ளே சென்றார். அவர் கவலை அவருக்கு.

12

ஞாயிற்றுக்கிழமையும் அதுவுமாய் மீன்மார்கெட் நுகர்வோரின்றி வெறிச்சோடிக் கிடந்தது. அரைமணிக்கு இருவர் வருவதும், போனால் போகிறதென்று சீப்பாகக் கிடைக்கும் மீன்களை வாங்குவதும், வெட்டாமலே கூட போய்விடுவதுமாக இருந்தனர். மழைவேறு காலையிலேயே நொய்நொய் எனத் தூறியபடியே இருந்தது. மீன் கடைக்காரர்கள் ஆளுக்கொரு பக்கமாக ஈ ஓட்டிக்கொண்டிருந்தனர். வெட்டுக்காரப் பையன்கள் ஒருவர் முகத்தை ஒருவர் பார்த்துக் கொண்டனர். அவர்களுடைய கைகள் பரபரவென்றிருக்க, கத்தியை எடுப்பதும் பார்ப்பதும் ஓங்கி மரப்பீடத்தை வெட்டுவதுமாக இருந்தனர். ஞாயிற்றுக்கிழமை என்பது அவர்களுக்கு பொன்நாள். அது சோடைபோன மாதிரி இருக்கவே கலவரமானார்கள். என்ன நடந்ததென்று எதுவும் புரியாமல் அலைக்கழிந்தனர் அங்குமிங்குமாய்.

வகாப்பு தன் பக்கத்திலிருந்த சுலைமானைப் பார்த்து ‘என்னாடா இன்னைக்கி இப்புடி இருக்கு’ன்னான்.

சுலைமான் 'தூறலா இருக்குல்ல காலையில இருந்து... மெல்ல வருவாங்களா இருக்கும்' என்றான்.

'மணி பதினொன்னும் ஆச்சேடா. இந்நேரம் இந்த எடம் எப்புடி இருக்கணும்; ரணகளமா இருக்க வேணாம்? அங்குட்டு கறிக்கடப் பக்கம்லாம் எப்படி இருக்குதாம் கூட்டம்..'

'கறிக்கடைலல்லாம் எப்பவும் உள்ள கூட்டம் இருந்துட்டுத்தான் இருக்காம். மீனுக்குத்தான் இன்னைக்கி என்ன வந்ததுன்னு தெரியல...'

'குச்சிக்காரி மவனுவ, வெலையும் அதிகமா வச்சு எடையும் கம்மியாப் போட்றானுவ மாப்ள... ஜனம் கண்டு புடிச்சுரும்ல... அதனால கூட்டம் கம்மியாயிருச்சு...'

'எல்லாரும் அப்டி செய்யறதில்ல வகாப்பு. யாராவது ரெண்டொருத்தர் பண்றது. அதுவும் எரநூறு கிராம் எடைல சேத்துப் போட்டுர்ராங்கள்ல'

'நீ விட்டுத்தர மாட்டேல்ல. ஏன்னா ஒம்மாமனும் மச்சானும் கட வச்சிருக்கானுவோ...'

'அட அதுக்கில்ல... கோல்மால் பண்ணுனாக்க கண்டுபிடிச்சிருவாங்க மாப்ள... பெரிய்ய போலீஸ் அதிகாரிங்கல்லாம் பையத்தூக்கீட்டு மீன் வாங்க வர்ராங்கல்ல.. போன ஞாயித்துக்கெழமை யாசீன் கடையில வாட்டசாட்டமா மப்டியில நின்னு ஒருத்தர் சங்கரா மீன பொறுக்கி எடுக்கறார். அவர் பக்கத்துல ஒருத்தன் உடுப்போட வெறப்பா நிக்கிறான். நான் உள்ளேபோயி பாக்ஸ்லயிருந்து மீனள்ளிப் போடறவனாட்டம் யாசீன் காதக்கடிச்சு யாரிதுன்னேன். டி.எஸ்.பி.ன்னான். நல்ல புள்ளையாட்டம் வந்து என் எடத்துல உக்காந்துட்டேன்...'

'சரி... அப்பக் கூட்டம் வராததுக்கு என்னதா காரணங்குற?'

'மழதாங் காரணம்'

'ஏன்டா மழதாங் காரணம்னா கறிக்கடைல மட்டும் எப்பர்ரா கூட்டமிருக்கு?'

'மாட்டுக்கறிக் கடைல தாங் கூட்டம்...'

'மாட்டுக் கறியில கொழுப்புச் சத்து ஜாஸ்தி. அதத்தின்னா ஹார்ட் அட்டாக் வரும். அது இதுன்னு கட முன்னால நின்னு கூவனும்டா...'

'அதெல்லாம் நாம செய்யணும்ன்னு அவசியமே இல்ல...'

‘ஏன்...’

‘அதுதான் கவர்மெண்ட்டே பிரச்சாரம் பண்ணுதே...’

இவர்களின் உரையாடலினிடையே கெஸ்ட் ரோலாக சிராஜ் புகுந்து ‘ஏப்பா கோழிக்கடைக்காரனுவல்லாம் கிலோ எண்பது தொன்னூறுன்னு போர்டு மாட்டி டெய்லி ஐநூறு கிலோ அறநூறு கிலோ விக்கிறானுவ... நம்மாளுவ கோழி குண்டில என்னென்ன ஊசிபோட்டு கண்டமேனிக்கு அத சதப்போட வைக்கிறானுவன்னு புரிஞ்சுக்காம கண்ண மூடிக்கிட்டு தின்னு தொலைக்கிறானுவ...’ என்றான்.

‘சிக்கன் லாலிபப்பு சாப்ட்ருக்கியா வகாப்பு?’ சுலைமான் கிண்டல் விட்டான்.

வகாப்பு அவனை முறைத்தான். ஏற்கனவே அவனுக்கு சிக்கன் கடைக்காரன்களின் மேல் ஆத்திரமிருந்தது. பாம்பாட்டித் தெருவில் அவனுடைய அத்தா சிக்கன் கடை போட்டு நல்ல வியாபாரம் பார்க்கிறார் அந்தக் கடுப்பு.

‘சிக்கன் ஷவர்மாங்கறானுவ மாப்ள. முழுக்கோழிய பொறிச்செடுத்து அத தயிர்ல ஊறவெச்சு...’ நாக்கைச் சப்புக்கொட்டிய சுலைமானை எட்டி உதைக்கப் போனான் வகாப்பு.

‘நானே யேவாரமில்லைங்கற கடுப்புல இருக்கேன். சிக்கன் ஷவர்மா மயிரும்மாண்ணுட்டு கம்னேடடி...’

‘சிக்கன் திங்கிற சமூகம் உருப்படும்ங்கற?’ சுலைமான் சிராஜைப் பார்த்து கண்ணைச் சிமிட்டினான்.

‘மீன்ல ஏதோ கெமிக்கல கலக்கறானுவ அது இதுன்னு டிவில சொல்றானுவப்பா. ஜனங்க அத நம்பிட்டு வரமாட்டேங்குதுவ...’ சிராஜ் புதிதாக ஏதோ காரணம் சொல்ல முயற்சித்தான்.

‘மீன்ல அவுங்க ஆயி இத கலக்குறானுவ... டி.வி.காரனுக்கும் பேப்பர்காரனுவளுக்கும் வேற வேல மசுரே இல்லை’ன்ன வகாப்பு திடீரென ஏதோ யோசித்தவனாக

‘டேய்... அந்தக் குடந்தை குமார் என்னடா ஆனான்’னு கேட்டு செல்போனை எடுத்தான்.

‘அலோ... வண்டலா?’

‘இல்ல சுண்டல்’

‘என்ன கிண்டலா?’

‘அலோ... குடந்தை குமார் இருக்காப்லியா?’

‘நா குமார்தாம் பேசறேன்... நீங்க?

‘நா வகாப்பு. கொடுவா வகாப்பு...’

‘யாருங்க ஜோசப்பா? நாலு பொட்லம் கட்டீரவா?’

‘அலோ... வகாப்பு... மீன்மார்கெட்... தஞ்சாவூர்...’

‘ஓ... வகாப்பா... வணக்கங்க... நல்லாருக்கீங்களா? அப்றம் என்ன விஷயம்... சொல்லுங்க...’

‘ஏங்க வண்டலான்னு கேட்டாக்க சுண்டல்ங்கறீங்க...’

‘சுண்டல் வண்டி போட்ருந்தா அதத்தானேங்க சொல்லமுடியும்’

‘என்ன... சுண்டல் வண்டியா? அப்போ வண்டல்??’

‘வண்டலா? வண்டல் நின்னுருச்சுங்க...’

‘நின்னுருச்சா? அப்டீன்னா?’

‘பத்திரிகை நின்னுருச்சுன்னு அர்த்தம்...’

‘அதெப்டிங்க நிக்கும்?’

‘எப்டி நிக்குமா? நீங்க வேண்ணா மொதல் போடுங்க. நடத்தலாம். பதிப்பாசிரியர் கொடுவா வகாப்புன்னு பேர் போட்டுர்லாம்.’

‘என்னய்யா சொல்றீரு?’

‘சிறு பத்திரிகைன்னா அப்படித்தாம். வரும்... திடீர்னு நிக்கும்...’

‘சிறு பத்திரிகையா... அப்டீன்னா?’

‘ம்க்கும். எங்காளுங்க இத கேட்டிருந்தானுவன்னா தூக்குல தொங்கீருப்பானுவ... தமிழ்நாட்டுல பொறந்துட்டு சிறுபத்திரிகைன்னா தெரியாம இருக்கீங்க. அது ஒரு பெரிய பாரம்பரியங்க. மணிக்கொடி, சரஸ்வதி, எழுத்து, கசடதபற, இப்டி...’

‘அலோ... லூசு மாதிரி பேசாதீரும்... எம் பேட்டி என்னாச்சு? எப்பத்தாம் அது வரும்? எடுத்துட்டுப் போயி வருஷ கணக்குல ஆச்சு. ஒரு சத்தத்தையிங் காணாம்...’

‘ஏங்க... பத்திரிகையே நின்னுருச்சுங்கறேன். பேட்டி எப்போ வரும்னு கேக்கறீங்க... நானே வண்டல நிறுத்திட்டு சுண்டலப் போட்டு வித்திட்டிருக்கேன். தேங்கா மாங்கா பட்டாணி சுண்டல். வாங்க சார்... பட்டாணியா.. கொண்டக்கடலையா ?’

‘என்னய்யா... வந்தீங்க... எடுத்தீங்க... இப்பம் இப்டி சொல்றீங்க?’

‘சுண்டல் யேவாரம் டெவலப் ஆயிருச்சுன்னா. வண்டலக்கொண்டு வந்துறலாம் கவலப்படாதீங்க...’

‘பேங்க் லோன் எதுனா போடலாம்ல?’

‘நீங்க பிராஞ்சு மேனேஜரா இருந்தா வண்டலுக்கென்ன சுண்டலுக்கும் சேத்து லோன் போட்ருவேம்...’

‘பத்திரிக நடத்தி பொழைக்கத் தெரியலியேப்பா ஓங்களுக்கு...’

‘அதச் சொல்லுங்க... இப்டி ஓங்கள மாதிரி நாலு பேரு செருப்பால போட்டாத்தான் எங்கள மாதிரி சிறுபத்திரிககாரனுவளுக்கு புத்திவரும்...’

‘உன்னோட பெரிய டார்ச்சரா இருக்குதுப்பா...’

‘இப்ப நா என்னங்க ஓங்கள கெட்டவார்த்தைலயா திட்டிப்புட்டேன். இவ்வளவு கோபப்பட்ரீங்க...’

‘நீகெட்ட வார்த்தைல திட்டியிருந்தாக்கூட எனக்குப் பிரச்சன இல்ல. ஆ ஊன்னா சிறுபத்திரிகை சிறுபத்திரிகைங்கறேல்ல. எனக்கு அந்த வார்த்தைய கேட்டாலே ஒடம்புல கம்பளிப்பூச்சி ஊறுறாப்ல அலர்ஜியா இருக்குப்பா...’

‘......’

‘என்ன சத்தத்தையே காணாம்...’

‘இல்ல.. நாடு முழுக்க எத்தன ஆயிரம் கம்பளிப்பூச்சிங்கள ஊறவிட்ருப்போம்ன்னு கணக்குப் போட்டேம்...’

‘அது சரி...’

‘ஆனா; நீங்க சொன்ன இந்த கம்பளிப்பூச்சி மேட்டர் பிரமாதங்க. இத எங்கேயாவது ஒரு எடத்துல பதிவு பண்ணியே ஆகணும்... ரொம்ப இயல்பான கிரிட்டிசிஸம்ங்க இது. பெரிய பெரிய விமர்சகர்களாலேயே இந்த மாதிரி ஷார்ப்பான ஒரு விமர்சனத்த வைக்க முடியாதுங்க. கம்பளிப்பூச்சி ஊறுறாப்ல... அடடா... என்ன மாதிரி ஒரு உவமை... அற்புதம்...’

‘குடந்தை குமார்… என்ன புரியாத வார்த்தையெல்லாம் பேசறீங்க. எங்க வூட்ல ஒரு முருங்கமரம் இருக்கு, அதுல நூத்துக்கணக்குல கம்பளிப்பூச்சிங்க ஊறிட்டிருக்கு. விடிஞ்சு எழுந்து கொல்லைக்கிப் போனா அதுங்க மூஞ்சிலதாம் முழிக்கணும். மொய் மொய் மொய்ன்னு. அதத்தான் சொன்னேன். ஆமா நீங்க எந்த எடத்துல சுண்டல் கட போட்ருக்கீங்க?’

‘நல்ல மெயினான எடந்தாங்க வகாப்பு. பக்கத்துல சன்மார்க்க சபை ஒண்ணு இருக்கு…’

‘ம்க்கும்… சன்மார்க்க சபைக்குப் பக்கம் சுண்டலப் போட்டு…’

‘சன்மார்க்க சபைக்குப் பக்கம் சூப் கட, பீப் கட தாங்க போடக்கூடாது. சுண்டல் கட போடலாம்…’

‘நீங்க பத்திரிகைய ஏன் நிப்பாட்னீங்கன்னு புரிஞ்சிருச்சு…’

‘அது உங்களுக்கும் புரிஞ்சிருச்சா?’

‘நல்லா ஜனங்க தெரண்டு வர்ர டாஸ்மாக் கடையா பாத்து… அது பக்கம் சுண்டல் வண்டியப் போடுங்க. வியாபாரம் பிச்சுக்கும்…’

‘நா சன்மார்க்கத்தைல்ல சொன்னேன். நீங்க துன்மார்க்கத்தைல காட்டுறீங்க…’

‘வண்டில பேர் என்ன போட்ருக்கீங்க?’

‘குடந்தை சுண்டல்…’

‘இந்தக் குடந்தைங்குற பேர எப்ப கைவிட்ரீங்களோ அப்பத்தான் உங்களுக்கு விமோசனம்…’

‘அது என்னோட அடையாளங்க…’

‘என்ன அடையாளம் கொடையாளம்னுட்டு. இப்படித்தாம் எங்க ஊர்ல கீரனூர் ஜாகிர்ராஜாங்குற பேர்ல ஒருத்தன் எழுதறான். நல்லா மீன் சாப்டுவான். ரெண்டு நாளைக்கி ஒரு தடவ பைய தூக்கீட்டு மார்கெட் வந்துருவான். ஆள் நம்மள்ட்டதான் மாமூல வெட்றதுக்கு வர்ரது. புதுசா வந்தப்ப ‘வாங்க பாய்’ன்னு கூப்டுட்டேன். என்னெ நீ எப்டி பாய்ன்னு கூப்புட்லாம்ன்னு கோவிச்சுக்குட்டாங்க. என்னய்யா இது பாய்ன்னு கூப்ட்டது ஒரு குத்தமான்னு எனக்கு பேஜாரா போச்சு. அதுல இருந்து ‘வாங்க சார்’ன்னு தான் கூப்டுவோம்.’

‘ஆமாமா எனக்கும் தெரியும் அவன. ஒரு டைப்பான கேசு தான்’

‘டைப்பான கேஸ்தான.. கேஸ்தான... சரியா சொன்னய்யா குடந்தை. இன்னொரு நாள்.. ஆசாமி வந்தாப்ல...‘சார் ஒங்களுக்கு புதுக்கோட்டைப் பக்கமா’ன்னு கேட்டுப்புட்டேன். கீரனூர்ன்னா நம்ம புதுக்கோட்ட கீரனூர்ன்னுதான நெனைப்போம். சுள்ளுன்னு கோவம் வந்துருச்சு பார்டிக்கு. என்னெப் பாத்தா புதுக்கோட்டைக்காரனாட்டவா தெரியிது. நா அச்சுஅசல் கொங்கு மண்டலத்துக்காரன். திண்டுக்கல் மாவட்டம் பழனிக்கும் திருப்பூர் மாவட்டம் தாராபுரத்துக்கும் எடையில உள்ள கீரனூர் நான்னான். என்னடா இது எதக்கேட்டாலும் இவனுக்கு மூக்குக்கு மேல கோவம் வருதுன்னு அடக்கி வாசிக்க ஆரம்பிச்சுட்டேன்...’

‘லூசு... லூசு... லூசுங்க...’

‘ஒங்காளுதானே?’

‘நான் நாயுடுங்க...’

‘அட அத சொல்லலய்யா. ஜாதி இல்ல இல்லங்கறது. சந்தர்ப்பங்கெடச்சா கூசாம சொல்றது. ஓஹோ... நீங்க மணவாடா?’

‘ஆமாங்க... நீங்களுமா? சொல்லவே இல்ல..?’

‘இல்லப்பா... நாயுடுங்கறதுக்கு நீங்கல்லாம் மணவாடான்னுதான கேப்பீங்க... அப்டிக்கேட்டேன். நான் சுத்தமான ராவுத்தன்...’

‘சுத்தமான ராவுத்தன்னுட்டு மீன் வெட்றீங்க?’

‘மீனத்தானே வெட்டுறேன். ஆள வெட்டுலீல்ல...’

‘ச்சே.. டைமிங்... சரி... இந்த வண்டி... சுண்டல் வண்டி பேர் விஷயமா ஏதோ சொல்ல வந்தீங்க... கீரனூர் அதுஇதுன்னு டைவர்ட் ஆயிருச்சு...’

‘சேகுவாரா அவியகம்’

‘சேகுவாரா அவியகமா? ஏங்க சுண்டல் கடைக்கும் சேகுவாராக்கும் என்ன சம்மந்தம்?

‘இட்லிக்கும் சட்னிக்கும் என்ன சம்மந்தம்? சோத்துக்கும் சாம்பாருக்கும் என்ன சம்மந்தம்? பரோட்டாவுக்கும் சால்னாவுக்கும் என்ன சம்மந்தம்? குடந்தை குமாருக்கும் சுண்டலுக்கும் என்ன சம்மந்தம்?’

‘ஓகே... ஓகே... சேகுவாரா ஓகே.. அதென்ன அவியகம்?’

‘சேகுவாரா ஸ்நாக்ஸ்ன்னு வைக்க முடியாதில்லியா. ஒங்களுது எல்லாமே அவிக்கிற அயிட்டம்தானே?’

‘ச்சே… நீங்க மீன் வெட்டவேண்டிய ஆளே இல்லேங்க…’

‘ஆளவெட்டவேண்டிய ஆளுங்கறீரு. அதுக்கும் முயற்சி பண்ணேன். வீட்டு ஒத்துழைப்பில்ல… அப்புறம் குமார்… நீங்க என்னபேர் வேண்ணாலும் வைங்க, அது கூட அவிப்பகம் சேர்த்துக்கங்க. குமார் அவிப்பகம்னு கூட வைக்கலாம். அவிப்பகம்ன்னு ஆர்டிஸ்ட் எழுதுறானான்னு சரியா கவனிங்க. ஏன்னா இப்ப உள்ள ஆர்டிஸ்டுங்கள நம்பமுடியில. அவனுங்க பாட்டுக்கு கஞ்சாவ போட்டுட்டு வந்து ‘வி’க்கு அடுத்து ‘ழ்’போட்டு, குமார் அவிழ்ப்பகம் ஆக்கிடப்போறானுவ. ஒங்களுக்கு பிரச்சன…’

குடந்தை சிரியோ சிரியெனச் சிரித்து ஓய்ந்து ‘வகாப்… நீங்க எதுவரைக்கும் படிச்சிருக்கீங்க?’ன்னான். பதில் உடனே கிடைத்தது…

‘வாசித்தது வண்டல் மண் அளவு’

போனை அணைத்துவிட்டு வகாப்பு திரும்பிப் பார்த்தபோது சுலைமானையும் காணோம்; சிராஜையும் காணோம்.

13

சோழன் சிலையைக் கடந்தபோது சொல்லத் தொடங்கியவன், வண்டியை நிறுத்தி கோயிலின் உள்ளே நுழைந்து காலணிகளைக் கழற்றி டோக்கன் பெறும்வரை ஏதோ ஒப்பிக்கிற மாதிரி மூச்சுவிடாமல் சொல்லி முடித்தான். ‘அபயகுலசேகரன், அரிதுர்க்கலங்கன், அருள்மொழி, அழகியசோழன், ரணமுக பீமன், கண்டியன், ராஜ சர்வக்ஞன், ராஜகேசரிவர்மன், ராஜமார்த்தாண்டன், ராஜேந்திரசிம்மன், ராஜவிநோதன், உலகளந்தான், கேரளாந்தகன், சண்டபராக்கிரமன், தெலிங்ககுலகாலன், நிகரிலி சோழன், நித்ய விநோதன், பண்டிதச்சோழன், பாண்டிய குலாசனி, பெரியபெருமாள், மும்முடிச்சோழன், மூர்த்த விக்ரமாபரணன், ஜனநாதன், ஜெயங்கொண்டசோழன், சத்திரிய சிகாமணி, கீர்த்தி பராக்கிரமன், சோழ நாராயணன், தைல குலகாலன்…’ ரகமத்துல்லா புரிந்துகொண்டான். ஆனாலும் சிக்கந்தரின்

திருப்திக்காக, இவ்வளவு மெனக்கெட்டு ஒப்பித்ததற்காக வேண்டி 'என்னடாப்பா இதெல்லாம்?' என்றான். சிக்கந்தர் சற்றே ஆசுவாசப்பட்டு 'அத்தனையும் ராஜராஜனுடைய பட்டப்பேர்கள்'ன்னான்.

'ஒவ்வொரு பேருக்கும் ஒரு காரணம் இருக்கில்லையா?'

'ஆமா... அத்தனையும் காரணப் பெயர்தான்... ஒவ்வொரு நாட்டையும் ஜெயிச்சதுக்காக அந்த நாட்டோட தொடர்புடைய பேர்களாகவே இருக்கும். உதாரணத்துக்கு கேரளாவுல உள்ள கொல்லம் பகுதிய ஜெயிச்சதனால கேரளாந்தகன்; வேங்க நாட்ட அதாவது ஆந்திராவ ஜெயிச்சதுக்காக தெலிங்ககுல காலன்.'

'பிரம்மிப்பா தான்டா இருக்கு... ஆயிரம் வருஷத்துக்கு முன்ன கட்டின கோயிலுக்குப் பக்கத்துல இருக்கோம்ங்கிறது...'

'அப்பவே எப்டி யோசிச்சுக் கட்டியிருக்கானுங்க பாரு. கோபுரத்து நெழல் கீழ விழவே விழாது...' சிக்கந்தர் தரையைக் காட்டினான்.

'ஆச்சரியன்டா...' கருவறைக்கு மேலே திருச்சுற்றில் செதுக்கப்பட்டிருந்த சிவபெருமானின் நடனத்தோற்றங்களைக் காட்டினான். எண்பத்தியொரு அபிநயங்கள்.

'நூத்தி எட்டுக்கு பிளான் பண்ணி எண்பத்தி ஒண்ணுதான் செதுக்கியிருக்காங்க. மீதிய செதுக்காம விட்டதுக்கு காரணம் தெரியல.'

'1930 வரைக்குமே கூட உட்பிரகாரம் செவுர் வச்சு மூடித்தான்டா இருந்திருக்கு. 1931—வது வருஷம் ஒரு பேராசிரியர் கோயிலுக்கு வந்திருக்கார். எல்லாத்தையும் பார்த்துட்டே வந்தவர் உட்பிரகார சுவர எதேச்சையாப் பார்த்தாராம். அப்போ சுவர் ஓட்டைல இருந்து ஒரு பறவை பறந்துபோயிருக்கு. அவர் ஆர்வமாயிட்டார். ஓட்ட வழியா எட்டிப் பார்த்தவர். உள்ளே அரைகுறையாத் தெரிஞ்ச ஓவியங்களப் பார்த்துட்டார். சுவர இடிக்கிறாங்க. தொல்லியல் துறை உள்ளே நுழையுது. ஆயிரம் வருஷத்துக்கு முந்தின சோழர் கால ஓவியங்களும் நானூறு வருஷத்துக்கு முந்தின நாயக்கர் கால ஓவியங்களும் ஒண்ணுக்கொண்ணு ஒட்டியிருந்திருக்கு. பிறகு அதைய பிரிக்கிறாங்க...'

'அந்தப் படங்களை எல்லாம் பாக்கலாமாடா?'

'தாராளமா...'

புராணக்காட்சி, போர்க்காட்சி, ராஜராஜன் முழு உருவம், அவனுடைய மனைவிகள், ராஜராஜனுடைய குருமார்கள், நடன மங்கைகள், ஆண்கள், பெண்கள்... ‘சரியான பதிவுல்ல?’

‘ஆமா... இந்தப் பெயிண்ட்டப் பாரு... எத்தன நூறு வருஷங்களா அழியாம...’

‘அந்தக் காலத்துல நெரோலக், ஷாலிமார், குட்லாஸ், ஏசியன் பெயிண்ட்டுங்கல்லாம் இல்லப்பா தம்பீ...’

‘அப்புறம்?’

‘அத்தனையும் மூலிகைச் சாறு. அது கூட மரப்பிசின கலந்து தீட்டியிருக்காங்க...’

‘எந்தக் கைகள் எந்தத் தூரிகையால வரஞ்சதோ... யார் கண்டாங்க? எல்லாப் புகழும் இறைவனுக்கேங்குற மாதிரி எல்லா கிரிடிட்டும் ராஜராஜனுக்கு...’

‘அந்தப் பறவை பறந்து போகலன்னா... அந்த புரொபஸர் அதப் பாக்கலன்னா...’

‘சுவர் மூடியிருந்ததால நம்மாளுங்க கண்டுக்காம விட்ருப்பாங்க...’

‘சரித்திரத்த இப்டி எத்தன சுவர் மூடி மறச்சிருக்குதோ...’

‘மூடி மறச்சிருந்தாலும் ஒரே ஒரு ஓட்டை... ஒரு சின்னப் பறவை... ஒரு பேராசான். போதும்.. எல்லாம் நிகழ்ந்திரும்...’ சிக்கந்தர் சொன்னதைக்கேட்டு ரகமத்துல்லா பெருமூச்சு விட்டான்.

‘பெரிய கோவில் மாதிரி ஒரு பிரம்மாண்டத்தை எழுப்பிப் பாக்கணுன்னு ராஜராஜனுக்கு தோணியிருக்கு பாரு... அதுதான்... நம்மாளுங்களுக்கு ஷங்கர் படமும் பாகுபலியும் தான்டா பிரம்மாண்டம்.’

‘ராஜராஜன் தங்கச்சி குந்தவையுடைய தூண்டுதல் ஒரு முக்கியமான காரணம்னு படிச்சிருக்கேன்...’

‘சரிதான். ஆனா, ராஜராஜனுக்குள்ள இயல்பாவே ஒருவித ஆன்மீக உந்துதலும் ரசிகமனோபாவமும் இருந்ததும்பாங்க...’

‘இல்லன்னா எப்டி இவ்ளோ பெரிய விஷயம் சாத்தியப்பட்டிருக்கும்?’

'இலங்கைய ஜெயிச்சப்ப அங்கேயிருந்த புத்தவிஹார்களை எல்லாம் பார்த்துட்டு அதையெல்லாம் கடந்த ஒரு கலைக்கோட்டத்த உருவாக்க பிளான் பண்ணானாம்...'

'இருக்கும்...'

'காஞ்சிபுரத்துல ராஜசிம்மன்ங்குற பல்லவ மன்னன் கட்டின கச்சிப்பேட்டு பெரிய கோவிலப் பார்த்துத்தான் தஞ்சாவூர் பெரியகோவிலக் கட்ட திட்டம் போட்டான்னும் சொல்லுவாங்க...'

'இதக்கட்டி முடிச்சதுக்கப்புறம் எவ்வளவு பேர வச்சு பராமரிச்சிருக்கான் தெரியுமா? பாட்டுக்காரங்க, நட்டுவக்காரங்க, கானபாடிங்க, வங்கியக்காரவுங்க, பாடவியக்காரங்க, வாத்தியக்காரவுங்க, உடுக்கை வாசிக்கிறவுங்க, வீணை வாசிக்கிறவங்க, ஆரியம் பாடுவோர், தமிழ் பாடுவோர், கூத்தர், கெட்டி மேளக்காரங்க, கூத்தர்ங்க, கந்தர்வத்துறையார், சங்கு ஊதறவுங்க, பக்கவாத்தியக்காரங்க, உவச்சர்கள்ன்னு 'பதினேழு வகையான கலைஞர்கள்'

நந்தியைக் கண்ட ரகமத்துல்லா உள்ளே வந்து தீவு தீவாகப் புல்வெளியில் அமர்ந்திருந்தவர்களையும் வேடிக்கை பார்த்தான். ஏதோ ஒரு நினைப்புடன் நடராஜர் சந்நிதிவரைக்கும் போய்வந்த சிக்கந்தர், பர்தா அணிந்த முஸ்லிம் பெண்கள் கூட்டமொன்றை எதிர்கொண்டான்.

'எங்கிருந்து வர்ராங்க இந்த பூஜான்கல்லாம்...'

'பூஜான்ங்கிறது தஞ்சாவூர் வழக்குல்ல?'

'புவ்வான்னும் சொல்லுவாங்க. அரபுப்பதமா உருதுபாஷையான்னு தெரியல...'

'தஞ்சாவூர் முஸ்லிம்ஸ் எல்லாரும் தமிழா, உருதும் கலந்திருக்கா?'

'தமிழ்தான் மெஜாரிட்டி, உருதுக்காரவுங்களும் ஒரு பக்கமா இருக்காங்க... மானம்புச்சாவடின்னு ஒரு ஏரியா இருக்கு இங்க. ஒரு காலத்துல மொஹர்ரம் பண்டிகைக்கி பஞ்சா எடுத்துட்டு சவுக்கால அடிச்சிட்டு பெரிய ஊர்வலம்லாம் போகுமாம். எங்க சமையல்காரர் சொல்லுவார்...'

'அவரு என்னடா நெறய்ய கதைங்கல்லாம் சொல்வார்போல...'

'ஒன்ட்டயும் ஆரம்பிச்சுட்டாரா? ஆனா பெரிய என்சைக்ளோ பீடியா தான்டா அவரு. என்ன ஞாபகசக்தி மனுஷனுக்கு அப்பா....'

‘இந்த வயசுலயும் எக்சசைஸ்லாம் பண்ணுவார் போல. சட்டயக் கழட்டி மார்ப விரிச்சுக் காட்னார் பாரு. மெரண்டுட்டேன்...’

‘தண்டால் போட்டுக் காட்டியிருப்பாரே’

‘இல்ல’

‘அதுக்கொரு டைம் வச்சிருப்பார். போட்டுக்காட்டுவார் பாரு...’

‘இப்பவும் மொஹரம் பண்டிகைக்கி அந்த ஊர்வலம்லாம் நடக்குதாடா?’

‘எப்டி நடக்கும்? அதுதாம் தவ்ஹீதுங்க வந்துட்டானுவலே. சமூகத்த சுத்தப்படுத்தறானுகளாம். ராஸ்கல்ஸ்... பண்பாடுன்னா என்னன்னு தெரியாத பயலுக. நடக்கவிடுவானுகளா? ஆமா... நீ தவ்ஹீது இல்லையே?’

‘டேய்... யாரப்பாத்து என்ன கேள்வி கேட்ட? தவ்ஹீதுதான் இப்டி பெரியகோயிலுக்கு வந்து சிற்பங்களை எல்லாம் ரசிப்பானா?’

‘அவனுங்க ‘இணை’ வைக்கக்கூடாதும்பானுக’

‘எவன்டா இணை வைக்கிறான்? ஒரு விஷயத்த ரசிச்சா கலாபூர்வமா அணுகினா அது ஆண்டவனுக்கு இணையானதுன்னு அர்த்தமாகுமாடா? தர்காவுக்கு போகக்கூடாதுங்கறானுகளே... தர்காக்குப் போற முஸ்லிம்லாம் அங்கே உள்ள கபுற விழுந்தா கும்முட்றாங்க?

‘சரி விர்ரா...’

பெரியகோயில் புளியோதரையை இருவரும் ருசிபார்த்தார்கள். ‘நம்ம ஊர் புளிச்சோறு வேற... இதுவேற இல்லையா?’

‘ஆமா... ராத்திரி மிச்சமாகுற சோத்த தண்ணி ஊத்தாம வச்சுருந்து சின்ன வெங்காயம் வரமொளகா கருவேப்பில கிள்ளிப்போட்டு நல்லெண்ணெயில கடுகப்போட்டு எங்கம்மா தாளிக்கும். அதுக்கு தொட்டுக்க கல்ல தேங்கா சட்னி. காலைல ஸ்கூலுக்குப் போறப்ப அதுதான் டிபன். அந்த ருசி இன்னும் நாக்குலயே இருக்குது...’

‘தஞ்சாவூர் புளியோதரைல பெருங்காயம் சேத்துவாங்கபோல...’

‘ஆமா அது கொஞ்சம் தூக்கலாத் தெரியும். ஆனா தனி மணமா இருக்கும். கடல தேங்கா சட்னி இல்ல இங்கே. கடுகுத் தொவையல்...’

‘தஞ்சாவூர் தீனிங்க தனி இல்லே...’

‘ம்... போளி சாப்பிட்டுப்பாரு. மத்தியானம் ரெண்டு மணி வாக்குல ஒரு ஆள் கத்தீட்டுப் போவாம் போளீ... போளீ... ன்னு. சந்திரலேகான்னு ஒரு ஸ்வீட் இருக்கு. செம டேஸ்டா இருக்கும்... ரயிலடில உள்ள பாம்பே ஸ்வீட்ஸ்ல அத வாங்கணும். திருவையாறு ஆண்டவர் ஸ்வீட் ஸ்டால்ல அசோகா சூடா தின்னுட்டு பாதாம் பால் குடிக்கணும்...’

‘குடுத்து வச்சவன்டா நீ...’

‘பேசாம நீயும் நம்ம கடையில ஜாயின்ட் பண்ணிக்க... வேல பாத்துக்கிட்டே பிஎச்.டி.பண்ணு. தஞ்சாவூர்ல இருந்தா உன்னோட தீஸிஸ்க்கு வசதியாவும் இருக்கும்.’

‘அதான்டா யோசிக்கிறேன். இன்னம் ஒருவாரம் இருந்தேன்னு வச்சுக்க தஞ்சாவூர்ல வேர் பிடிச்சுக்கும். சரி.. இன்னைக்கி உன்னோட லைன எனக்கு காட்ற... ஏதோ மேம்பாலம்.. மெடிக்கல் காலேஜ்னல்லாம் சொன்ன. அப்பறம் அந்த ஸ்னோலின்...’ கண்ணடித்தான் ரகமத்துல்லா. மின்னல் வெட்டியதைப்போல ஸ்னோலின் மொடமொடப்பான காட்டன் புடவையில் தோன்றி மறைந்தாள் சிக்கந்தர் மனத்தில்.

‘என்னடா ட்ரீமா? டேய்.. திருச்சபைல எதுவும் சேர்ந்துராதடா. ஏற்கனவே நீ பைபிள் வசனங்களா வேற ஒப்பிப்பே... சின்ன வயசுல இருந்தே ஜீஸஸ்மேல ஒனக்கு ஒரு மயக்கம் இருக்குதானே?’

‘சும்மா எதுனா ஒலறாதடா...’

‘அப்ப ஸ்னோலினுக்கு என்னதான் தீர்வு?’

‘பிரச்சனையா இருந்தாத்தானே தீர்வு?’

‘அப்பப் பிரச்சனையே இல்லைங்கிறியா... எல்லாம் கதம் கதம்மா? கவர்மென்ட் ஸ்கூல் டீச்சர்ங்குறதால பிரச்சனை இல்ல ஒனக்கு. சுமுகமாப் போகும்... நமக்கு அப்டி எதுனா ஒண்ணு பார்த்து ஏற்பாடு பண்றா...’

‘என்னை என்ன மாமா வேல பாக்குறவன்னு நெனச்சியா... கம்னாட்டி...’

‘டேய்... டேய்... தஞ்சாவூர்க்காரனாவே மாறிட்டே. வாயில வர்ரதெல்லாம் வட்டார வழக்கா இருக்கு...’

‘என்னடா ஆச்சு ஒனக்கு? நல்லாத்தானே இருந்தே கொஞ்சம் நேரம் முன்னவரைக்கும்...?

‘புளியோதர சாப்ட்டதுல இருந்து புத்தி மாறிப்போச்சு...’

‘அப்ப போளி, அசோகா, சந்திரலேகால்லாம் சாப்ட்டா?’

‘அய்யம்பேட்டைலயோ சக்கராப்பள்ளிலயோ ஒரு பொண்ணப் பாத்துகட்டி அக்கடான்னு செட்டிலாக வேண்டியதுதான். எப்டியும் நூறு பவுன் போடுவானுங்கல்ல இந்தப் பக்கம் உள்ள பாய்ங்கல்லாம்...’

‘அதுக்கு நீ மஸ்கட்லயோ ரியாத்லயோ இருக்கணும் ஞாபவம் வச்சுக்க...’

‘ஓ... நமக்கு இந்தப் பொண்டாட்டிய ஊர்ல விட்டுட்டு காசுக்காக வெளிநாட்டுக்குப் போற கல்ச்சர்லாம் ஒத்துவராது...’

‘அப்ப ஒழுங்கா பிஎச்.டி.யை முடி. தமிழ்ப்பல்கலைக்கழகத்துல முயற்சி செய்யலாம்...’

‘டேய்... டேய்... டேய்... உன்னோட கற்பனைக்கு அளவே இல்லையா... நடக்கறதப் பேசுடா...’

இருவரும் கோயிலை நான்கு முறையேனும் சுற்றி வந்திருப்பார்கள். கால்கள் வலிக்க ஆரம்பித்தன. புல்தரையில் அமர்ந்தனர்.

‘இங்கே பக்கத்துல ஏதோ ஊர்ல டைரக்டர் ரஞ்சித் பேசின விஷயத்த கவனிச்சியா...?’

‘ஆமா.. ராஜராஜன் காலத்துல தான் தலித்துகளோட நிலங்களெல்லாம் பறிக்கப்பட்டதுன்னு... அது உண்மையா?’

‘ராஜராஜன் மேல அந்தக் கம்ப்ளைன்ட் எப்பவும் உள்ளதுதானே? அது ஏற்கனவே வைக்கப்பட்ட விமர்சனம் தானே?’

‘ஒருபக்கம் பெரியகோயில்ங்கற பண்பாட்டு விஷயத்துக்காக அவன நாம மெச்சிக்கிட்டாலும் அவனோட ஆட்சிக்காலத்துல ஜனங்க பாடு திண்டாட்டமா இருந்தத மறைக்கக் கூடாதுல்ல.’

‘இன்னொரு புளியோதர வாங்கிட்டு வரவா?’

‘ஏம் ஒனக்குப் பசிக்குதா?’

‘இல்ல... கேட்டேன்....’

‘இப்ப நாம டிமான்ஸ்ட்ரேசன்னால. ஜி.எஸ்.டி.னால, நீட் எக்சாம்னால இந்தி திணிப்புனால பாதிக்கப்பட்ட மாதிரி அவன் காலத்துல ஆட்டுக்கறை, நல்லெருது, ஓடக்கூலி, ஈழம்பூட்சி, தரகுப்பட்டம், தறிஉறை, மீன்பாட்டம், வட்டிநாழி, கண்ணாலக்காணம், வண்ணாரப்பாறை, குசக்கானம்ன்னு ஏகப்பட்ட வரி விதிப்பு. இதுல பாதிக்கப்பட்டவனுங்க எல்லாம் பணக்காரனுங்க இல்ல; பாவப்பட்ட மீன்காரன், விவசாயி, வண்ணான், நெசவாளி, ஆடுமேய்க்கிறன், ஓடக்காரன், கள் எறக்குறவன்... கல்யாணம் பண்ணிக்கிட்டா கண்ணாலக் காணம்ங்குற வரி கட்டணும்னு சொல்லி கெடுபிடி வசூல் பண்ணுனவன் உலகத்திலேயே நம்ம தலைவன்தான். வரிகட்டாதவன்லாம் சிவதுரோகிகள்... அதுக்கு தண்டனையா அவங்க நிலங்கள பறிச்சு பிராமணர்களுக்கு குடுத்தான். அதுதான் பிரம்மதேயம், சதுர்வேதி மங்கலம்...’

‘ஏன்டா லைனுக்கெல்லாம் போயி யேவாரம் பண்ணுவியா... இல்ல பெரியகோயிலுக்கு வந்து புளியோதரை வாங்கி சாப்ட்டு இப்டியே ராஜராஜன் காலத்துல உலாத்திக்கிட்டு இருப்பியா?’ ரகமத்துல்லா தமாசுக்கு கேட்டான். ஆனால் உள்ளூற அவனுக்கு இந்த சந்தேகம் இருக்கவே செய்தது. காரணம் சிக்கந்தர் கொடுக்கின்ற தகவல்கள். அவனைக் கேட்டால் ‘அடப்போடா... இதெல்லாம் நான் தஞ்சாவூருக்கு வர்ரதுக்கு முன்னாலயே படிச்சட்டேன்’ம்பான்.

‘சமஸ்கிருதத்து பாஷை மேல ராஜராஜனுக்குப் பெரிய மோகம் இருந்திருக்கு. அவன் தொடங்கிய பள்ளிக்கூடங்கள்ல மீமாம்சம், வியாகரணம், இதிகாசம், சிவதருமம்னு வடமொழி இலக்கண இலக்கியங்கள் தான் கற்பிக்கப்பட்டிருக்கு. பெரிய கோயில் கல்வெட்டுக்கள்ல தான் தமிழ்நாட்டிலேயே முதன்முதலா சமஸ்கிருத அட்சரங்கள் பொறிக்கப்பட்டிருக்கு...’

‘இதுல ஒண்ணும் தப்பில்லையேப்பா. நம்ம கவர்மெண்ட்டும் அதத்தானே செஞ்சிட்டிருக்கு?’

‘கிட்டத்தட்ட ஆயிரம் வருஷங்களுக்குப் பின்னர் ராஜராஜனே உயிர்த்தெழுந்து வந்து ஆட்சி செய்றானோங்குற ஃபீல் வருதுல்ல...’ இருவரும் சேர்ந்து சிரித்தனர்.

அவர்களிருவரும் அமர்ந்திருந்த புல்தரைக்கருகில் ஒரு மரம் நின்றது. அதைக்காட்டி ‘வில்வமரம் இது. சிவனுக்கு உகந்த விருட்சம்’ என்றான் சிக்கந்தர்.

‘உன்னக்கேட்டனா? கம்முன்னு இர்ரா’ன்னான் திடீர் எரிச்சலுடன் ரகமத்துல்லா.

‘என்னாச்சு இவனுக்கு. திடீர்னு வெறியாயிட்டான்’னு பார்த்தான் சிக்கந்தர். ரகமத்துல்லா அப்போதுதான் வந்திருந்த மெஸ்ஸேஜை திரும்பத் திரும்ப வாசித்தபடி இருந்தான். என்ன தகவலென அறிந்துகொள்ள இவன் ஆர்வங்கொள்ளவில்லை. ஆனால் அது ரகமத்துல்லாவுக்கு உவப்பான தகவலில்லை என்பது மட்டும் புரிந்தது. ஒருவழியாக மொபைலை பாக்கெட்டில் வைத்தான்.

‘இப்ப நீ கம்முன்னு இருன்னு சொன்னேல்ல. அதுக்கு சும்மா இருன்னு அர்த்தம். சுடாக்கர மந்திரம் அது. ‘ஓம் கம் கணேசாய நம’. கம்முன்னு இருந்தால் பிள்ளையார் சிறப்பா நடத்தி வைப்பார்ன்னு சொல்லுவாங்க’ ரகமத்துல்லா சிரித்தபடி ‘இப்ப நீ கம்முன்னு இரு’ என்றான். பிறகு என்ன நினைத்தானோ

‘என் தீஸிஸ்க்கு யூஸ் ஆகுற மாதிரி ஏதாவது சொல்லு’ ன்னான்.

‘ஏங்க ளாடியாள் அங்காடியும்
இவள் மகள் பெருங்காடியும்
இவள் மக்களும்
திருவக்கரை உடைய மாதேவர்க்கு
தேவரடியராக நீர் வார்த்துக் கொடுத்தோம்...’

‘என்னடா இது ஏதோ செய்யுள் ஒப்பிக்கிற.’

‘செய்யுள் இல்லடா மச்சி. கல்வெட்டுல செதுக்கியிருக்கிற வரிகள். ஒரு விவசாயி தன் நிலத்துல ஒரு பயிருக்கு ஊடு பயிரா இன்னொரு பயிர வளர்த்தா ‘ஊடுபோக்குவரி’ன்னு ஒரு வரி வசூலிச்சான் ராஜராஜன். வரிக்கொடுமை தாங்க முடியாம நிறைய குடும்பங்கள் அவங்கள அவங்களாவே கோயிலுக்கு வித்துக்கிட்டாங்க. கல்வெட்டு அந்த கண்ணீர்க்கதைங்களச் சொல்லுது. சோழ மண்டலத்துல பல பாகங்களிலிருந்தும் நானூறு பெண்கள ஒடம்பில சூடுபோட்டு தஞ்சாவூருக்கு இழுத்துட்டு வந்து தளிச்சேரி ஒண்ண உருவாக்கி அதுல வச்சு பராமரிச்சவர்ப்பா ராஜராஜன். இப்பேர்பட்ட ராஜராஜன ரஞ்சித் பேசினாலோ ராமசாமி பேசினாலோ பொறுத்துக்குவாங்களா என்ன?’

‘தாஜ்மஹால் கட்னப்பவும் இது மாதிரி கொடுமைகள் நடந்திருக்கும் தானே?’

‘நடந்திருக்கும். ஆனா தளிச்சேரி மாதிரி ஒண்ண ஷாஜகான் உருவாக்கலையே?’

‘ஏன்டா மொகல்ஸோட அந்தப்புரங்கள்ல இல்லாத பெண்களாடா? அரவாணிகளக்கூட அவங்கவிட்டுவைக்கலியே?’

‘ராஜராஜனப் பேசிட்டிருக்கும்போது எதுக்கு நீ மொகலாயர் காலத்துக்குப் போற? ஊர்ல இருந்து வரும்போது ‘வந்தார்கள் வென்றார்கள்’ எதும் படிச்சிட்டு வந்தியா?’ சிரித்தான் ரகமத்துல்லா.

‘எப்டியோப்பா ஒரு ‘கைடு’ தேவைப்படும்னு நெனச்சேன். உன்ன வச்சே சில விவரங்கள் தெரிஞ்சுகிட்டேன். ஆனாலும் கைடுன்னா இன்னும் கொஞ்சம் கூடுதலா தெரிஞ்சிருக்கலாமோங்கற எண்ணமும் இருக்கு’

‘இங்குள்ள கைடுங்களோட பேசிப்பாரு. கோபுரத்தோட உயரத்த சொல்லுவானுவ. கோயிலோட பரப்பளவச் சொல்லுவானுவ. நீ ஏதோ கோயில அளந்து வெலைக்கு வாங்க வந்தவனாட்டம் பேசுவானுவ. எவனும் உருப்படியான ஒரு தகவல்கூட சொல்லமாட்டானுவ...’

‘நீயே ஒரு கைடா மாறலாமே...’

‘ஃபாரினர்ஸ் வந்தா அவங்களோட பேச ஃப்ளூயன்ட் இங்லிஸ் வேணும். நம்ம அரகொற... சரி... இனி என்ன சரஸ்வதி மஹால் லைப்ரரிய பார்த்தா வண்டி ஏறீருவதான?’

‘வண்டியேத்தி விட்றதுலயே குறியா இருக்கியேடா?’

‘நாங்க பொழப்ப பாக்க வேணாமா?’ நடந்தார்கள். வெளியேறும்போது சண்டனும் பிரசண்டனும் கண்ணில் பட்டனர்.

‘துவாரபாலகர் எதுக்காக ஆள்காட்டி விரல ஒருவிரல காட்றாரு?’ ரகமத்துல்லா சந்தேகம் கேட்டான். சிக்கந்தர் தொண்டையைக் கரகரப்பாக மாற்றிக்கொண்டு ‘ஆட்காட்டி விரல்காட்டி நின்றாய் அண்ணா... இன்னும் ஓராண்டே வாழப்போகிறேனென்று நீ ஓர் விரல் காட்டியது இன்றன்றோ புரிகிறது. நிழல் நீதான் என்றிருந்தோம். நீ கடல் நிலத்திற்குள் நிழல்தேடச் சென்றுவிட்டாய். எதையும் தாங்கும் இதயம் வேண்டுமென்றாய். இதையும் தாங்க ஏதண்ணா எமக்கிதயம்...’ எனக் கலைஞர் மாதிரி பேசிக்காட்டினான்.

‘தெரியாது. துவாரபாலகர் எதுக்கு ஒரு விரல் காட்றாருங்குற விவரம் ஒனக்குத் தெரியாது. அதுக்காகத் தானே இந்த சமாளிப்பு?’ ரகமத்துல்லா கேட்கவும்.

‘தெரியும்.. அண்ணாவ நான் சொன்னதுல ஒரு அர்த்தமிருக்கு. பெரியார்ட்ட இருந்து பிரிஞ்சு திமுக ஆரம்பிச்சதும் அண்ணா என்ன சொன்னார்’

‘என்ன சொன்னார். எவனுக்குத் தெரியும்?’

‘டேய் எல்லாருக்கும் தெரிஞ்ச ஆன்ஸ்வர்டா...’

‘எனக்குத் தெரியாதுப்பா...’

‘ஒன்றே குலம் ஒருவனே தேவன்னு சொன்னார்’

இதுதானா... இதுதாம் எனக்குத் தெரியுமே.. இதுக்கும் துவாரபாலகர் ஒருவிரல் காட்றதுக்கும் என்னடா சம்மந்தம்?’

‘துவாரபாலகர் சொல்றதும் அதே விஷயம்தான். கடவுள் ஒருவரே. அதையத்தான் அவர் ஒருவிரல் காட்டி சிம்பாலிக்கா சொல்றார். நீ கோயிலுக்குள்ள நொழையும்போதே ‘நான் உள்ள போய் இறைவனை வணங்க அனுமதி தாருங்கோ’ன்னு துவாரபாலகர்ட்ட பெர்மிஷன் வாங்கிட்டுத்தான் போகணும்...’

‘டேய் எப்பர்ரா இதெல்லாம்? அண்ணாவுக்கும் துவாரபாலகருக்கும் அழகா முடிச்சுப் போடுறியேடா... நீ எங்கியோ இருக்க வேண்டியவன்டா...’

‘ஒனக்குத் தெரியுது.. இந்த ஜனங்களுக்குத் தெரியலியே...’

பெரியகோவில் வெளிப்பக்கத்தில் வரிசையாக அமர்ந்திருந்த காவி உடுத்திய பிச்சைக்காரர்கள், கிளி ஜோதிடக்காரர்கள், நாடி ஜோதிடர்கள், நாடி தளர்ந்து நரையோடியவர்கள், நோயாளிகள், மக்களே போல்வர் கயவர்ங்கிற மாதிரி மாறுவேடம் பூண்டவர்கள் எல்லோருக்கும் காரிலிருந்து இறங்கிய பணக்காரி ஒருத்தி ஒட்டத்தைத்த தேக்கிலையில் சுடச்சுட சோறுபோட்டு சாம்பார் அள்ளி ஊற்றினாள். கரடுமுரடாக தாடியும் தலைமுடியும் வளர்த்து கண்களில் பீழை தள்ளிய காமுகன் ஒருவன் இலையில் விழுந்த சோற்றைப் பார்க்காமல் சோறு போடக் குனிந்த சீமாட்டியின் ரவிக்கையை முந்திக்கொண்டு விழுந்த வெளுத்த மார்பகங்களையே விழுங்கிக் கொண்டிருந்ததை நண்பர்களிருவரும் கவனித்தனர்.

‘இவனுக்கு வயித்துப்பசிய விட அந்தப்பசி அதிகம்டா மாப்ள. பாவம் அதையார் ஆத்துவா’ன்னான் சிக்கந்தர்.

‘நம்மளும் உக்காந்துருவமா...?’ ரகமத்துல்லா கேட்டான்.

‘அடச்சீ... புத்திபோகாதே...’

‘தேவலையேப்பா... பதினொன்னர மணிக்கெல்லாம் சுடுசோறு; காய்கறிகளோட சாம்பாரு; அப்பளம்... அதும் இந்த மாதிரி புண்யவதி கையால பரிமாற குடுத்து வச்சுருக்கணுமேப்பா... நம்பி வரலாம் போலயே தஞ்சாவூருக்கு. இதுனாலதான் அப்பவே சோழநாடு சோறுடைத்துன்னுருக்கான் புலவன்...’

‘போடா லூசு... ஒனக்கு இதுதாம் பெரிசா தெரியுது... இன்னொரு பக்கம் விவசாயிங்கல்லாம் எலிக்கறியிம் தவளக்கறியும் தின்னு உயிர்வாழ்றாங்கடா...’

‘தெரியும்... எப்பவும் உன்ன மாதிரி சீரியஸாவே இருக்கமுடியாது என்னால. அதுனாலதான் அப்பப்ப ரிலாக்ஸ் பண்ணிக்கிறேன். புரிஞ்சுக்குவியா... அதவிட்டுட்டு...’

தலையாட்டி பொம்மைகளையே வைத்த கண் வாங்காமல் பார்த்துக் கொண்டிருந்தான் ரகமத்துல்லா.

‘வேணுமா?’ சிக்கந்தர் கேட்டான். வேண்டாமெனத் தலையை ஆட்டினான்.

‘இந்த பொம்மைங்கள மாதிரியே தலைய ஆட்டுற...’ அதற்கும் தலையை ஆட்டினான். சிக்கந்தருக்கு தான் தஞ்சாவூருக்கு வந்த அன்று வாங்கிய பொம்மையின் நினைவு வந்தது. இத்தனை காலமாயிற்று. அந்த பொம்மையை சுதந்திரமாக வெளியில் எடுத்து ரசிக்க முடியவில்லையே என்கிற ஆதங்கம் எழுந்தது. பொம்மையை நினைக்கையில் திடீரென மனது கலவரமாயிற்று. சமீபமாக அந்தப் பொம்மை நம் கண்களுக்கே தட்டுப்படவில்லையே என யோசித்தான். லைனில் ரிட்டர்ன் வந்த பொருட்கள் புழங்கிப் பழசான நாற்காலிகள், மெத்தைகள் எல்லாம் போட்டு வைப்பதற்கென்றே வீட்டில் ஒரு அறை இருக்கிறது. அந்த அறைக்குப் பெயரே ‘பழைய ரூம்’. அந்த அறை புழக்கத்தில் இல்லையானாலும், மொபைலுக்கு சார்ஜ் போட, துணி அயர்னிங் செய்துகொள்ள, பழைய பொருள் எதையேனும் உள்ளே வைக்க இப்படி எதன் பொருட்டாவது சிக்கந்தர் அந்த அறைக்குள் அடிக்கடி சென்று திரும்புவான். நேற்றுக்கூட அந்தப் பழைய ரூமில் தான் சார்ஜ் போட்டான். தலையாட்டி பொம்மை அந்த அறையினொரு மூலையில்தான் இருக்கவேண்டும். கதவைத் திறந்தவுடன் அவன் கண்களில் விழுவது அந்த பொம்மைதான். ஆனால் நேற்று அந்தப் பொம்மை அதற்கான இடத்தில் இல்லை...

உபயோகமற்ற பொருட்களுடன் ஒன்றாகத்தான் அங்கு அந்த பொம்மை நின்றது. ஆனால் சிக்கந்தருக்கு அப்படி அல்ல.

அவனைப் பொறுத்தமட்டிலும் அதற்கு உயிர் இருந்தது. அல்லது அவன் உயிர்தந்திருந்தான். வீட்டிலேயே புறக்கணிக்கப்பட்ட ஜீவன் ஒன்று இருக்குமானால் அது இப்படித்தான் ஒரு மூலையில் முடங்கிக்கிடக்கும். பிறர் பார்வைக்கு அது ஜடம். ஊரின் கலைச்சின்னங்களில் ஒன்றாக இருந்தும் அந்த வீட்டில் அது அதற்குரிய அங்கீகாரத்தைப் பெற்றுவிடமுடியவில்லை. அது எப்படி முடியும்? ஆனால் சிக்கந்தருடன் அது ஆழ்ந்த தொடர்பிலிருந்தது. அவன் அந்த பொம்மையுடன் அவ்வப்பொழுது உறவாடினான். உரையாடினான். தனக்கென்று அந்த வீட்டில் இருக்கும் பிரத்யேக பந்தம் என்றே அதைக் கருதினான். அது ஒரு மூலையில் நின்றாலும், பல இரவுகளிலும் பகல்களிலும் நிசிகளிலும் வெயில் மழை காற்று புயல் என இயற்கையின் அத்தனை ஜாலங்களின் ஊடாகவும் அது பயணிக்கிறது. தன்னைச் சிருஷ்டித்தவனை நினைத்த நேரத்தில் சென்று பார்க்கிறது. தன்னை வளர்த்தவனைக் கண்டு நலம் விசாரிக்கிறது. வெறும் மண்ணாய், வண்ணங்களாய் சிதறுண்டு வெவ்வேறு இடங்களில் பயனற்றுக் கிடந்ததொரு காலம். அந்தக் காலத்தையும் அது தன் ஓர்மையில் கொண்டுள்ளது. சம்பிரதாயமானதொரு கைகளில் கிடைக்காமல் தன்னை நேசிக்கிற ஒருவனின் அன்புப் பிடிக்குள் சிக்கியதற்காக அது கர்வங் கொள்கிறது.

சிக்கந்தர் அறிவான் அதன் இயக்கத்தை நடமாட்டத்தை. பல இரவுகளில் ஓசையில்லாமல் அது கதவைத் திறந்து வெளியேறிச் செல்வதையும் பிறகு அகாலத்தில் திரும்புவதையும் கவனித்திருக்கிறான். ஆளரவற்ற தஞ்சாவூர் வீதிகளில் அது தனியே அலைந்து திரிகிறது. ஒருநாள் இரவு ஊர்க்காவலுக்காக வேண்டி கபுறுகளிலிருந்து எழுந்து வெளியேறிய ரெட்டமஸ்தான்களைச் சந்தித்து வந்தது. பொம்மை உள்ளேறும்போது வீசிய நறுமணத்தில் ரெட்டமஸ்தான்களின் தரிசனங்கண்டான் சிக்கந்தர்.

சிக்கந்தருக்கும் பொம்மைக்குமான உறவு அந்தரங்கமானது. அதை அவன் வெளியில் பிரஸ்தாபிப்பதில்லை. சொன்னால் பைத்தியம் என்பார்கள்.ஏனோ மரியம்மிடமும் ஸ்னோலினிடமும் மட்டும் சொல்லவேண்டுமெனத் தோன்றியிருக்கிறது. சொன்னதில்லை. நாகூராருக்கு பொம்மையின் நடமாட்டம் மங்கலாகப் புலப்பட்டிருக்க வேண்டும். அடிக்கடி ‘இந்த வீட்டுக்குள்ள ஏதோ ஒரு மறைவான விஷயம் இருக்கு’ என்பார்.

‘எதையாவது சொல்லி பீதியக் கௌப்புறதே இந்தாளுக்கு வேலையாப் போச்சு’ என்பான் அப்போது அன்வர். பொம்மையைக் காணோம் என்றால் அது நாகூராரின்

கைங்கர்யந்தான்; சந்தேகமில்லை என்று தீர்மானித்தான் சிக்கந்தர்.

சிவகங்கைப் பூங்கா வேண்டாம் என்றான் ரகமத்துல்லா. அங்கே ஒன்றுமில்லை என்பது இவனுக்குக் கூட தெரிந்துவிட்டதா என்று நினைத்த சிக்கந்தர் 'பல நூற்றாண்டு காலங்களா வாழுற வாகை மரங்கள் வேண்ணா இருக்கு; பார்க்கலாம். வீணை தயாரிக்கிறத பார்க்கலாம். ஆச்சரியமா இருக்கும், ஒரு மரத்த கடஞ்சு கொடஞ்சு அது ஒரு இசைக்கருவியா உருமாறுது. நான் மணிக்கணக்குல சளைக்காம நின்னு பார்த்திருக்கேன்...' என்றான்.

'நான் யார் உனை மீட்ட? வரும் நன்மைக்கும் தீமைக்கும் வழிகாட்ட...' ரகமத்துல்லா 'வசந்தமாளிகை' பாடலை ஹம் செய்தான்.

'அருமையான பாட்டுடா... எம்.எஸ்.வி., கண்ணதாசன் காம்பினேஷன்ல ஒரு ஜீவகானம். சிவாஜி வீட்ல உள்ள தன்னுடைய பார்ல உட்கார்ந்து குடிச்சிட்டிருப்பாரு. வாணிஸ்ரீ வீணைய மீட்டிட்டே பாடுவாங்க. ஒரு கட்டத்துல சிவாஜி எழுந்து வந்து உணர்ச்சி மேலிட வாணிஸ்ரீய பார்ப்பாரு. அப்பா... என்ன மாதிரியான காட்சி... சிலிர்க்குதுடா. போனவாரங் கூட ஒரு சானல்ல இந்தப் பாட்டப் போட்டான்...' என்றான் சிக்கந்தர்.

'நீ சொன்னதெல்லாம் சரி... ஒரு திருத்தம்...'

'சொல்றா'

'அது எம்.எஸ்.வி. போட்ட ட்யூனில்ல..."

'பின்ன ?'

'கே.வி.மகாதேவன் மாமா. திரைஇசைத்திலகம்...'

'சரியா சொன்னடா... அது கேவிஎம்.தான். டைட்டில் கூட நல்லா ஞாபகமிருக்கு. உதவி புகழேந்தின்னு கூட போடுவாங்க.'

'ஆமா... இரண்டு மனம் வேண்டும்... பாட்டு எழுதுனப்போ கண்ணதாசன் ஒரு சரணத்தோட கடைசி வரிக்காக சிரமப்பட்ருக்காரு. கண்களின் தண்டனை காட்சி வழி. காட்சியின் தண்டனை காதல் வழி. காதலின் தண்டனை கடவுள் வழி.... அடுத்த வரிக்கு வழியில்ல. யோசிச்சு யோசிச்சு சில சிகரெட்டுகளை ஊதித்தள்ளி... வரி கெடைக்கலியே... அப்பத்தான் கேவிஎம் பக்கம் உட்கார்ந்திருந்த புகழேந்தி 'கவிஞரே... கடவுளைத் தண்டிக்க என்ன வழி'ன்னாராம். சபாஷ்ன்னு கண்ணதாசன் அவர் தொடைல தட்டுனாராம்...'

‘நல்லாருக்கே... இது உன் கற்பனையா? ஏன்னா கண்ணதாசன் பாட்டுகளவச்சு தமிழ்நாட்ல பல புனைவுகள் காலகாலமா ஓடிட்டிருக்கு...’

‘நெஜமாலுமே எப்பவோ எதுலயோ படிச்ச விஷம்யம்டா மாப்ள...’

‘சரி கண்ணதாசனுக்கு கடவுளைத் தண்டிக்க என்ன வழிங்குற வரி ஏன் தோணல சொல்லு பாப்பம்’

‘தெரியலையே’

‘ஏன்னா கண்ணதாசனது ஆன்மிக மனமில்லையா. அவர் எப்டி கடவுளைத் தண்டிக்க என்ன வழின்னு எழுதுவாரு? அந்த வரியே வந்து விழுந்துருந்தாலும் அதை எடுத்து தூரப்போட்ருப்பாரு..’

‘ஏன்... ‘புதிய பறவை’ல கண்ணைப் படைத்து பெண்ணைப் படைத்த இறைவன் கொடியவனேன்னு அவர்தானே எழுதுனாரு?’

‘ஒரு கருத்த நிறுவ விடமாட்டீங்களே. உடனே போட்டு ஒடச்சுருவீங்களே...’

‘புன்னைநல்லூர் போகணும்டா... ஈஸ்வரி நகர்ல இருந்த புள்ளி ஒண்ணு அங்க குடிபோயிருச்சு. இந்தக் குடி மாத்திப்போறது நமக்குப் பெரிய தொல்லை. போறது போறாங்க... கணக்க முடிச்சுட்டுப் போனாங்கன்னா பிரச்சனை இல்ல. ஏதோ இந்த செல்போன் இருக்கறதால தகவலாவது தெரியிது. இல்லன்னா பார்டி பாட்டுக்கு மயிரே போச்சுன்னு போயிரும். நம்ம கெடந்து அன்வர்ட்ட லோப்படணும். இதுல ஏரியா பிரச்சன வேற. ஸ்னோலின் கணபதி நகர்ல இருந்து மிஷன் தெருவுக்குப் போயிட்டா. அவ கேட்ட ஸ்டவ்வ குடுக்க நா அங்க போனேன். அந்த ஏரியா முபாரக்குது. என்னெப் பாத்துட்டாம் போல. உடனே அன்வர்ட்ட கம்ப்ளைண்டு. இப்ப மயிரான் எங்கூட பேசறதில்ல. ஏதோ மிஷன் தெரு இவனோட அப்பன் வீட்டு சொத்து மாதிரியும். நா அதுல பங்கு கேட்டுட்ட மாதிரியும் முறுக்கிக்கிட்டுத் திரியறான். போடான்னு விட்டுட்டேன். புன்னை நல்லூரும் அவம்பாக்குற ஏரியாதான். இப்போ வனஜாவத் தேடி நான் அங்க போனாலும் பிரச்சன பண்ணுவாம் பாரேன்...’ சிக்கந்தர் தொழில் ரீதியாகப் புலம்பத் தொடங்கியதும் அவனுடைய மூடு மாறிவிட்டதைத் தெரிந்து கொண்டான் ரகமத்துல்லா. ஆனால் புன்னை நல்லூர் என்றதும் மனம் அங்கே தாவிக்கொண்டது.

‘புன்னை நல்லூர் மாரியம்மங் கோவில் ரொம்பப் பிரபலம்ல மாப்ள...’ என்றான்.

‘அந்த ஊருக்குப் பேரே புன்னை நல்லூர்ங்கறது மாறி மாரியம்மன் கோவில்ன்னு ஆயிப்போச்சு..’ன்னவன் ஒரு சந்தர்ப்பத்தில் நாகூர் பிச்சை அந்த ஸ்தல வரலாற்றைச் சொன்னதை நினைத்துப் பார்த்தான். ராவுத்தாபாளையத்தில் ரேஷன்கடைக்கு நேர் எதிரில் வசிக்கும் கலைச்செல்வி அக்காவுக்கு கல்யாணமாகி பனிரெண்டு வருஷம் குழந்தை இல்லாமலிருந்து மாரியம்மன் கோவிலுக்குள் தனி சன்னதியிலிருக்கிற பேச்சியம்மனுக்கு நேர்ந்து கொண்டு காவடி எடுத்துதான் குழந்தை பாக்கியம் கிடைத்ததாக இவன் கடைக்கு வந்து சேர்ந்த புதிதில் பரபரப்பாகப் பேசிக் கொண்டார்கள். கலைச்செல்வி அக்காவை இவனுக்கும் தெரியும். சாந்த சொரூபி. அந்தத் தெருவில் அப்படியான குணசித்திரத்தைக் காண்பது அரிது. தவணைக்காரரர் வீட்டில் எல்லோருக்குமே அவள் நல்ல பழக்கம். வீட்டில் விசேஷமாக எது செய்தாலும் கொடுத்தனுப்புவாள். தை அமாவாசை, ஆடி அமாவாசைகளில் வடை பாயசம், விநாயகர் சதுர்த்திக்கு கொழுக்கட்டை, ஆயுதபூஜை சரஸ்வதிபூஜைக்கு பொரி கடலை பழம் தேங்காய், தீபாவளிக்கு வகைவகையான வீட்டுப் பலகாரங்கள், பொங்கலன்று சக்கரைப் பொங்கல், கரும்பு இப்படி ஏதாவது வந்துகொண்டே இருக்கும் அவள் வகையாக. நாட்டுச் சர்க்கரைப் போட்டு கலைச்செல்வி அக்கா செய்யும் பருப்புப் பாயசத்துக்கு யாவரும் அடிமைகள்.

‘முன்னூறு வருஷத்துக்கு மின்ன அது புன்னை மரங்களா வளர்ந்து கெடந்த காடு. அப்போ தஞ்சாவூர வெங்கோஜி மகாராஜா ஆண்டார். ஒருதடவ அவர் சமயபுரம் போயிருந்தார். அப்போ சமயபுரத்துக்கு கண்ணபுரம்கிறதுதாம் பேரு. மாகாராஜா கனவுல ஒரு நா ராத்திரி அந்த அம்மன் வந்து, ‘தஞ்சாவூருக்கு கெழக்க புன்னைக்காட்டுல நான் புற்றா உருவாயிருக்கேன். என்னை நீ அங்கே வந்து பாரு’ன்னுட்டு மறஞ்சிருச்சு. அம்மன் சொன்னதால மகாராஜா அதுவரைக்கும் பாதையே இல்லாம இருந்த புன்னக்காட்டுக்கு பாதையமச்சு அம்மனுடைய புற்றக் கண்டுபிடிச்சு அந்தப் புற்றுக்கு மேல ஒரு கூரையப் போட்டு ‘இனிமே இது புன்னை நல்லூர்’ன்னு பேருவச்சு அந்த கிராமத்தையே கோயிலுக்கு குடுத்தார். வெங்கோஜிக்குப் பின்னால தஞ்சாவூர ஆண்டவர் துளஜா ராஜா. அவர் மகளுக்கு திடீர்னு அம்மை போட்டு கண் பார்வை மங்கவும் துளஜாராஜா கன்வுல ஒரு பாப்பாரப் பிள்ளையாட்டம் வந்த அம்மன் உடனே தன்னை வந்து பார்க்கும்படி சொல்லிவிட்டு மறஞ்சிட்டு. ராஜாவும் தன் மகள அழச்சிட்டு புன்னை நல்லூருக்குப்

போயி அம்மனக் கும்பிட்டார். உடனே ராஜா மகளுக்கு பார்வை தெளிவாயிருச்சு. துளஜா ராஜா அந்த சந்தோஷத்துல அம்மனுக்கு கோயில் கட்னாரு. திருச்சுத்து மாளிக கட்னாரு. அவர்தான் புற்றா இருந்த அம்மன சாமியார்களக் கூப்ட்டு வச்சு மாரியம்மனா உருவாக்குனார். அதுக்குப் பின்னால வந்த சரபோஜி மகாராஜா, சிவாஜி மகாராஜா எல்லாரும் கோபுரம், மண்டபம் எல்லாங் கட்டி அம்மன வழிபட்டாங்க...' எப்போதும்போல நாகூரார் சொல்லும்போது எல்லாரும் அவர் வாய் பார்த்துக்கொண்டிருந்தோம்.

ரகமத்துல்லாவை புது பஸ் ஸ்டாண்டிலிருந்து திண்டுக்கல் பஸ் ஏற்றிவிட்டபோது மதியம் இரண்டரை மணி ஆகிவிட்டிருந்தது. பணம் போனால் போகிறதென்று காமாட்சி மெஸ்ஸில் சாப்பாடு வாங்கிக் கொடுத்தான். மீன்குழம்பு, கறிக்குழம்பு, நண்டு தொக்கு, கோழிக்குழம்பு, காடைக்குழம்பு, கருவாட்டுக் குழம்புன்னு அங்கே குழம்புகளால் மிரட்டினார்கள். ரகமத்துல்லாவுக்கு எல்லாமே புதுச்சுவை. நன்றாகச் சாப்பிட்டான். அவனுடைய தீஸிஸ்க்குத் தேவையானதைப் பெற்றானோ இல்லையோ வயிறார ருசியுடன் சாப்பிட்டான் இந்த ஒரு வார காலத்தில்.

பஸ் புறப்பட்டபோது ஜன்னலோரத்திலிருந்து கையை அசைத்தான். இவனுக்கு கண் கலங்கிவிட்டது. 'போகாதேடா எறங்குடா பேசாம இங்கேயா இருந்துர்ரா'ன்னு கத்த வேண்டும் போலிருந்தது. அவன் தஞ்சாவூர் வந்தபோது அதை ஒரு பெருஞ்சுமையாக நினைத்தான். இப்போதோ ஏன் போகிறானென்றிருந்தது. அதுதானே மனித இயல்பு.

14

காகங்கள் ஒன்றுகூடி கொல்லைச் சுவரிலமர்ந்து கரைந்து கொண்டிருந்த காலைப்பொழுதில் நாட்டாமை முத்துமுகமது சற்றுத் தீவிரமான முகபாவத்துடன் வீட்டுக்குள் நுழைந்தபோதே, ஏதோ சேதியோடுதான் மனிதர் வருகிறாரென நினைத்தாள் பாப்பாத்தியம்மாள். நெல்லி மரத்தடியில் பாத்திரம் துலக்கிக் கொண்டிருந்தவள் எழுந்து அவருக்கு முகமன் கூறி திண்ணையில் கிடந்த நாற்காலியை எடுத்துப் போட்டாள். பதில் முகமன் கூறிய அவர் 'பிள்ளைங்கல்லாம் வெளியில கௌம்பியாச்சா'ன்னு கேட்டார்.

‘இல்லேங்க பாப்பு. இனிமேல்தான்’ என்றவள் ‘மரியம் பாப்புக்கு டீ குடு’ என்று உள்நோக்கிக் குரல் கொடுத்தாள்.

‘இப்பத்தாம்மா திருப்பந்துருத்தியான்ட்ட டீ குடிச்சிட்டு தகவல உங்கிட்ட சொல்லீரலாம்னு வந்தேன்’னார் நாட்டாமை. பாப்பாத்தி அவர் முகத்தைக் கூர்ந்து பார்த்தாள்.

‘அத்தர் உசேன் மவுத்தாயிட்டார். இன்னைக்கி விடிகாலயில மாரடைப்பு. ஆஸ்பத்திரில்லாம் அழச்சிட்டுப் போறதுக்கு மின்னயே ரூஹ் போயிருச்சு...’ன்னவர், தோளில் கிடந்த துண்டை எடுத்து முகத்தைத் துடைத்துக் கொண்டார்.

பாப்பாத்தியம்மாளின் முன்னாள் கணவன் உசேனை கீழவாசல் ஏரியாவில் அத்தர் உசேன் என்றால்தான் தெரியும். ஒரு அத்தர் வியாபாரியாகவே அவன் பெரும்பாலானவர்க்கு அறிமுகமாகியிருந்தான். கடைசியாக அந்த அத்தர் வியாபாரத்தை விட்டு, பிராய்லர் கடைபோட்டிருந்தான்.

பாப்பாத்திக்கு இந்தத் தகவல் அதிர்ச்சியாகத்தான் இருந்தது. ‘இன்னாலில்லாஹி வ இன்னா இலைஹி ராஜிஉன்’ என்று முணுமுணுத்தவள் வேறு வார்த்தைகளின்றி நின்றாள். டீ கொண்டு வந்த மரியமும் நாட்டாமை சொன்னதைக் கேட்டிருந்தாள். அதைக்கடந்து வீட்டினுள்ளே கட்டிலில் படுத்துக்கிடந்த வகாப்பின் செவிகளுக்கும் தகவல் ஏறியது. அவன் எழுந்து அமர்ந்தான். நாட்டாமை வகாப்பைக் குறித்து ஏதோ புகார் கொண்டு வருகிறார் என்றுதான் பாப்பாத்தி நினைத்தாள். ஆனால் அவள் எதிர்பார்ப்புக்கு மாறான செய்தி, அதுவும் உசேனின் மௌத்து தகவல் கிடைக்கவும் மெல்லிய பதற்றத்துக்குள்ளாகி மீண்டும் சமநிலைக்கு வந்தாள்.

‘சக மூமின் என்பதைவிடவும் நமக்கும் அவருக்கும் வேறென்ன உறவு’ என நினைத்தாள். ‘குலா’ கொடுத்தபிறகு கணவன் மனைவி பந்தமெல்லாம் கிடையாது. அது எப்போதோ முறிந்துவிட்டது. இதே நாட்டாமைதானே சாட்சிக் கையெழுத்திட்டுச் சேர்த்துவைத்தார். என்ன துரதிர்ஷ்டமோ, அவரே தான் சேர்த்த கரங்களைப் பிரித்து வைக்கவும் நேர்ந்தது.

மரியம் டீ கொடுத்தபோது அவளுடைய கரங்கள் நடுங்கியதை நாட்டாமை கவனித்தார். ஆயிரமிருந்தாலும் தகப்பனில்லையா? அவளுக்கு கண்ணீர் திரண்டுவிட்டது. கட்டிலில் எழுந்தமர்ந்த வகாப்பு மேற்கொண்டு எதுவும் செய்யத் தோன்றாமல் அதே நிலையிலிருந்தான். சாதாரண நாட்களென்றால் எழுந்ததும்

கொல்லைக்குப் போய் வாய்கொப்பளித்துவிட்டு கத்தியைத் தீட்டத் தொடங்கியிருப்பான்.

‘அஸருக்கு மின்ன அடக்கம். நீயும் பிள்ளைங்களும் வந்து தீதார் பார்த்துருங்க...’ டீ கோப்பையை திண்ணையில் வைத்துவிட்டு எழுந்தார் நாட்டாமை.

‘இல்ல பாப்பு... நா அங்கயெல்லாம் வரல. பிள்ளைங்க வருவாங்க’ என்றாள் பாப்பாத்தி.

‘ஒரு மூமினா மவுத்தானவங்கள தீதார் பாக்குறது கடமைம்மா. அதிலும் அவரோட நீ வாழ்ந்திருக்க... பெறகு உன்னிஷ்டம்’ என்றவர். ‘எங்கே அவர் மார்கெட் ராஜா ஸ்பீட் கட்டர்’ன்னு மரியம்மைப் பார்த்து கேட்க, வகாப்பு சுரத்தே இல்லாமல் எதிரில் வந்து நின்றான்.

‘உங்க அத்தா மவுத்துப்பா... இனிமே உன்னோட திருக்கை வாலுக்கு வேலையில்ல’ ன்னார்.

‘அய்யோ ஞாவகப்படுத்திட்டானே மனுஷன்’னு ஆத்திரமாக வந்தது வகாப்புக்கு.

‘இப்பவே. மார்கெட்டுக்கு ஓடிப்போய் தொங்கும் திருக்கை வாலெடுத்து பாம்பாட்டித் தெருக்குள் நுழைந்து தகப்பனின் மய்யித்தையாவது இரண்டடி கொடுக்கவேணும்’ன்னு தோன்றியது வகாப்புக்கு.

‘ச்சே... செத்த பாம்ப எவனாச்சும் அடிப்பானா? அந்தாளு உயிரோட இருக்கும்போது மிஸ் பண்ணிட்டம். இப்ப சவத்த அடிச்சு என்ன பிரயோஜனம். பேப்பர்காரனுங்க வேற நம்ம சுத்திச் சுத்தி வந்துட்ருக்காய்ங்க.. கையில மொபைல் கேமராவோட சந்து சந்துக்கு சேனல்காரனுவ திரியறாய்ங்க. எவனாச்சும் வீடியோ எடுத்து முகநூல்ல லைவ்வா போட்டு உட்டானுகன்னா...

‘தகப்பனின் பிரேதத்தை திருக்கை மீன் வாலால் அடித்த மகன்’ வேண்டாம்ப்பா... அது அங்கயே தொங்கட்டும். வேற யார்ட்டயாவது யூஸ் பண்ணுவம்..’ன்னு நினைத்தவன் ‘அஸருக்குத்தானே நாட்டாம.. பள்ளிவாசலுக்கு ஜனாஸா தொழுகைக்கி வந்தர்ரேன்’ன்னான்.

‘வூட்டுக்கு வந்து தீதார் பாக்க மாட்டியா’ன்னவரிடம்

‘அந்தாளுக்கும் எங்களுக்கும் என்ன ஒறவு இருக்குங்க. இத்தன வருஷகாலம் செத்தமா பொழச்சமான்னு ஒரு

எட்டு வந்து பாத்துருப்பாரா. பாம்பாட்டி தெருவுல எவளோ ஒருத்திகிட்ட தொடர்பு வச்சுட்டு எங்கம்மாக்கு துரோகம் பண்ணாரு. முப்பது வயசுல அவ வாழாம கொள்ளாம வூட்டுல மொடங்கிக் கெடக்குறா. படிக்கணும்ன்னு நெனச்ச நான் அது மிடியாம கத்தியத்தூக்கிட்டு மார்கெட்டுக்குள்ள போயி அந்த சேறுலயிம் சகதிலயும் உக்காந்து மீன் வெட்டி பத்தும் இருவதுமா சேத்துட்டு வந்து கஞ்சி குடிக்க வேண்டிய நெலம. இப்டி எங்கள தவிக்க விட்டவரு மூஞ்சீல அது மய்யித்தாவே இருக்கட்டும் எப்டி முழிக்கிறதுங்க நாட்டாம. நீங்களே சொல்லுங்க...' வகாப்பு பெரிய மனுஷத்தோரணையில் பேசுகிறான் என நினைத்த நாட்டாமை அவனுக்குப் பதிலேதும் கூறாமல் அலட்சியப்படுத்திவிட்டு மரியம்மைப் பார்த்து,

'நீயாச்சும் வர்ரியாம்மா... ஒங்கத்தாவ தீதார் பாக்க'ன்னு கேட்டார். அவளின் பதிலாக கண்ணீர்தான் தாரைதாரையாக வழிந்ததே தவிர வார்த்தைகளேதும் வரவில்லை. நாட்டாமை பொத்தாம் பொதுவாக மீண்டுமொரு முகமனைக் கூறிவிட்டு விருட்டென்று வெளியேறினார்.

காகங்கள் இடைவெளியின்றிக் கரைந்து கொண்டிருந்தன. 'இதுங்கல்லாம் எதுக்காக ஓயாம கரையிதுங்க. ஒருவேள உசேன் செத்ததுக்காக ஒப்பாரி வைக்கிதுங்களா? இந்தாளோட ஜனாஸா தொழுகைக்கி வேற பள்ளிவாசலுக்குப் போகணுமா. செவ்வாக் கெழம பெருசா ஒண்ணும் யேவாரம் இருக்காது. மேட்னிக்கி எதுன்னா ஒரு படத்துக்குப் போலான்னு நெனச்சேன். இந்தாளு இருந்தும் கெடுத்தான். செத்துங்கெடுத்தான்..'னவனைப் பார்த்து

'டேய்... எதுனா ஒளறிக்கொட்டிக்கிட்டு இருக்காம ஆகற வேலையப் பார்ரா' என்றாள் பாப்பாத்தி..

'என்னாத்த ஆகுற வேலையப் பாக்குறதாம்? ஒம் புருஷன குழிக்குள்ள எறக்க இன்னம் ஏழெட்டு மணிநேரம் இருக்கு. அதுதா ஆகவேண்டிய வேல. ங்கப்பா... நாளையில இருந்து கீழவாசல் ஏரியாவே க்ளீன் ஆயிரும்டா சாமீ..' மெதுவாகத் தனக்குள் பேசிக்கொண்டிருந்தவனிடம் வந்து நின்று...

'டேய்... டேய்... கொஞ்சம் இஸ்லாமான புள்ளையாட்டம் இருக்கப் பார்ரா. ஊருக்கே நாட்டாம. ஒன்னெவிட நாப்பது வயசு மூத்தவரு... அவர்ட்ட கொஞ்சங்கூட மரியாதை இல்லாமப் பேசுற. அவர் மனசு என்ன வேதனப்பட்ருக்கும். எதும் சொல்லமுடியாம வெளியேறுனாராக்கும். சம்பாதிக்கிற திமிருடா ஒனக்கு. இப்டியே மீன் வெட்டி வெட்டி காலத்த கழிச்சுரலாம்னு நெனைக்காத. நாளைக்கி மரியத்தப் பொண்ணு

கேட்டு வர்ரவுங்க தம்பி என்னவேல பாக்குறான்னு கேட்டா மார்கெட்ல மீன் வெட்டுறான்னு சொல்ல எப்பர்ரா வாய்வரும். ஒனக்கே ஒரு கல்யாணம்ன்னு வச்சுக்க... மாப்ள சவுதீல இருக்காரா மலேஷியால இருக்காரான்னுதான்டா கேப்பானுவ. அவனுவள்ட்ட ஒன்னோட ஸ்பீட்கட்டர் பட்டம் கொடுவா வகாப்பு பட்டம்லாம் வேலைக்கி ஆகாது. மரியாதைக்கி பாஸ்போர்ட் எடுத்துட்டு எதுனா விசா கெடைக்கிதான்னு பாரு. இப்ப பாம்பாட்டி தெருக்குப் போயி உங்க அத்தாவ தீதார் பார்த்துட்டு, பள்ளிவாசல் போயி அடக்கம் பண்ற வரைக்கும் நின்னு ஜனாஸா தொழுது 'எங்கத்தா செஞ்ச பாவங்கள மன்னிச்சு அவருக்கு நரகத்தோட வேதனைங்க இல்லாம சொர்க்கத்தோட நெழலக்குட்றா ரகுமானேன்னு அழுது துவா செஞ்சுட்டு வா... போ..'ன்னு பேசி மூச்சு வாங்கினாள் பாப்பாத்தி.

தன் தாயை மேலுங்கீழுமாகப் பார்த்தான் வகாப்பு. அவள் இத்தனை நீளமாகப் பேசி ரொம்ப காலமாகிவிட்டிருந்தது. 'நாட்டாமைட்ட நாம ஒண்ணும் தப்பா பேசலியே. மரியாதையா நின்னு நியாயத்தத்தான கேட்டோம். எவனாச்சும் ராவுத்தாபாளையத்து சந்து பொந்துல தொப்பியும் தாடியும் வச்சுட்டு தொந்தியத் தள்ளீட்டு நின்னானுவன்னா அவனுவ கேக்கறதுக்குப் பதில் சொல்வாரு. நாங்க மீன் மார்கெட் ரவுடில்ல. எங்களுக்கு எப்டி அவரு பதில் தருவாரு. அதுதாம் பேசாம போயிட்டாரு...'ன்னான்.

'ச்சீ... போடா...'ன்னு பாப்பாத்தி வீட்டுக்குள் சென்றாள். பிறகு என்ன நினைத்தாளோ வேகமாக கொல்லைக்குப் போய் ஒலு செய்துவிட்டு வந்தாள்.

'இன்னைக்கி நா சமைக்கில. கடைல சாப்ட்டுக்க. ஒங்க அக்காவுக்கு பார்சல் வாங்கிட்டு வந்துரு'ன்னாள்.

'அப்ப ஒனக்கு?' வகாப்பு கேட்டான்.

'எனக்கு எதும் வேணாம்'

'மதியத்துக்கு'

'வேணாம்...'

'ராத்திரிக்கி?'

'வேணாம்...'

'நாளக்கி...?'

‘வேணான்னா விடுவியா’ன்னு வீட்டுக்குள் சென்றவள் ‘முகமது உசேன்’ என்னும் பெயருக்கு கத்தம் ஓத நிய்யத்துச் செய்துகொண்டு குரானை எடுத்து வைத்து ஓதத் தொடங்கினாள்.

காகங்கள் ஓயவே இல்லை. இன்னும் கொஞ்சம் கூட்டமாகச் சேர்ந்துகொண்டு வலுவாகக் கரைந்தன. பாப்பாத்தி எழுந்து கொல்லைச் சுவரருகில் வந்தாள்.

‘எங்களுக்கு குடுக்க வேண்டிய திண்டிய குடுத்துருன்னு கேக்குதுங்கடா அதுங்க, பாவம். தெனமும் இந்நேரத்துக்கு எதுனா வச்சுப் பழகிட்டேன்...’ வகாப்பைப் பார்த்துச் சொன்னாள். வகாப்பு வெடுக்கென்று முகத்தைத் திருப்பிக்கொண்டான்.

‘டேய் பசங்களா... அம்மா இன்னைக்கி எதுவும் சமைக்கல. வீட்ல துஷ்டி...’ என்று காகங்களைப் பார்த்துக் கத்தினாள். புரிந்து கொண்டதேபோல அவை ஒருசேர மௌனமாகி வேறு திசையில் பறந்து சென்றன.

‘காக்காயிங்கூட நம்ம சொன்னா புரிஞ்சுக்கிதுங்க. ஆனா சில மனுஷஜென்மங்களுக்குத்தா எத்தன சொன்னாலும் புரியவே மாட்டேங்கிது’ வகாப்புக்கு குத்தட்டும் என்றே சொல்லிவிட்டு உள்ளேபோக முயற்சித்தவளைத் தடுத்து நிறுத்தினான் வகாப்பு. அவனுடைய கையில் வெட்டுக்கத்தி இருந்தது.

‘இதோ பார். இத்தன நாளும் என் உழைப்புக்கேத்த ஊதியத்தக் குடுத்த கத்தி...’ன்னுட்டு அதை நெல்லிமரத்தை நோக்கி விட்டெறிந்தான்.

‘இனி நா மார்க்கெட் போகல... மீன் வெட்டல. மீன் வெட்றதுதானே ஒனக்கு கேவலமா இருக்கு. இனி நா மீன் வெட்டல...’ என்றான்.

‘டேய் மீன் வெட்டலன்னா அதுதான் சாக்குன்னு நீ கண்ட நாயிங்களோட சேர்ந்து அழிச்சாட்டியம் பண்ணப்படாது. விசா வாங்கிட்டு வெளிநாடு போகணும்... ஆமா...’

‘அதுக்கு ஆவுற செலவுக்கு எவங்குடுப்பாங் காசு. பிராய்லர் கடக்காரங் குடுப்பானா... ரெடிமேட் கடக்காரங் குடுப்பானா... இல்ல நாட்டாம குடுப்பாரா?’

‘டேய்... நீ சம்பாதிக்க வெளிநாடு போக அவங்க எதுக்குடா குடுக்கணும். நீதா அதுக்கும் ரெடி பண்ணனும்...’

‘இப்பத் தெரியிதா... இப்பத் தெரியிதா... அந்தக் கத்தியோட மவுசு என்னன்னு... இப்ப மட்டும் எவனும் கேக்கமாட்டானா.

ஏம் ஒம் மவெம் மீன்வெட்றான்னு...' பாப்பாத்தி மௌனமாக மகனைப் பார்த்தாள். பிறகு நெல்லி மரத்தடிக்குச் சென்று வீழ்ந்து கிடந்த கத்தியை எடுத்துத் தன் சேலை முந்தானையால் துடைத்து வகாப்பிடம் தந்தாள். அனிச்சையாக கத்தியைத் துடைத்த சேலை முந்தானையை முகர்ந்து பார்த்தாள். வகாப்புக்கு சிரிப்பு வந்துவிட்டது.

'இன்னொரு தடவ ஒலு செய்யனுன்டா அதுக்குத்தான்...' என்றாள்.

'அது உன் சுபாவம்மா... மாறாது. ஆனா குலா குடுத்து இனி அந்தாளு புருஷனில்லைன்னு தீர்த்துவிட்ட. இதுநா வரைக்கிமே கூட வைராக்கியமாத்தா இருந்த. இப்போ அந்தாளு உயிர விட்டதும் மாறிட்டியே ஏம்மா. அவருக்கும் ஒனக்கும் என்ன தொடர்பு? தீதார் பாருங்கற. பள்ளிவாசல் போங்குற. ஜனாஸா தொழுங்குற. அவருக்கு சொர்க்கம் கெடைக்கனும்ன்னு துவா செய்யச்சொல்லுற... என்னம்மா இதெல்லாம்...'

'நாட்டாம வந்து தகவல் சொல்றவரைக்குமே கூட நா மனச கல்லாக்கிட்டுத்தான்டா இருந்தேம். மவுத்தாயிட்டாருன்னு கேட்டதும் மனசு தாங்கலடா... மனசு தாங்கலடா...' வகாப்பைக் கட்டிக்கொண்டு ஓவென்று அழுது வெடித்தாள். அவளோடு வந்து மரியமும் சேர்ந்து கொண்டாள். அத்தனை நேரமும் வீறாப்பு பேசிக்கொண்டிருந்த வகாப்புக்கு மட்டும் மனசென்ன பாறாங்கல்லா?

15

அமானுல்லா புரோக்கர் எரிச்சலில் இருந்தார். கடந்த ஒருவருட காலமாகவே அவருடைய மனநிலையும் சரியில்லை. உடல்நிலையும் சரியில்லை. உடல்நிலையைச் சரிசெய்ய அவர் எல்லோரையும்போல் அலோபதி மருத்துவத்தை நம்புவதுமில்லை. உள்ளூரில் 'பண்டுவம்' பார்க்க காளியப்பன் என்றொருவர் இருந்தார். காளியப்பனுடைய அப்பா பெருமாள்சாமி பழனி சித்தர் பரம்பரையைச் சேர்ந்தவர் என்று சொல்லிக் கொண்டார்கள். காளியப்பன் தன் தந்தையின் அடியொற்றி வைத்தியத்தைத் தொடர்வதாகவும், சற்றே தாமதமானாலும் அலோபதி மருத்துவம் ஏற்படுத்தும் பக்கவிளைவுகளிலிருந்து

அவர்தரும் குளிகைகளும் கஷாயங்களும் நோயாளிகளைக் காப்பாற்றி, நோயின் பிடியிலிருந்து நிரந்தரமாக விடுவித்துப் பூரண சுகமளிப்பதாகவும் பலர் நம்பினார்கள்.

அமானுல்லா புரோக்கருக்கு ஒருவருட காலமாக மூச்சுத்திணறல் இருந்தது. அவர் எப்போதும் போல காளியப்பனிடம் சென்றார். காளியப்பன் முதலில் அவருடைய முகத்தைத்தான் உற்றுக் கவனித்தார். கையைப் பிடித்து நாடி பார்த்தார். 'நோய் உண்டாவதற்கு மனம் ஒரு முக்கியமான காரணம்' என்றார்.

'அதுதாந் தெரியுமே'ங்குற மாதிரி அமானுல்லா புன்னகைத்தார்.

'அதிகமா டென்ஷன் ஆகறீங்க. டென்ஷன் ஆனா அது உடம்புல பல நோய்கள உருவாக்குது. பதற்றம், பயம், மனச்சோர்வு, முன்ன இருந்த அளவு உங்களுக்கு தலைமுடி அடர்த்தி இல்லாம முன் வழுக்கை விழ ஆரம்பிச்சிருக்கு பார்த்தீங்களா?'ன்னு கேட்டார்.

'அம்பத்தஞ்சு வயசாச்சு. இன்னுமா முடி அடர்த்தியா இருக்கும். எங்கூட படிச்சவனுங்க எல்லாருக்கும் முப்பது வயசுலயே சொட்ட விழுந்துருச்சு'ன்னுட்டு ஒரு இளக்கார சிரிப்பை உதிர்த்தார் காளியப்பனைப் பார்த்து,

'வாய்ப்புண் சமீபமா அடிக்கடி வருதா?'

அமானுல்லா அதற்கும் சிரித்தபடி தலையசைத்தார். 'மலச்சிக்கல் இருக்கா. வெளியே போகக் கஷ்டப்படுறீங்களா... மூலம் மாதிரி எதுவும் உண்டா?' மூன்றுக்குமே தலையசைத்தார்.

'அஞ்சு நேரம் பள்ளிவாசலுக்கு தொழுகைக்குப் போறீங்களா?' வெளியே போகக் கஷ்டப்பட்றீங்களான்னுட்டு இதென்ன கேள்வி.

காளியப்பனா இதைக் கேட்பதுங்கற மாதிரி அவரை உற்றுப் பார்த்துவிட்டு 'இல்லை' என்பதற்கு அடையாளமாகத் தலையை ஆட்டி உதட்டைப் பிதுக்கினார்.

'இறை நாமத்தை அடிக்கடி உச்சரிக்கிறீங்களா? உங்க இஸ்லாம்ல அதுக்கு ஏதோ பேர் சொல்லுவாங்க... நல்லபேர்...'ன்னு நெற்றியில் விரல் பிசைந்து யோசித்தார். 'திக்ரு' என்றார் அமானுல்லா.

'ஆமா... திக்ரு... அமானுல்லா பாய், நீங்க எந்த ஒரு மருந்தும் எடுத்துக்க வேணாம். கரெக்டா அஞ்சுநேரம் தொழுங்க. அடிக்கடி

திக்ரு செய்யுங்க. மெல்ல மெல்ல உங்க நோய்கள்ல இருந்து விடுபட்ருவீங்க' காளியப்பனின் குரல் உறுதியாக ஒலித்தது.

'ஏய்யா இதக்கேட்கவா ஓங்கிட்ட வந்தேன். இதத்தானே காலகாலமா எங்களுக்கு சொல்லிக் குடுத்திருக்காங்க. உங்கப்பா பெருமாள்சாமி ஏதோ சித்தர் பரம்பர அது இதுன்னாங்க. நீயும் அவர்ட்ட பாடங்கேட்ட ஆளுன்னாங்க. நாம் பாட்டுக்கு கீரனூர் சாம்பா தெருவுல சுப்ரமணிங்கிற வைத்தியர்ட்ட தாம் போயிட்டிருந்தேன். எஞ்சிநேகிதகாரன் தண்டபாணி சொல்லித்தாம் உம் பேரையே கேள்விப்பட்டேன். போய்ப்பாருங்க எல்லாம் சரியாப்போகும்னான். நீ என்னன்னா எங்க அஜ்ரத்துமார் மாதிரி பயான் பண்ணுறியே. இது நியாயமா?'ன்னு கேட்டுவிட்டார் அமானுல்லா.

காளியப்பன் சிரித்தார். அவர் அமானுல்லாவைக் காட்டிலும் நல்ல கறுப்பு நிறம். அவரைக்காட்டிலும் வயசு மூப்பு. பத்து வயசாவது அதிகமிருக்கும். ஒல்லியான உடல்வாகு. இருவருக்குமே உயரம் பெரிய வித்தியாசமில்லை. ஆனால் காளியப்பனின் முகத்தில் சுருக்கங்களில்லை. கண்களில் ஒருவித ஒளிவீச்சு.

'தண்ணி நெறய்ய குடிங்க பாய்... நான் சொன்ன ரெண்டு விஷயத்தையும் ஒருமாசம் போல செஞ்சு பார்த்துட்டு மறுபடியும் வாங்க. ஒரு முன்னேற்றம் நிச்சயமா இருக்கும்'ன்னு எழுந்தார்.

அமானுல்லா தன்னுடைய சட்டைப்பையினுள் கையைவிட 'பாய்... அதெல்லாம் ஒண்ணும் வேணாம். எனக்குத் தெரிஞ்ச ஒரு பையன் இருக்கான். வடக்குத்தெரு. கஷ்டப்பட்ற குடும்பம். பத்தாவது வரைக்கும் படிச்சிருக்கான். கரூர் மாதிரி எங்கேயாவது பக்கத்தூர்ல ஜவுளிக்கடைல பில்போட சேர்த்துவிட்டீங்னா அந்தக் குடும்பத்துக்கு உபகாரமா இருக்கும். கமிஷன் வேண்ணாலும் வாங்கிக்கிங்க...' என்றார் காளியப்பன்.

'ம்க்கும் அங்கதான இடிக்கிது'ன்னு மனதுள் நினைத்துக்கொண்டவர் 'பீஸ் எவ்வளவுவேண்ணாலும் கேளுங்க தர்ரேன். இந்த மாதிரி கடைசேர்த்து விட்றகோரிக்கைல்லாம் வச்சீங்னா என்னால நெறவேத்த முடியாது...'ன்னார்.

'பாய்... தப்பா நெனச்சுக்காதீங்க... நீங்க ஆள் சேத்தியுட்ற புரோக்கர்தானே?' காளியப்பன் ஏதோ தவறிழைத்துவிட்ட மாதிரி பணிவாகக் கேட்டார்.

‘வாஸ்தவந்தானுங்க. இப்ப நிர்வாகமெல்லாம் நம்ம இல்லைங்க. என்னோட கடைசிப் பொண்ணு. பேரு கதீஜா நாச்சியார்...’

‘அட... ஆமாங்க இந்தப் பேர நானும் கேள்விப்பட்ருக்கேன். ஆனா அமானுல்லா பாய்... இப்ப நீங்க சும்மாதான இருக்கீங்க... வேலை எதுவும் இல்லீல்ல...’ன்னு காளியப்பன் கேட்கவும் அமானுல்லாவுக்கு ரத்த அழுத்தம் உயர்ந்துவிட்டது. இதுபோன்றொரு கேள்வி சாதாரணமாக எவனையும் நெருக்கடிக்குள்ளாக்கிவிடும். முப்பது வருஷ அனுபவத்தில் எல்லோரையும் பார்த்து அவரால் கேட்கப்பட்ட கேள்விதான் அது. இன்றைக்கு அந்த அம்பு அவர்மீதே எய்யப்படுகிறது.

‘உங்க மகள்கைக்கு நிர்வாகம் போய் எத்தன வருஷமாகுது?’

‘ஒரு ஒன்னரா வருஷமிருக்கும்..’

‘உங்களுக்கு மூச்சுத்திணறல் ஏற்படத் தொடங்கி?’

‘ஒரு வருஷமாகுது’.

‘ஏற்கனவே இந்த மாதிரி மூச்சு விட்றதுல சிரமம் இருந்திருக்கா?’

‘இல்ல...’

‘அப்ப இது நிச்சயமா உங்க மகளால உங்களுக்கு வந்த வியாதிதான்...’

அமானுல்லா புரோக்கர் அதிர்ந்துபோனார். ‘எது... எப்டி...? என் மகள்தான் காரணமா?’

‘அது உங்களுக்கே தெரியும் அமானுல்லா பாய். ஆனா அதை நீங்க வெளியில சொல்லமாட்டீங்க. ஏன்னா உங்கள வீழ்த்துனது உங்க எதிரிங்க யாருமில்ல. உங்க மகள்... அதனால நா ஒரே ஒரு யோசன சொல்றேன். இனிமேலும் நீங்க வேலை எதுவும் இல்லாம சும்மா இருக்காதீங்க. அலங்கியம் பஸ்டாண்டுல ஒரு பெட்டிக்கடையாவது வச்சு உக்காருங்க, வெத்தல பாக்கு வியாபாரமாவது பாருங்க. எதாவது ஒண்ண செஞ்சுட்டே இருங்க. அதுல கவனமிருக்கும் போது தேவையில்லாத சிந்தனைகள் வராது. தேவையில்லாத சிந்தனைகள் ஒழிஞ்சாலே மனசு பளிச்சினு ஆயிரும். மலச்சிக்கல் வராது. மூலம் தொந்தரவு பண்ணாது. நல்லா வெளிக்கிப் போகும். மூச்சுத் திணறல் வராது. தொழுகை, திக்ரு, உங்க வியாபாரம்... தொழுகை, திக்ரு,

உங்க வியாபாரம்...' காளியப்பன் கையெடுத்துக் கும்பிட்டு வெளியில் புறப்பட்டார்.

அமானுல்லா புரோக்கருக்கு ஏதோ சிக்கல் விடுபட்டது போலிருந்தது. அது மலச்சிக்கலாகவும் இருக்கலாம் மனச்சிக்கலாகவும் இருக்கலாம். காளியப்பனுடைய வைத்தியசாலையிலிருந்து கடைவீதிக்கு வந்தவர், பஸ் ஸ்டாண்டு முனையில் வெகுநாட்களாக சும்மாவே பூட்டிக்கிடந்த வேலப்பன் பெட்டிக்கடையைப் பார்வையிட்டார். அதே இடத்தில் நின்று வேலப்பனுக்கு போன் செய்து 'வேலா... உன்ட்ற பொட்டிக்கடைய ஒரு வெல பேசி எனக்குத் தர்ரியா'ன்னு கேட்க, 'தாராளமா எடுத்துக்கங்க... சும்மாதான கெடக்குது'ன்னான் வேலன். அடுத்த இரண்டாவது நாள் சுபஹ் தொழுகையோடு வந்து பெட்டிக் கடையைத் திறந்து வியாபாரம் பார்க்கத் தொடங்கினார். முதல்நாள் ஊதுபத்தி, சூடம், ஊறுகாய், கடலைமிட்டாய், முறுக்கு, மிக்சர், சோடா, கலர், ஏனைய நொறுக்குத் தீனி ரகங்கள் வெற்றிலை பாக்கு எனக் கலந்து கட்டி ஐநூறு ரூபாய்க்குப் பக்கம் வியாபாரம் நடந்திருந்தது. ஐந்து, பத்து, இருபது, ஐம்பதுன்னு ரூபாய்த்தாள்களை எண்ணி ஆகமொத்தம் ஐநூற்றுச் சொச்சத்தைச் சுருட்டி 'அல்ஹம்துலில்லா'ன்னு பாக்கெட்டில் வைத்துக் கொண்டு வீட்டை நோக்கி நடந்தவருக்கு உற்சாக மிகுதியில் ஓங்கி ஒரு விசில் அடிக்கத் தோன்றியது. நாகரிகங்கருதி அந்த ஆசையை அடக்கிக் கொண்டார்.

மூத்த அக்காவையும் மூன்றாவது அக்காவையும் ஊருக்குத் தருவித்து 'உங்க புருஷம்மார குலா குடுக்கறதா நீங்க மிரட்டணும்' என்று கதீஜா நாச்சியார் சொன்னபோது 'குலாவா?'ன்னு ஒருமித்த குரலில் கேட்டு இருவருமே அதிர்ச்சி அடைந்தனர். வாஸ்தவத்தில் அவர்களிருவருக்கும் 'குலா' என்ற நடைமுறையைப்பற்றி எதுவுமே தெரியாது. மூத்தவள் எங்கோ எப்போதோ அந்த வார்த்தையைக் கேட்டிருந்தாள்; அவ்வளவுதான், பொருள் தெரியாது. மூன்றாமவளோ அந்த வார்த்தையை 'கொஞ்சிக்குலாவுவது'ங்கிற மாதிரி அபத்தமாகப் புரிந்து கொண்டிருந்தாள். ஒரு இஸ்லாமியப் பெண் தனக்குப் பிடிக்காத கணவனை விவாகரத்துச் செய்துகொள்ளும் ஏற்பாடுக்குப் பெயர்தான் 'குலா' என்றறிந்தபோது இருவருமே மிரண்டு போயினர்.

'கதீஜாவுக்கு பைத்தியம் பிடிச்சிருச்சு. புருஷன பொஞ்சாதி தீர்த்து விட்றதாம்ல... எங்கியாச்சும் ஊர் உலகத்துல இது மாதிரி கேள்விப்பட்டிருக்கியா...'ன்னு மூத்தவள் தாய் சுலைஹாவிடம்

கேட்டாள். சுலைஹாவும் இல்லைங்கிற மாதிரி தலையை ஆட்டிவிட்டு 'எல்லாம் அந்த மனுஷங்குடுக்கற எடம். ஆபீஸக்கேட்டான்னா, மூடிட்டு வீட்டுக்குப் போடின்னு சொல்றதவிட்டுட்டு ஆபிஸ் சாவியவே அவ கையில குடுத்துட்டு வர்றாரு. அவ இஷ்டத்துக்கு ஆடுறா. இந்த மனுஷன் ஆபீசுக்குள்ள நொழையவே பயப்பட்டு இப்ப பஜார்ல பொட்டிக்கடைய வச்சு ஒக்காந்துருக்காரு. எப்புடி ஆனஸ்டா இருந்த மனுஷன இப்புடி ஆக்கிப் போட்டா பாரு. அவருக்கு வைத்தியம் பார்த்த காளியப்பனே சொல்லிப்புட்டானாம் இத்தினி வியாதியும் ஒனக்கு வந்ததுக்கு ஓம் மகதான் காரணம்னு. இது ஒன்னுபோதும்டி அவ பண்ண அக்குருமத்துக்கு அத்தாட்சி...?'

'நீ புடிச்சு நாலு சாத்து சாத்தவேண்டியதுதானம்மா?' மூத்தவள் கேட்டாள்.

'அவ யாருக்குடி பயப்படுறா. ஆம்பளையாட்டள்ள துணிமாத்திக்கிறா. முடியவெட்டிக்கிறா. இஸ்கூட்டர்ல போறாவாறா... போன் பேசுறா... ஒரு கட்டுப்பாடுங் கெடையாது. ஊரே காறித்துப்புது; என்னடி சொலைஹா இப்புடிப் புள்ளையவளத்து வச்சிருக்கியேன்னு..'

'எப்புடி இவுளுக்கு திடீர்னு இம்புட்டு தைரியம் வந்துச்சு.. ஆச்சரியமால்ல இருக்குது. யாரோ பின்னால இருந்து இவள ஆட்டி வைக்கறாங்க. இல்லாம இதெல்லாம் நடக்காதும்மா, ம்க்கு..ம்'. மூன்றாமவள் சொன்னாள்.

'ஆருங்கெடையாது அவபின்னால. அவளாத்தாஞ் செய்யிறா. இங்கிலீஸ் பள்ளிக்கோடத்துல தாராவரங் கொண்டோயி விட்டதுதாம் நாங்க செஞ்ச தப்பு. அப்பவும் நா வேண்டான்னுதேஞ் சொன்னேம். ஒங்க அத்தா கேக்குல. கொண்டோயி சேத்துனாரு. இப்ப அனுபவிக்கிறாரு... இங்கிலீஸ் பள்ளிக்கோடத்துல படிச்ச பொட்டப்புள்ளைங்க எவளாச்சும் வீட்டுக்கு அடங்கி நடந்ததா சரித்திரமுண்டா?'

'அது என்னம்மா போன்ல உறுமிச் சத்தம் வச்சிருக்கா?' மூத்தவள் கேட்டாள்.

'ம்... அதுக்கு உங்க அத்தா பெரிய கதயே சொல்றாரு.'

'என்ன...?'

'அந்தக் காலத்துல உங்க அத்தாவோட பாட்டனுக்கு பாட்டன், பூட்டனுக்கு பூட்டன்லாம் பூம் பூம் மாட்டுக்காரங்களா இருந்து இஸ்லாத்துக்கு மாறுனவுங்களாம்.'

‘சீ. அப்பனுக்கும் புள்ளைக்கும் புத்தி கெட்டுப் போச்சு.’

‘ஒருநா வடக்குத் தெருவுல இருந்து உறுமி சத்தம் கேட்டுதா? அதக்கேட்டு ஒன் தங்கச்சி ஆடுன ஆட்டம் தாங்கமுடியல. அன்னயில இருந்துதான் இவ போக்கே மாறுனது,’

‘இது யாரும்மா இவளுக்குச் சொல்லித் தந்தது... குலாங்குறா.. கலாங்குறா... இப்டியெல்லாம் இருக்குதாம்மா? நானுந்தா ஓதித் தொழுகறேம். பயான் கேக்குறேம். நர்கிஸ் படிக்கிறேன், முஸ்லிம் முரசு படிக்கிறேன். எனக்கு இதுநா வரைக்கிம் தெரியாதேம்மா..’

‘அடி இவ ஏதோ ஒரு இங்கிலீஸ் புஸ்தகத்தப் படிச்சிட்டு பேசுறா. காபிருங்க இஸ்லாத்த ஒழிச்சுக் கட்டணும்னு திட்டம்போட்டு ஒலகம் பூராவும் வேல செய்யிறாங்க. அந்தத் திட்டத்துல இதும் ஒண்ணு... குலாவாம் கொலாவாம்...’

‘அழகா சொன்னேம்மா. ஒனக்குத் தெரிஞ்சிருக்குற வெவரங்கூட எங்குளுக்குத் தெரியில...’ மகள் சொல்லவும், சுலைஹா உற்சாகமானாள்.

‘அமெரிக்காக்காரனுகதேம் இந்த வேலையெல்லாம் பாக்கறதாம். முஸ்லிம்ங்க அங்க குண்டு வச்சுருக்காங்க இங்க குண்டு வச்சுருக்காங்கன்னு புரளிய கெளப்பி விட்றானுகலாம்...’

‘குண்டு வைக்கிறதுன்னா?’ மூன்றாமவள் புரியாமல் கேட்டாள்.

‘குண்டு வைக்கிறதுன்னா, இப்ப நீ ஒடம்பு குண்டு வச்சுருக்கேல்ல அதுதேம்...’ மூத்தவள் மூன்றாமவளைக் கிண்டலடித்தாள்.

‘நம்ம ஒடம்பு குண்டாச்சுன்னா அமெரிக்கா காரனுகளுக்கு என்னவாம்? அவுனுகளா கறியுஞ் சோறும ஆக்கிப் போட்றானுக. நாங்கூட அக்கம் பக்கத்துல உள்ளவளுகதேம் கண்ணு வைக்கிறாளுகண்ணு நெனச்சேன். இப்ப அமெரிக்காகாரனுகளும் கண்ணு வைக்க ஆரம்பிச்சுட்டானுகளா? ரெம்ப சூதானமா இருக்கணும்...’ அக்காவின் கிண்டலைப் புரிந்து கொள்ளாமல் அப்பாவியாகப் பேசினாள்.

அப்போதுதான் வீட்டினுள் நுழைந்த அமானுல்லா புரோக்கர் தன் மூன்றாம் மகளின் ‘அறிவார்ந்த’ பேச்சைக்கேட்டு மெய்சிலிர்த்து ‘இவள்ளாம் இப்டி கேனத்தனமா பேசிக் கிட்டிருக்கிறதாலதான் இவ புருஷக்காரன் ஓங்கப்பன்ட்ட பணத்த வாங்கிட்டுவா வாங்கிட்டுவான்னு அடிச்சுத் தொறத்துறான்’னு நினைத்துக் கொண்டார்.

‘பசிக்கிது சொலைஹா நாஸ்டா என்ன இருக்குது?’

‘பணியாரஞ் சுட்டு தொவையல் அறச்சுருக்கேன். நேத்துத்த கறிஆணம் இருக்குது...’ என்று கணவனுக்கு பதில் தந்தவள்,

‘கடைல யாரஉக்கார வச்சுட்டு வந்தீங்க’ன்னு கேட்டாள்.

‘நம்ம தாவூது மகன் இலியாசு’ன்னு அவர் சொன்னதும்,

‘கருவாட்டுக்கு பூனைய காவல் வச்சுருக்கீங்க. இலியாஸ் நாயி பூலுபூலுன்னு பொழுதன்னைக்கிம் பீடி சிகரட்டாவுல ஊதித் தள்ளுவேம். பத்தாதுக்கு பாக்கு பொட்டலமாவுல்ல பிரிச்சு பிரிச்சு வாயில கொட்டிக்குவேம். ஒரு நல்ல ஆளாப்பாத்து உக்கார வச்சுட்டு வருவீங்களா... ஆள் புடிச்சிருக்காரு பாரு...’

‘ஏன்டி இதுக்காக நா என்ன ஒஞ்சின்ன மகளாட்டம் இண்டர்வியு வச்சா ஆளெடுத்து உக்கார வைக்கமுடியும்?’

‘வைங்களேன்... யாரு வேணான்னா? ஒங்க பொட்டிக் கடைல அன்னாடம் எவ்வளவு யேவாரம் ஆகுதுன்னு கணக்கு வழக்கு வேணுமாம் அவளுக்கு. பண்டாரி வந்து சொல்லிட்டுப் போறாரு...’ன்னு சொல்லிவிட்டு மகளிருவரின் அருகில் வந்து கமுக்கமாகச் சிரித்தாள்.

‘நெசமாவா? நெசமாவா? கேட்டாளாமா?’ன்னவருக்கு முகம் குரங்கு போலாகியிருந்தது. அம்மாவும் மகள்களும் சிரித்தனர்.

‘அதான பாத்தேன். பொட்டிககட கணக்கு கிணக்கு கேட்டான்னு வச்சுக்க.. அமானுல்லாங்குற கெட்ட பயல அவ பாக்கவேண்டியிருக்கும்’ என்றார் வீறாப்புடன்.

‘ம்க்கும்... மகளக் கண்டா நடுங்கறது. கானாட்டி வீறாப்பு பேசறது...’ சுலைஹா சாப்பாடு எடுத்து வைத்தபடி பேசினாள்.

‘சரி... அதெல்லாம் இருக்கட்டும். குலா விஷயமா என்ன முடிவெடுத்தீங்க... இன்னம் கொஞ்சம் நேரத்துல மேடம் வருவாங்க. அவங்க வந்தப் பெறகு நீங்க சொதப்பிக்கிட்டு இருக்கப்படாது’ன்னார்.

‘குலா குடுத்தர்லாம்னு முடிவு பண்ணிட்டோம்...’ மூத்தவள்.

‘இல்ல. குலா குடுத்துருவோம்னு மெரட்டத்தான் செய்யப் போறோம்...’ அமானுல்லா, திட்டத்தைத் தெளிவுபடுத்தினார்.

‘இல்லத்தா குலா குடுக்கறதுன்னே முடிவு பண்ணிட்டோம்... மூணுபேரு...’

‘மூணு பேரா? இன்னொருத்தி யாரு?’

‘நான்... அக்கா... அம்மா...’ மூன்றாமவள் தெளிவாகச் சொன்னாள். அமானுல்லாவுக்கு வெலவெலத்துவிட்டது. பரிதாபமாக அவர் மனைவியைப் பார்த்தார்.

‘அஸ்தபிருல்லா... சும்மா வெளையாட்டுக்குப் பேசறாளுக. நீங்க மனசொடிஞ்சு போயிராதீங்க... எனக்கென்ன கொற? நா எதுக்கு புருஷன குலா குடுக்கணும்?’ சுலைஹா கணவனுக்கு ஆறுதல் சொன்னாள்.

‘நாங்கூட, பரவாயில்லையே... நமக்கு விடுதல கெடச்சிரும்போல இருக்கேன்னு ஒரு நிமிஷம் சந்தோஷமாயிட்டேன்’ன்னார் சிரித்தபடி அமானுல்லா.

‘அடேய்... பாவி மனுஷா... ஒனக்கு இப்புடி வேற ஒரு நெனப்பிருக்கா’ன்னு கேட்டு சுலைஹா அமானுல்லாவைத்துரத்த, சுலைஹாவுடன் மகளிருவரும் சேர்ந்து கொள்ள சிறிது நேரத்துக்கு ஓடி விளையாடி வீடே கலகலப்பாக மாறியது.

அப்போது ‘என்ன நடக்குது இங்க...’ என்றவாறு நாச்சியார் உள்ளே நுழைந்தாள். வீடு நிசப்தமானது. எல்லோரும் நின்றிருக்க அவள் நாற்காலியில் அமர்ந்தாள்.

‘ரெண்டு பேர்ட்டயும் மொபைல் இருக்குல்ல...’ அக்காமார்களைப் பார்த்துக் கேட்டாள். இருவரும் தலையை ஆட்டினார். ‘போன் போட்டு ரெண்டுபேரும் அவங்கவங்க ஹஸ்பெண்ட் கிட்ட மேட்டர சொல்லிட்டு வச்சிருங்க. ரியாக்சன் என்னங்குறதப் பார்ப்போம். சும்மா இதொரு மிரட்டல் தான்...’ என்றாள்.

‘அடியேய்... நீ ரெம்ப புத்திசாலியாட்டம் இத செய்யச்சொல்ல, அவனுங்க நெசமாவே இவளுங்கள தலாக் குடுக்கறப் போறானுங்க ஆமா...’ சுலைஹா தைரியமாகப் பேசிவிட்டாள்.

‘தலாக்லாம் குடுக்கமாட்டாங்க. குடுத்தாலும் அது உடனே நிறைவேறாது.’

‘குலாங்கிறது நடைமுறைலயே இல்லன்னு சொல்றாங்களாமே’ அமானுல்லா கேட்டார்.

‘யார் சொன்னது?’

‘நம்ம ஊர் இஸ்மாயில் அஜ்ரத்து...’

‘அவருக்கு இஸ்லாமிய சட்டங்களப் பத்தின புரிதல் இல்ல...’

‘அவர் அஜ்ரத்தும்மா. அவருக்கா தெரியாது?’

‘அவருக்குத்தான் தெரியாதுங்கறேன்... தெரிஞ்சிருந்தா குலா இல்லைன்னு சொல்லுவாரா?’

‘நடைமுறையில் இல்லைங்கிறாரு...’

‘நடமுறையில இல்லாததுக்கு காரணம் இருக்கு டாடி. இஸ்லாமிய சட்டங்கள் எல்லாமே ஆண்கள் கைவசம் இருக்கு. அவங்க மனைவிமார் தலாக் சொல்லிக்கலாம். ஆனா அதே மனைவி கணவன குலா சொல்லி விலக்க முடியாது. தலாக்னா என்ன அர்த்தம்னு இன்னக்கி இந்தியா முழுக்க எல்லாருக்கும் தெரியும். குலான்னா என்னன்னு தெரியாது. தெரிஞ்சா பெண்கள் அத செய்ய ஆரம்பிச்சிருவாங்களோன்னு ஆண்களுக்கு பயம். அதனால மூடி மறைக்கிறாங்க...’

‘தலாக் சொன்னாக்கூட பெண்ணுக்கு குறிப்பிட்ட காலம் வரைக்கும் ஜீவனாம்சம் கெடைக்கும். குலா குடுத்துட்டான்னா அதுகூட கெடைக்காதேம்மா...’

‘அவன் குடுக்கற ஜீவனாம்சத்தப் பத்தி எங்களுக்குத் தெரியாதா? எவங் குடுக்குறான் ஜீவனாம்சம்? பொண்ணுக்கு குடுத்த மஹர் தொகைய வாங்கிட்டு மாப்ள புதுப்பொண்ணு தேடிட்டு போவாரா... ஜீவனாம்சம் குடுத்துட்டு இருப்பாரா? மஹர்ன்னு ஒண்ணு பேருக்கு குடுக்கறானுங்கள்ள டாடி... அது மட்டுந்தானே இஸ்லாம் சொல்லுது. அப்றம் எதுக்கு டாடி பொண்ணு வீட்ல வரதட்சண கேக்குறானுங்க. வாங்குறானுங்க, ஸ்கூட்டர் கட்டில் மெத்தை, பீரோ, ஏசி, வீட்டு சாமான்... எல்லாம்ல வாங்குறானுங்க?’

‘காலகாலமா நடைமுறைல உள்ளதுதாம்மா இது?’

‘நடைமுறைல உள்ளதத்தான் மாத்தணும் டாடி’

‘அது உன் ஒருத்தியால முடியுமா?’

‘முயற்சி செய்வேன் டாடி. 2011வது வருஷம் ஏப்ரல் 22ஆம் தேதி தஞ்சாவூர் கீழவாசல் பகுதியச் சேர்ந்த பாப்பாத்தியம்மாங்குற முஸ்லிம் பெண், தன்னுடைய கணவன் உசேன் வேறொரு பெண்ணோடு தொடர்பு வச்சிருக்கறத தெரிஞ்சதும் அந்தப் பகுதி ஜமாத்ல சொல்லி தன் கணவன குலா கொடுத்திருக்கா. 2011வது வருஷம் ஏப்ரல் 23ஆம் தேதி பேப்பர்ல அது செய்தியா

வந்திருக்கு. பாருங்க டாடி...' செய்தித்தாளை அமானுல்லாவிடம் தந்தாள்.

'இதுமாதிரி செய்தி எல்லாம் அபூர்வமாத்தான் பத்திரிகைல வருது. இதுமாதிரி நடக்கறதும் அபூர்வந்தான். ஆண்கள் தலாக் குடுத்துருவேன்... தலாக் குடுத்துருவேன்னு எப்டி பெண்கள மெரட்டுறாங்களோ அதே மாதிரி பெண்கள் ஆண்கள குலா குடுத்துருவேன். குலா குடுத்துருவேன்னு பதிலுக்கு மெரட்டணும் டாடி...'

'விபரீத ஆசைம்மா...'

'இருக்கட்டும். மதம் அனுமதிக்கறத ஏன் பயன்படுத்திப் பாக்கக்கூடாது...?'

'நீ சொல்றது நடைமுறைக்கு வந்தா குடும்பங்குற அமைப்பே இருக்காது. ஒடஞ்சு சுக்கு நூறாயிரும்...'

கதீஜா நாச்சியார் பதிலேதும் கூறாமல் அமைதியாக இருந்தாள். 'பேசறதுக்கு நல்லா இருக்கும்மா. நடைமுறைக்கி சாத்தியமில்லாத விஷயம். தஞ்சாவூர்ல பாப்பாத்தியம்மான்னு யாரோ குலா குடுத்ததா சொன்னியே. அது பின்னால யோசிச்சு வருத்தப்பட்டிருக்கும். இன்னைக்கி அந்த பாப்பாத்தியுடைய நெலமை என்னன்னு யாருக்குத் தெரியும்? அதனால...'

'அதனால...'

'உங்க அக்காமார் ரெண்டு பேரும் வந்த மாதிரி அவங்கவங்க வீட்டுக்கு திரும்பிப் போறாங்க...'

'குலா?'

'அவங்களுக்கு சம்மதமில்ல...'

'அப்படியா' என்பதுபோல அவள் தன் உடன்பிறப்புகளைப் பார்க்க, அவர்களும் தலையை அசைத்துத் தங்கள் விருப்பமின்மையைத் தெரிவித்தனர்.

'நா சும்மா ஒரு ட்ராமாதான் ப்ளே பண்ணநெனச்சேன். அது கூட வேண்டாம்னா.. ஓகே...'

'டிராமா போட்டா அது சீரியஸ் ஆயிடும்...'

அமானுல்லா சொன்னதைக் கேட்டு சுலைஹாவும் பிள்ளைகளும் சிரித்தனர். தோல்வி முகத்துடன் நாச்சியார் அங்கிருந்து வெளியேறினாள்.

16

தவணைக்காரரர் வீட்டில் எல்லாருடைய முகங்களும் இருண்டிருந்தன. அன்வர் கன்னத்தில் கை வைத்து பலத்த யோசனையிலிருந்தான். யாரையும் லைனுக்குப் போகவேண்டாமென்று உத்தரவிட்டிருந்தான். முபாரக் மீண்டும் மீண்டும் அன்றைய மாலைப் பத்திரிகையைப் புரட்டி குறிப்பிட்ட ஒரு செய்தியை வாசித்தவாறிருந்தான். ஆஷிக் தன்னுடைய மொபைலிலிருந்து பெரியவரைத் தொடர்புகொள்ள முயற்சித்தான். ஏற்கனவே அன்வரும் முபாரக்கும் அவரவர் மொபைலிலிருந்தும் பெரியவர் எண்ணுக்கு முயற்சித்துத் தோற்றுப் போயிருந்தனர். 'தொடர்பு கொள்ளும் நபர் தொடர்பு எல்லைக்கு வெளியில் இருக்கிறார்' என இந்தியில் ஒருத்தி சொல்லியபடி இருந்தாள்.

'படுபாவிகளா, படுபாவிகளா வேண்டாம் வேண்டான்னு சொன்னேனே கேட்டிங்களாடா...'ன்னு நாகூரார் தலையிலடித்துப் புலம்பிக் கொண்டிருந்தார். சிக்கந்தருக்கு ஸ்னோலின் ஏதேதோ குறுஞ்செய்திகளை அனுப்பிக் கொண்டிருந்தாள். எல்லாம் நட்பின் மகிமையைப் பேசும் செய்திகள். எல்லாவற்றையும் படித்துப் பார்த்த அவன் 'நன்றி' என்று ஒரு வார்த்தையில் பதில் தந்துவிட்டு, திண்ணையில் உட்கார்ந்திருந்தான். அது அவளை எரிச்சலுக்குள்ளாக்கியிருக்க வேண்டும்.

'விரதமா', 'உறக்கமா', 'சாப்பிடுகிறாயா', 'தியேட்டரிலா?' என்ன படம்?', 'டாஸ்மாக்கிலா?', 'காதலியுடனா? அவள் கருப்பா சிவப்பா?', 'எவனும் உன்னோடு மொக்க போடுகிறானா?', 'பயணத்திலா?', 'தஞ்சாவூரா... வெளியூரா?', 'வாசிக்கிறாயா?', 'உன்னுடைய ஓனர் வந்திருக்கிறாரா?', 'சமைக்கிறாயா?', 'பாத்திரம் கழுவுகிறாயா?', 'குளிக்கிறாயா?', 'துணி துவைக்கிறாயா?', 'இஸ்திரி வைக்கிறாயா?', 'எதிர்வீட்டுப் பெண்ணை ஜொல்லு விட்ரியா?' 'மார்க்கெட்டில் காய்கறி வாங்குகிறாயா?', 'மீன் மார்கெட்டிலா?' இவ்வாறாக ஒரு நூறு குறுஞ்செய்திகள் பிறகு அவளிடமிருந்து வந்திருக்கும். எதற்குமே அவன் பதிலனுப்பவில்லை. இந்த ஒட்டுமொத்தக் கேள்விகளின் நோக்கம் சிக்கந்தர் இன்று லைனுக்கு வருவானா, மாட்டானா என்பதை அறிந்துகொள்வதே...

'வரமாட்டேன்' என்று இவன் பதிலனுப்பினால் 'ஏன்?' என்றொரு கேள்வியைப் போடுவாள். அதற்கேற்ற பதிலளிக்கும் நிலை இல்லை.

சிக்கந்தர் தான் அந்த மாலை செய்தித்தாளை வாங்கினான். சிங்கப்பூர் சலூனில் முடி திருத்திக்கொண்டு வெளியில் வந்தபோது, இயல்பாக கண்கள் பேப்பர் போஸ்டரில் ஊர்ந்தன. 'தஞ்சையில் வியாபாரி படுகொலை: ஆறு வாலிபர்கள் சரண்' என்ற தகவலும், அந்த ஆறுபேரின் படமும், போஸ்டரில் பெரிதாக இருந்தது. ஆறுபேரையும் பார்த்தபோது 'அய்யோ இவனுங்களா'ன்னு இருந்தது. பேப்பரை வாசித்தபோது, கொலை செய்யப்பட்ட நபர் சேகர் என்பதும் உறுதியானது. ஓட்டமும் நடையுமாக வீட்டுக்கு வந்தான். வரும் வழியில் பலவிதமான சிந்தனைகள். பெரியவருடைய உத்தரவையும் மீறி அன்வர் இதில் ஈடுபட்டிருக்கிறானா? அல்லது இந்தப் பசங்கள் வேறு எவருடைய தூண்டுதலின், திட்டத்தின் பெயரில் இந்தக் கொலையைச் செய்திருக்கிறார்களா? எப்படி சேகரையே தீர்த்துக்கட்டியிருக்கிறார்கள்? என்றால் அன்வருக்கு இதில் நிச்சயம் பங்கிருக்கிறதோ? நாளை கோர்ட்டில் அவர்களை போலீசார் ஆஜர்படுத்த உள்ளனர். மாஜிஸ்திரேட்டிடம் என்ன சொல்வார்கள்? யாரைக் கைகாட்டுவார்கள்?

அன்வர்தான் என்றால் அன்வரைக் கைதுசெய்வார்கள். அவனோடு எல்லோரையும் கைது செய்வார்களா? ஸ்னோலின் என்ன நினைப்பாள்? மரியம் என்ன நினைப்பாள்? ஊரில் அம்மா என்ன நினைப்பாள்? தஞ்சாவூர் வாழ்க்கை அவ்வளவுதானா? என்னடா இது வாழ்க்கை. போயும் போயும் நாம் ஒரு கொலைக்குற்றத்திலா சம்பந்தப்பட்டோம்? ரொம்பக் கேவலமாக, அற்பமாக இல்லை?

கைது செய்யப்படுவோமானால் வாழ்க்கை அத்துடன் ஒரு முடிவுக்கு வந்துவிடும். இனி புதிய அத்தியாயங்களே இருக்காது. விடுதலையாகி வந்தாலுங்கூட குற்றமுத்திரை அத்தனை எளிதாகக் கரையாது. சமூகம் ஏளனமாகப் பார்க்கும். கிஞ்சிற்றும் மரியாதை இருக்காது. ரகமத்துல்லா பிஎச்.டி.முடித்து ஏதேனுமொரு கல்லூரியில் விரிவுரையாளராகப் போகிறான். அவனுடைய வாழ்க்கையில் நல்ல நல்ல திருப்பங்கள் இருக்கப் போகிறது. நண்பனைப் பற்றி கேள்விப்படுவான். ச்சீ... என்ன மனிதன் இவன்.. என்று மலினமாக நினைத்துக்கொண்டு, நம்மோடு பழகிய நாட்களை வலிய மறக்க நினைப்பான். அல்லது அனுதாபப்படுவோனா? அவனுடைய அனுதாபத்தால் என்ன ஆகிவிடப்போகிறது.

என்ன செய்யலாம்? பேப்பரைத் தூர எறிந்துவிட்டு இப்படியே பஸ் ஏறிவிடலாமா? நாம் எங்கே போனாலும் போலீஸ் அங்கு வராதா? தயங்கித் தயங்கி நடந்து மாட்டிறைச்சிக் கடைப்பக்கம் வந்தான். கால்கள் தளர்ந்துவிட்டன. மூச்சிறைக்கவும் வியர்க்கவும் செய்தது. யாராவது ஒரு தம்ளர் தண்ணீர் தரமாட்டார்களா என்றிருந்தது. ஸ்னோலினுக்கு போன் செய்யலாமா? செய்து என்ன பேசுவது? ச்சே... இன்றைக்குப் பார்த்து சலூனுக்கு வந்தோமே. பேப்பரை எதற்குப் பார்த்தோம்?

அன்வர் முன்பு திட்டமிட்டபோது பசங்கள் ஆறுபேரும் அடிக்கடி வீட்டுக்கு வந்து போனதை ராவுத்தாபாளையத்தில் எல்லோருமே பார்த்திருக்கிறார்கள். அழகாக சாட்சி சொல்வார்கள். கலைச்செல்வி அக்கா, பாப்பாத்தியம்மா, மரியம் எல்லோரும் சாட்சி சொல்வார்களாக இருக்கும். வகாப்பு? அவன் மூலமாகத்தானே இந்தப் பசங்கள் வந்து சேர்ந்தது. அவனையும் கைது செய்வார்களாக இருக்கும். எப்படியோ எல்லோரும் கைவிலங்குடன் இதே ராவுத்தாபாளையத்தில் இதே கீழவாசலில் தலைகவிழ்ந்து நடக்க வேண்டியிருக்கும். மீடியாக்காரர்கள் வந்துவிடுவார்கள். பல குற்றவாளிகள், கேமராவுக்கு முகத்தைக் காட்டாமல் துணியால் மூடிக்கொண்டே நடப்பார்கள். நாமும் அப்படித்தான் நடக்கப்போகிறோமா?

பதற்றத்துடன் செய்தித்தாளை அன்வர் முன் போட்டான். விஷயம் புரியாமல் அவன் 'என்ன?' என்பதுபோலப் பார்த்தான்.

இவன் 'சேகரப் போட்டுட்டாங்க'ன்னான். அந்த நேரத்தில் அன்வருடைய முகத்தை உன்னிப்பாக கவனித்தான். எந்த வித்தியாசத்தையும் வெளிப்படுத்தவில்லை.

'யாரு?'ன்னு கேட்டான்.

'அந்தப் பசங்கதான்' செய்தித்தாளைப் புரட்டினான். மேலோட்டமாகப் பார்த்து மொபைலை எடுத்துக்கொண்டு கொல்லைப்புறச் சந்துக்குப் போனான். அன்வரின் நடவடிக்கைகளைப் பார்க்கையில் சிக்கந்தருக்கு 'அவன்தான் காரணமாக இருக்குமோ?'ன்னு பட்டது. யாரும் யாருடனும் இது விஷயமாகக் கலந்து பேசிக்கொள்ள இயலவில்லை. பதினைந்து நிமிடங்கள் கழித்து கொல்லைப் புறச்சந்திலிருந்து அன்வர் வெளிப்பட்டான்.

சந்தில் அவன் மொபைலில் யாருடனோ பேசிக்கொண்டிருந்த ஓசை சற்று முன்கேட்டது. ஆனால் 'என்ன பெரியவருக்கு லைன்

கெடைக்க மாட்டேங்கிது'ன்னு சலிப்புடன் வந்தான். பிறகு பெரியவர் எண்ணுக்கு எல்லோரையும் தொடர்புகொண்டு பார்க்கக் கூறினான்.

நாகூரார் சமையலறைப் பக்கம் சம்பிரதாயத்துக்காகக் கூட நுழையவில்லை. எல்லோருக்கும் பசி இருந்தது. மதியத்துக்கான உணவை அவர் ஏற்கனவே தயார் செய்து வைத்திருந்தார்தான். பாய் விரிக்கவில்லையே தவிர பசித்தவர்கள் சமையலறைக்குப் போய் போட்டுச் சாப்பிடலாம். யாருக்கும் விருப்பமில்லை. நீ ஏன் பாய் விரிக்கவில்லை; பரிமாறவில்லை என்று அவரை இன்றைக்கு யாரும் கேள்வி கேட்க முடியாது. அவர் அன்வர் மீதுதான் கோபப்பட வேண்டும். ஆனால் சகட்டுமேனிக்கு எல்லோர் மீதும் எரிந்து விழுந்தார். பல சமயங்களில் புலம்பித் தள்ளினார். எந்த அரவங்கேட்டாலும் அது. போலீஸாக இருக்குமோன்னு கண்களை விரித்துக்கொண்டு பார்த்தார்.

சூரியன் மேற்கில் இறங்கியிருந்தான். ஆட்டுமந்தைத் தெருப்பள்ளியிலிருந்து அஸர் பாங்கொலி எழுந்தது. முபாரக்கும், ஆஷிக்கும் திண்ணையில் ஆளுக்கொரு பக்கமாக ஒருக்களித்துக் கிடந்தனர். மரியம் நான்காவது நாளாக ரெடிமேட் கடைக்குப் போகவில்லை என்று சிக்கந்தர் கணக்கு வைத்திருந்தான். அன்றும் அவள் நெல்லி மரத்தடியில் நின்று தனது மஞ்சள் நிறத்தாவணியை உதறிக்கொடியில் போட்டதைக் கண்டு ஐந்தாவது நாளென்று முனங்கினான். வேலையை விட்டு நின்றுவிட்டாளாக இருக்கும் என நினைத்தான். ஒருவேளை, அவளை பெண்பார்க்க வருகிறார்களோன்னு அஞ்சினான். பிறகு, எதற்கு இந்த அச்சம் என்று கேள்வி கேட்டுக்கொண்டான்.

பெரியவர் ஏழு மணிக்கு அன்வரை அழைத்தார். 'எந்தப் பிரச்சனையுமில்லை; நீங்க பாட்டுக்கு வேலய கவனிங்க'ன்னு சொன்னாராம். சொல்லிவிட்டு அவனுடைய அறையில் நுழைந்து கொண்டான் அன்வர். கிட்டத்தட்ட ஐந்துமணிநேரம் நீடித்த பதற்றத்தைப் பெரியவரால் இத்தனை எளிதாக நீக்கிவிடமுடிந்திருக்கிறதே என்று நினைத்தபடி மறுநாள் அவரவர் லைனுக்குத் தேவையான பொருட்களை எடுத்து வைக்கத் தொடங்கினர். பழைய ரூமுக்குள் எதேச்சையாக நுழைந்த சிக்கந்தர் தலையாட்டி பொம்மை அதற்கான இடத்தில் ஒயிலாக நிற்பதைப் பார்த்தான்.

வழக்குச் சொற்கள்

தலாக்	–	விவாகரத்து
நிக்காஹ்	–	திருமணம்
எண்டர்பிரைசஸ்	–	தவணைக்கடை
அத்தா	–	அப்பா
மய்யித்து	–	சவம்
கபர்ஸ்தான்	–	கல்லறை
துவா	–	பிரார்த்தனை
ராவுத்தர்	–	தமிழ் முஸ்லிம்களில் ஒரு பிரிவினர்
ரூஹ்	–	உயிர்
ராதா	–	தாத்தா
கொமர்	–	திருமணமாகாத பெண்
ஹஜ்	–	மக்கா புனித யாத்திரை
ஹாஜிமார்	–	மக்கா சென்று திரும்பியவர்
கருகமணி	–	தாலி
சைத்தான்	–	சாத்தான்
குலா	–	பெண்கள் ஆண்களை விவாகரத்துச் செய்வது
சுபஹ்பாங்கு	–	அதிகாலைத் தொழுகை அழைப்பு
துலுக்கன்	–	துருக்கர் (முஸ்லிம்)
மவுத்து	–	மரணம்
மாமு	–	மாமா
எரணம்	–	உணவு
வலியுல்லா	–	மெய்ஞானி
பண்டாரி	–	சமையல்காரர்
சலாம்	–	முகமன்
கைமணம்	–	கைப்பக்குவம்
மக்ரிப்	–	சூரிய அஸ்தமனத்துக்குப் பிறகான தொழுகை

அஸர்	–	சூரிய அஸ்தமனத்துக்கு முந்தைய தொழுகை
கந்தூரி	–	தர்கா விசேஷம்
ஜமாதுல் ஆகிர்	–	இஸ்லாமிய மாதங்களில் 6வது மாதம்
அல்லாபுரம்	–	இறைவனிடம்
இன்ஷா அல்லாஹ்	–	இறைவன் நிச்சயித்திருந்தால்
சக்கராத்துஹால்	–	மரணத்தறுவாய்
ஜூம்மா தொழுகை	–	வெள்ளிக்கிழமை மதியத்தொழுகை
ஹவுஜ்	–	பள்ளிவாசல் தடாகம்
ஒலு	–	தொழுகைக்கு முன்பான உடல் சுத்தம்
இமாம்	–	தொழுகை நடத்துகிறவர்
குல்குவல்லாஹ் (சூரா)	–	குரானில் ஒரு வசனம்
குறைஷிகுலம்	–	நபிநாயகம் பிறந்த குலம்
தவ்ஹீது	–	இஸ்லாம் மதத்தில் ஒரு பிரிவினர், குழப்பவாதிகள்
கவுச்சி	–	அசைவ உணவு வகைகள்
பிராமண அவுலியா	–	பிராமண சமூகத்திலிருந்து இஸ்லாம் மதத்துக்கு மாறி மெய்ஞானி அந்தஸ்த்துக்கு உயர்ந்தவர்
பாய்	–	சகோதரன்
கேரியர் பையன்	–	ஜவுளிக்கடை கடைநிலை ஊழியன்
பூஜான், புவ்வா	–	அக்கா
மொகரம்	–	இஸ்லாமியர் பண்டிகைகளுள் ஒன்று
பர்தா	–	முகத்திரை
ரெட்டமஸ்தான்	–	தஞ்சாவூர் நகரின் மையத்திலுள்ள பிரபலமான தர்கா
அத்தர்	–	வாசனைத் திரவியம்

மூமீன்	–	முஸ்லிம்
தீதார்	–	இறந்தவரின் முகம் பார்த்தல்
ஜனாஸா தொழுகை	–	இறந்தவருக்காக நடத்தப்படும் தொழுகை
திக்ரு	–	இறை நாமத்தை உச்சரித்தல்
பயான்	–	மார்க்கப் பிரசங்கம்
நர்கிஸ், முஸ்லிம் முரசு	–	இஸ்லாமிய இதழ்கள்
கறிஆணம்	–	கறிக்குழம்பு
மஹர் தொகை	–	ஆண் பெண்ணுக்குத் தரும் வரதட்சணை

✻